யூதர்கள்
வரலாறும் வாழ்க்கையும்

முகில்

நீங்கள் கல்கி, தினமணி கதிர் வாசகராக இருந்தால் முகிலைத் தெரியாமல் இருக்காது. அசாத்தியமான நகைச்சுவை எழுத்தால் வாசகர்களைச் சுண்டி இழுத்துக் கட்டிப்போடும் முகில், மிகத் தீவிரமான ஆய்வு நோக்கு கொண்டவர். அண்டார்டிகா குறித்த இவரது முந்தைய நூல் 'ஸ்..!', அந்தக் கண்டத்தின் பனியையே பேனாவில் நிரப்பி எழுதப்பட்டது. சந்திரபாபுவின் வாழ்வைச் சொல்லும் இவரது 'கண்ணீரும் புன்னகையும்' மிகவும் புகழ்பெற்றது. கிழக்கு பதிப்பகத்தின் உதவி ஆசிரியராகப் பணியாற்றுகிறார்.

யூதர்கள்

முகில்

கிழக்கு

யூதர்கள்: வரலாறும் வாழ்க்கையும்
Yudhargal: Varalaarum Vaazhkaiyum
Mugil ©

First Edition: April 2007
256 Pages
Printed in India.

ISBN:978-81-8368-359-3
Title No. Kizhakku 226

Kizhakku Pathippagam
177/103, First Floor,
Ambal's Building, Lloyds Road,
Royapettah, Chennai 600 014.
Ph: +91-44-4200-9603

Email : support@nhm.in
Website : www.nhm.in

Author's Email : mugil.siva@gmail.com

Photos Courtesy: Wikimedia Commons

Kizhakku Pathippagam is an imprint of New Horizon Media Private Limited

This book is sold subject to the condition that it shall not, by way of trade or otherwise, be lent, resold, hired out, or otherwise circulated without the publisher's prior written consent in any form of binding or cover other than that in which it is published and without a similar condition including this the rights under copyright reserved above, no part of this publication may be reproduced, stored in or introduced into a retrieval system, or transmitted in any form or by any means (electronic, mechanical, photocopying, recording or otherwise), without the prior written permission of both the copyright owner and the above-mentioned publisher of this book.

மோசஸிடம் கடவுள்

'உங்கள் மூதாதையரின் கடவுள், ஆபிரஹாமின் கடவுள், ஈஸாக்கின் கடவுள், யாக்கோபின் கடவுள் நானே! எகிப்தில் என் மக்கள்படும் துன்பத்தை என் கண்களால் கண்டேன். அடிமை வேலைவாங்கும் அதிகாரிகளை முன்னிட்டு அவர்கள் எழுப்பும் குரலையும் கேட்டேன். ஆம், அவர்களின் துயரங்களை நான் அறிவேன். எனவே எகிப்தியரின் பிடியிலிருந்து அவர்களை விடுவிக்கவும், அந்நாட்டிலிருந்து பாலும் தேனும் பொழியும் நல்ல பரந்ததோர் நாட்டிற்கு அவர்களை நடத்திச் செல்லவும் இறங்கிவந்துள்ளேன்.'

— பரிசுத்த வேதாகமம்

பயணம்

நுழைவாயில்

    ஒருவன் செய்த தவறு ... 10

பாகம் 1 - பைபிள் காலம்

1. கடவுள் சுழி ... 21
2. ஜோசப் என்னும் பாசக்காரர் ... 31
3. மோசஸ் என்ற மேய்ப்பர் ... 40
4. அப்பங்களும் கட்டளைகளும் ... 49
5. ஜோஷுவா, சாமுவேல், தாவீது மற்றும் சிலர் ... 54
6. சாலமோனும் தேவாலயமும் ... 64

பாகம் 2 - வரலாறு

7. இயேசு என்ற மனிதனும் தேவனும் ... 71
8. ஒற்றைச் சுவர் ஒரே ஒரு பிரார்த்தனை ... 78
9. நபிகளும் யூதர்களும் ... 86
10. சிலுவைகளில் யூதர்கள் ... 95
11. யூதர்களின் தோழர் சலாவுதீன் ... 102

12. ஜெருசலேம் மீண்டும் அழைக்கிறது	...	110
13. பாவதூதன்	...	118
14. தேசம் வாங்க ஒரு திட்டம்	...	124

பாகம் 3 - இருபதாம் நூற்றாண்டு

15. சிறு நிலம் பெரும் தேசம்	...	141
16. பால் வார்த்த பால்ஃபர்	...	149
17. ஹிட்லராட்டம்!	...	153
18. இஸ்ரேல் - இனி நினைவு	...	163
19. நித்தம் யுத்தம் ரத்தம்	...	175

பாகம் 4 - வாழ்க்கை - கலாசாரம்

20. மத நம்பிக்கை	...	197
21. பண்டிகைகள் - முக்கிய நாள்கள்	...	207
22. சமூகம் - சடங்குகள் - சம்பிரதாயங்கள்	...	228
23. இந்தியாவில் யூதர்கள்	...	251
பின்னிணைப்பு	...	254

'வாக்களிக்கப்பட்ட' பூமி
(அல்லது)
வாக்கப்பட்ட பூமி

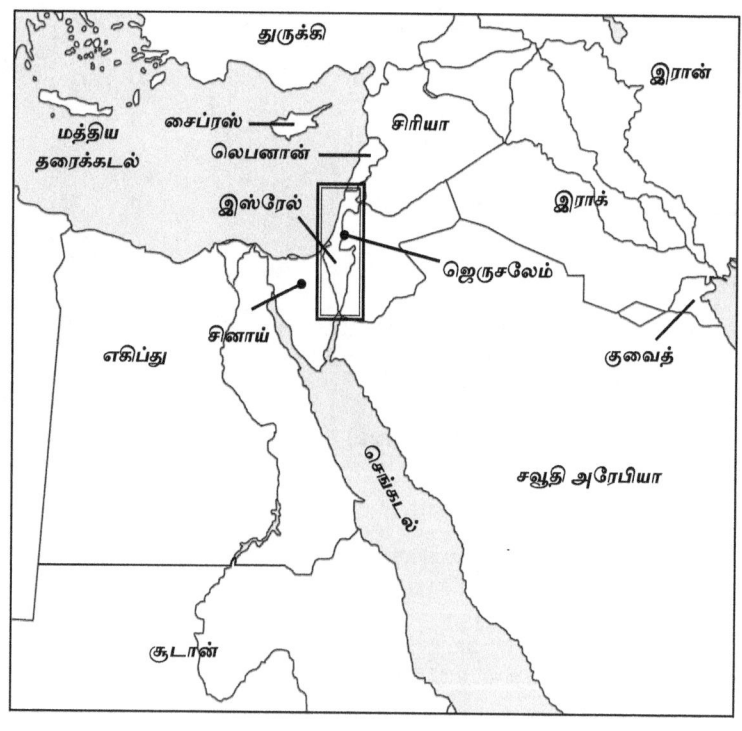

நுழைவாயில்

ஒருவன் செய்த தவறு

சரி, இறந்துவிடலாம் என்று முடிவு செய்தான் யூதாஸ். தூக்கில் தொங்குவதற்காக ஒரு கயிறை எடுத்து வந்திருந்தான்.

மலர்கள் பூத்துக் குலுங்கிய செர்ஸிஸ் மரத்தில் கயிறைக் கட்டினான். சந்தேகமில்லை. பாவத்துக்குச் சம்பளம் மரணமாக மட்டுமே இருக்க முடியும். யாரும் அளிக்காதபோது தானே அதைத் தேர்ந்தெடுத்துக்கொள்வதைத் தவிர, வேறுவழியில்லை.

'இயேசுவே, உங்களைக் காட்டிக்கொடுத்துவிட்டேன். சரித்திரம் ஒருபோதும் என்னை மன்னிக்காது. நீங்கள் மன்னியுங்கள்.'

உடைந்து அழுதான். நடந்த அனைத்தும் ஒரு திரைப் படம் போல் அவன் மனக்கண்ணில் ஓடிக் கொண்டிருந்தன.

பாலஸ்தீனில் டேனியல் என்றொரு தீர்க்கதரிசி இருந்தார். 'யூதர்களை ரட்சிக்க மனித குமாரன் ஒருவன் வருவான். இறுதித் தீர்ப்பு எழுதும் நாளில் நீதி வழங்கும் நீதிபதியைப்போல அவன் தோன்று வான்' என்று அவர் ஒரு சமயம் சொன்னார். தாம்

கனவில் கண்ட காட்சியை அவர் வெளிப்படுத்தியது, அவ்விதமே யூதர்களின் வேதத்திலும் (பழைய ஏற்பாடு) பதிவாகியிருக்கிறது.

டேனியலின் சொற்களுக்குக் கை, கால் முளைத்தது. உயிரும் உணர்வும் இணைந்தது. 'நான் ஒரு மனித குமாரன்' (Son of Man) என்று இயேசு சொன்னார். எளிய, ஏழை மக்களின் தெய்வீக மருத்துவராகப் பல நோய்களை நீக்கி நம்பிக்கையைப் பெற்று, நல்வாழ்வுக்கான போதனைகளைச் செய்யத் தொடங்கினார்.

இயேசு தொட்டதும் நோய் குணமான அற்புதமும் மக்களிடையே ஏற்படுத்திய பிரமிப்பும் வியப்பும்தான், அவருக்குப் பிரச்னை யானது. மக்கள் அவரை டேனியல் குறிப்பிட்ட 'மீட்பரா'கக் கருதத் தொடங்கினார்கள். ஆனால் ஜெருசலேம் நகர யூத மதகுருமார் களால், இயேசுவை அவ்வாறு ஏற்றுக்கொள்ள முடியவில்லை. இயேசு, மத விரோதச் செயல்களில் ஈடுபடுவதாகக் குற்றம் சாட்டினர். 'மதத்துவேஷி' என்று அவருக்குப் பட்டம் கட்டினர். எந்த மதத்தின் ஓட்டைகளை அடைக்க இயேசு வாழ்நாளெல்லாம் பாடுபட்டாரோ, அதே மதத்தின் குருமார்கள் அவரை விலக்கி வைக்க முடிவு செய்தார்கள். விலக்கினால் போதாது, ஒழித்து விடவும் வேண்டும் என்று முடிவு செய்யுமளவுக்கு அவர்களுக்கு 'இயேசு பயம்' பற்றிக்கொண்டது.

இயேசுவின் மீது பல்வேறு தருணங்களில் கொலை முயற்சிகள் மேற்கொள்ளப்பட்டன. எப்படியோ அவர் தப்பித்தார். பயணத்தை நிறுத்தவில்லை. போதனைகளை நிறுத்தவில்லை. மானுட குலத் தின் விடுதலை அவரது உச்சபட்ச நோக்கமாக இருந்தது. அதற்குத் தானே களப்பலி ஆகவேண்டியிருக்கலாம் என்பதையும் அவர் அறிந்திருந்தார். ஆனால் அதுபற்றி அவர் கவலை கொள்ள வில்லை.

ஜெருசலேம் நகரில் யூதர்களின் புனித தேவாலயம் ஒன்று இருந்தது. இன்றைக்குச் சுமார் நாலாயிரம் வருடங்களுக்கு முன்னர் அந்தப் பிராந்தியத்தை ஆண்ட சாலமோன் என்கிற மன்னன் எழுப்பிய ஆலயம். 'அந்த தேவாலயம் இடிக்கப்படும்' என்று இயேசு கூறினார். தீர்க்கதரிசனத்தில் அதனை அவர் கண்டாரென்று இயேசுவின் தோழர்களும் தொண்டர்களும் சொன்னார்கள்.

கொதித்துப்போய்விட்டனர் மதகுருமார்கள். இம்முறை இயேசு வின் கதையை முடித்துவிடவேண்டும் என்று மிகத் தெளிவாகவே

திட்டமிட்டனர். அப்போது அவர்களுக்கு அகப்பட்டவன்தான் யூதாஸ். தான் என்ன செய்யப்போகிறோம் என்று தெரியாமலேயே திட்டத்துக்கு ஒப்புக்கொண்ட இயேசுவின் பன்னிரண்டு சீடர்களுள் ஒருவன். பணத்தாசையால் இதைச் செய்தான் என்றும், தவறான நம்பிக்கை மற்றும் வாக்குறுதிகளை நம்பி, இயேசுவை யாரும் கொன்றுவிடாமல் இருக்க அவர் சிறையில் இருப்பதே நல்லது என்று நினைத்து, எதிரிகளின் சூழ்ச்சி வலையில் சிக்கினான் என்றும் கதைகள் சொல்வார்கள்.

காரணம் எதுவானாலும் யூதாஸ் காட்டிக்கொடுத்தவன் ஆனான்.

●

சீயோன் மலை. ஒரு வீட்டின் மேல் தளம். தன் சீடர்களுடன் இரவு உணவுக்காக அமர்ந்திருந்தார் இயேசு.

'இந்த விருந்தை நாம் மிகவும் சிறப்பாகக் கொண்டாட வேண்டும். இது கடைசி விருந்தாயிற்றே!'

இயேசுவின் வார்த்தைகள் சீடர்களுக்கு அதிர்ச்சியைக் கொடுத்தன.

'இன்னும் சில நாள்கள் மட்டுமே நான் உங்களுடன் இருப்பேன். அதன்பின் நான் என் தந்தையுடன் செல்வேன்!'

சீடர்கள் திகைத்துப் போயினர்.

'நான் துன்பப்பட வேண்டிய நேரம் நெருங்கிவிட்டது. உங்களில் ஒருவர் என்னைக் காட்டிக்கொடுக்கப்போகிறீர்கள்!'

இந்த வார்த்தைகளைக் கேட்டதும் யூதாஸ் தவிர மற்ற பதினொரு பேரும், 'நானா', 'நிச்சயமாக இல்லை' எனக் கதற ஆரம்பித்து விட்டனர். யூதாஸும் 'நான் இல்லை' என்று ஒப்புக்குச் சொல்லி வைத்தான்.

இயேசு புன்னகை செய்தார். இருந்த உணவைப் பகிர்ந்து அளித்தார். யூதாஸ் கொஞ்சம் படபடப்புடனேயே இருந்தான்.

'யூதாஸ், உனக்கு ஏதும் அவசர வேலை இருந்தால் நீ கிளம்பலாம்' என்று இயேசு சொல்ல, அதிர்ச்சியடைந்து, பிறகு சமாளித்து அங்கிருந்து வேகமாகக் கிளம்பினான்.

இயேசுவும் அவரது சீடர்களும் தோற்றத்தில் ஒரே மாதிரி இருந்திருக்கிறார்கள். நீண்ட அங்கி, தோள்களைத் தாண்டித் தொங்கும் நீண்ட தலைமுடி, படர்ந்து வளர்ந்த தாடி. சீடர்களுக்கு நடுவே இயேசுவைக் கண்டுபிடித்துக் கைது செய்வது, யூத மதகுருமார்கள் அனுப்பிய காவலர்களுக்குச் சவாலாக இருந்தது.

ஆ, அது ஒரு பெரிய கதை. அன்றைய தேதியில் பாலஸ்தீனை ஆண்ட மன்னர்கள் எல்லோரும் மதகுருமார்களின் கைப் பொம்மைகளாகத்தான் இருந்தார்கள். குருமார்கள் வழங்கும் தீர்ப்புகளுக்குச் சம்மதம் சொல்வது ஒன்றுதான் மன்னர்களின் வேலையாக இருந்தது. யூத மதப்பீடம் என்பது மன்னரின் ஆட்சிப்பீடத்தின் கொண்டையில் பொருத்தப்பட்டிருந்தது. மதத்துக்கு முதலிடம். மதகுருமார்களுக்கு முதலிடம். மன்னர் அதற்குப் பிறகு. மந்திரிகள் இன்னும் கீழே. குருமார்கள் வைத்ததுதான் சட்டம். அதைச் செயல்படுத்துவதுதான் மன்னரின் கடமை.

அதனால்தான், அன்னா, கயபா என்ற இரு மதகுருமார்கள், இயேசுவை அடையாளம் காட்டிக்கொடுக்க யூதாஸைத் தேர்ந்தெடுத்திருந்தனர். பன்னிரண்டு பேரில் ஒருவன். ஏழை. பணத்துக்கு ஆசைப்படக்கூடியவன். மயக்க வார்த்தைகளுக்கு விழுந்துவிடக் கூடியவன். உணர்ச்சிமயமானவன். பேசிப்பார்க்கலாமே?

யூதாஸ் அவர்கள் முன் சென்று நின்றான்.

'நீதான் இயேசுவின் நண்பனா? உன் பெயரென்ன?'

'யூதாஸ் இஸ்கேரியாத்' (Judas Iscariot)

'இயேசுவை நம்பி அவர் பின்னால் செல்லும் நீ, இப்போது ஏன் அவரைக் காட்டிக்கொடுக்க முன் வந்திருக்கிறாய்? இதன்பின் எதுவும் சதி வேலை இருக்கிறதா?'

'அய்யோ, என்னை நீங்கள் முழுமையாக நம்பலாம். நான் இயேசுவை அவரது நன்மைக்காகத்தான் காட்டிக்கொடுக்க விரும்புகிறேன். அவரைச் சுற்றி ஏராளமான சதி வலைகள் பின்னப்படுகின்றன. பொது இடங்களில் அவரைக் கொலை செய்யவும் தாக்கவும் பல முயற்சிகள் நடந்துகொண்டே இருக்கின்றன. அரச காவலில் இருந்தால் அவர் பாதுகாப்பாக இருப்பார் என்று நம்புகிறேன். நீங்கள் அவரைத் தாக்கமாட்டீர்கள்,

காயப்படுத்தமாட்டீர்கள் என்று உறுதி கொடுத்தால் மட்டுமே நான் இத்திட்டத்துக்கு ஒப்புக்கொள்வேன்.'

'எங்களையே சந்தேகிக்கிறாயா? நாங்கள் நினைத்தால் அவருடன் சேர்த்து உன்னையும் கைதுசெய்து சிறையில் அடைக்க முடியும். சொன்னபடி நடந்துகொள். எங்கள் படை வீரர்கள் உன்னுடன் வருவார்கள். இரவு நேரமாக இருப்பதால் அவர்களுக்கு இயேசுவை அடையாளம் தெரியாது. நீ அவர் அருகில் சென்று, தொட்டு அடையாளம் காட்ட வேண்டும். நீ செய்யப் போகும் வேலைக்கு ஊதியமாக இதோ முப்பது வெள்ளிக் காசுகள்.'

காசுகள், யூதாஸின் முகத்தில் புன்னகையை வரவழைத்திருந்தன. வீரர்களோடு அவன் புறப்பட்டான்.

கெத்சமெனி (Gethsemani) தோட்டம். பதினொரு சீடர்களும் உறங்கிக் கொண்டிருக்க, இயேசு மட்டும் ஜெபித்துக் கொண்டிருந்தார்.

இயேசு சாதாரண மனிதர்தானா? இல்லை, மாய மந்திரங்கள் செய்து நமக்கு ஏதும் தீங்கு விளைவித்து விடுவாரா? என்ற பயத்துடனேயே வீரர்கள் யூதாஸைப் பின் தொடர்ந்தனர்.

இயேசு இருக்கும் இடத்தை அடைந்தனர். வீரர்கள் சற்று மறைவாக நின்று கொண்டனர். யூதாஸ், இயேசுவின் முன் சென்று நின்றான்.

இயேசுவின் உதடுகள் மெலிதாக விரிந்தன. யூதாஸ் இயேசுவைக் கட்டிப்பிடித்தான். அவரது கன்னத்தில் முத்தமிட்டான்.

'யூதாஸ், என்னை முத்தமிட்டா காட்டிக்கொடுக்கிறாய்....' என்று சொல்லியபடி இயேசு புன்னகை செய்ய, யூதாஸ் திகைத்து நின்றான்.

படைவீரர்கள் அங்கு வந்தனர்.

'உங்களுக்கு யார் வேண்டும்?' என்றார் இயேசு.

'இ....இயேசு' என்று ஒரு வீரன் சன்னமான குரலில் பதிலளித்தான்.

'நான்தான். என்னை என்ன செய்ய விரும்புகிறீர்கள்?' என்று கேட்டார்.

இயேசுவின் குரலிலிருந்த உறுதி வீரர்களை நிலைகுலையச் செய்தது. ஏதாவது வித்தைகள் செய்து அவர்களைக் கொன்று விடுவாரோ என்ற பயம். செய்வதறியாது நின்று கொண்டிருந் தனர். இந்த நேரத்தில் யூதாஸ் மெல்ல அங்கிருந்து நழுவினான். வேகவேகமாக வந்த வழியே திரும்பிச் சென்றான். அவன் செல்லும் பாதையின் நிசப்தத்தை முப்பது வெள்ளிக் காசுகளின் சிணுங்கல்கள் குலைத்தன.

இயேசுவே முன்வந்து தன்னைக் கைது செய்யும்படி சொன்னார்.

●

மதகுருமார்கள் சபையைக் கூட்டியிருந்தனர். இயேசு அங்கு கைதியாக அழைத்து வரப்பட்டார். விசாரணை ஆரம்பமானது.

மதகுருமார்கள் ஏற்கெனவே இரண்டு சாட்சிகளைத் தயாராக வைத்திருந்தனர்.

'ஜெருசலேம் நகர யூதர்களின் புனித தேவாலயத்தை இடித்துத் தரைமட்டமாக்குவேன் என்றும், மீண்டும் மூன்றே நாள்களில் அதனைத் திரும்பக் கட்டிவிடுவேன்' என்றும் இயேசு சொன்ன தாக அவர்கள் சாட்சி கூறினர்.

இயேசுவுக்கு மரண தண்டனை அறிவிக்கப்பட்டது.

●

யூதாஸ், முப்பது வெள்ளிக் காசுகளை ஆசையுடன் பார்த்துக் கொண்டிருந்தான். இருந்தாலும் இயேசுவுக்கு என்ன ஆகியிருக் குமோ என்றொரு படபடப்பு மெலிதாக மனத்தின் ஓரத்தில் ஓடிக்கொண்டிருந்தது. யூதாஸை நோக்கி ஒருவன் மூச்சிரைக்க ஓடி வந்தான்.

'யூதாஸ்.... இயேசுவின் நிலைமை இப்படி ஆகிவிட்டதே.... பாவம்.... எல்லோரும் அவரை அடித்து, உதைத்துத் துன்புறுத்து கிறார்கள். அவருக்கு மரண தண்டனையும் விதித்திருக்கிறார்கள்.'

'அய்யோ.... என்ன சொல்கிறாய்? இயேசுவுக்கா? என்ன உளறுகிறாய்?'

'நான் உளறவில்லை. என் கண்ணால் கண்டதைத்தான் சொல்கிறேன். அவர் உடலெங்கும் ரத்தம் வழிந்தோடுகிறது. இருந்தாலும் அந்தக் கொடியவர்கள் விடாமல் அவரைத் துன்புறுத்துகிறார்கள். அந்தக் கொடுமையைக் காண முடியாமல்தான் ஓடி வந்துவிட்டேன்.'

யூதாஸ் நொறுங்கிப்போனான். குற்ற உணர்வு அவனைக் கொல்லத் தொடங்கியது.

'அய்யோ.... எவ்வளவு பெரிய தவறு செய்துவிட்டேன்.... நான் பாவி....'

யூதாஸ் கண்களில் நீர் வழிந்தோட, தலைமை குருவைப் பார்க்க ஓடினான்.

மூச்சிரைக்க தேவாலயத்தை வந்தடைந்த யூதாஸ், குருவின் காலடியில் சென்று விழுந்தான்.

'நான் பாவம் செய்து விட்டேன். ஒரு தீங்கும் செய்யாத இயேசுவைக் காட்டிக்கொடுத்துவிட்டேன்.'

'அதைப்பற்றி எங்களுக்கென்ன?' - குருவின் பதில் அலட்சியமாக வந்து விழுந்தது.

'இயேசுவை நீங்கள் ஒன்றும் செய்ய மாட்டீர்கள் என்று நம்பித்தான் காட்டிக்கொடுத்தேன். அவரைத் துன்புறுத்தாதீர்கள். தயவுசெய்து அவரை விட்டுவிடுங்கள்.'

'மரியாதையாக இங்கிருந்து செல்கிறாயா, இல்லையா?'

'இதோ நீங்கள் எனக்குக் கொடுத்த லஞ்சம். பாவப்பட்ட பணம். எனக்கு வேண்டாம். நீங்களே வைத்துக் கொள்ளுங்கள்.'

யூதாஸ் அந்த முப்பது வெள்ளிக் காசுகளை குருவின் முன் விட்டெறிந்தான்.

'நான் ஒரு நல்ல மனிதனைக் காட்டிக்கொடுத்து, பெரும் பாவத்தைச் செய்துவிட்டேன். எனக்கு மன்னிப்பே கிடையாது....' - புலம்பியபடியே அங்கிருந்து ஓடினான்.

'இயேசுவே.... என்னை மன்னியும்!'

அந்த செர்ஸிஸ் மரம், கனம் தாங்காமல் பயங்கரமாகக் குலுங்கியது. கயிறின் இறுக்கத்தில் யூதாஸின் உயிர் விலகியது.

•

அது ஒரு வெள்ளிக்கிழமை. ஏப்ரல் மூன்றாக இருக்கலாம் என்று நம்பப்படுகிறது.

Iesus Nazarenus Rex Iudaeorum (INRI), அதாவது நாசரேத் நகரைச் சேர்ந்த இயேசு, யூதர்களின் அரசன் என்று எழுதி ஒட்டப்பட்ட அந்தச் சிலுவையில் அறையப்பட்டார். மூன்றாவது நாள் ஞாயிறு அன்று அவர் மீண்டும் உயிர்த் தெழுந்து விண்ணுலகம் சென்றார்.

இது கிறிஸ்துவர்களின் நம்பிக்கை. அல்லது, இப்படி நம்பிய யூதர்கள் கிறிஸ்துவர்களானார்கள்.

மரணத்துக்குப் பிறகு தேவதூதன் உயிர்த்தெழுவதில்லை என்பதே யூதர்களின் நம்பிக்கை. இயேசு மரணத்துக்குப் பின் உயிர்த்தெழவில்லை என்று நம்பியவர்கள், யூதர்களாகவே இருந்தார்கள்.

யூதர்களிடையே பிளவு ஏற்பட்டு, கிறிஸ்துவம் என்றொரு மதம் தோன்றியதன் அடிப்படையே இதுதான். இப்படியொரு பிளவு ஏற்படக் காரணமாக இருந்தவன் யூதாஸ். 'இயேசுவைக் காட்டிக் கொடுத்தவன்', 'இயேசுவைக் கொன்றவன்' என்று கிறிஸ்துவர்களால் குற்றம் சாட்டப்பட்டவன்.

யூதாஸ் என்ற தனி மனிதன் ஒருவன் சரிவர யோசிக்காமல், அவசரப்பட்டு செய்த ஒரு காரியம், 'யூதர்கள் என்றாலே காட்டிக் கொடுப்பவர்கள்' என்று காலம் காலமாக உலகம் பழிக்கும் அளவுக்கு ஆக்கியது.

இதனால் யூதர்கள் அனுபவித்த வலிகள் ஏராளம். வேதனைகள் ஏராளம். ரத்தத்தால் எழுதப்பட்ட வரலாறு என்றால் அது யூதர் களுடையதுதான். அவர்களை எழுதிய வரலாறு மட்டுமல்ல. அவர்கள் எழுதிய வரலாறும்கூட!

பாகம் 1

பைபிள் காலம்

1. கடவுள் சுழி

மண்ணைப் பிசைந்து மனித பொம்மை செய்த கடவுள், நாசியில் உயிர்க் காற்றை ஊத, முதல் மனிதனாக ஆதாம் உயிர் பெற்றான் என்று மத்தியக் கிழக்கில் உதித்த அத்தனை மதங்களும் சொல்கின்றன. அப்புறம் அவனது விலா எலும்பை எடுத்து அதிலிருந்து ஏவாள் என்னும் முதல் பெண் படைக்கப்பட்டதாக.

ஆதாம் - ஏவாளின் வம்சம் தழைத்து, நிறைய நல்லவை கெட்டவை நடந்து, மனித குலம் பல்கிப் பெருகி, அவனது பத்தொன்பதாவது தலைமுறைப் பேரனாகப் பிறந்தவர் ஆபிரஹாம். காலம் கி.மு. 1812.

பெரிய பக்திமான். விதிக்கப்பட்ட வாழ்க்கையை வரையறுக்கப்பட்ட விதிமுறைகளுக்கு உட்பட்டு நேர்த்தியாக வாழ்ந்துகொண்டிருந்த நல்ல மனிதர். ஒரே ஒரு குறைதான். வாரிசு இல்லை. ஆபிரஹாமின் மனைவியான சாராவுக்கு (Sarah) அப்போது வயது எழுபத்தைந்து.

வயதான காலம் என்று இப்போது நினைப்போம். இந்தக் கதைகள் நிகழ்ந்ததாகச் சொல்லப்படும்

சமயத்தில், நூற்றுக்கு மேற்பட்ட வயதில் வளமாக, ஆரோக்கிய முடன், இளமையுடன்தான் மக்கள் வாழ்ந்திருக்கிறார்கள். ஆனால் எந்தக் காலமானாலும் எத்தனை வயதானாலும் வாரிசு இல்லாத குறை, வலி தரக்கூடியதுதானே?

ஆகவே, ஆபிரஹாமின் மனைவி சாரா, ஒரு முடிவெடுத்தார். ஆகார் என்ற தன் வேலைக்காரப் பெண் ஒருத்தியைத் தன் எண்பத் தைந்து வயது கணவருக்கு மறுமணம் செய்து வைத்தார்.

அடுத்த சில மாதங்களிலேயே ஆகார் நல்ல சேதி சொல்லி விட்டாள்.

கணவருக்கு மறுமணம் செய்து வைக்கும் அளவுக்கு நினைக்க முடிந்த சாராவுக்கு, தன் வேலைக்காரி கர்ப்பம் என்று தெரிந்த கணமே பொறாமையாகிப் போனது. எனவே, அவளை வார்த் தைகளால் கொடுமைப்படுத்த ஆரம்பித்தார். உலகின் முதல் சக்களத்திச் சண்டை எனலாமா? அப்படித்தான் இருந்தது.

ஆகார், மனம் நொந்து வீட்டைவிட்டு வெளியேறிப் போனாள். ஆனால் அவள் மீண்டும் ஆபிரஹாமிடமே திரும்பி வருவதற்கு, ஓர் அசரீரியின் உத்தரவு காரணமாக இருந்தது. அந்நாளில் தனி மனிதர்களின் சுக துக்கங்களில் வானவர்கள் மிக நேரடியாகப் பங்கேற்றார்கள். தேவதூதன் ஒருவன் தோன்றி, ஆகாருக்கு அறிவுரை சொல்ல, அவள் மீண்டும் ஆபிரஹாமிடமே திரும்பினாள்.

இஸ்மயீல் (Ishmael) பிறந்தான். வாரிசு ஒன்று பிறந்துவிட்டாலும், தன் முதல் மனைவியின் மூலம் பிறக்கவில்லையே என்ற ஆதங்கம், ஆபிரஹாமுக்கு இருக்கத்தான் செய்தது. 'வருத்தப்படாதே ஆபிர ஹாம்! உன் மனைவி சாராவின் மூலமும் உனக்கு வாரிசு பிறக்கும்!' என்று ஒருநாள் கடவுள் வந்து நம்பிக்கை ஊட்டிச் சென்றார். அப்போது சாராவுக்கு எண்பத்தொன்பது வயது.

ஆபிரஹாமின் நூறாவது வயதில் ஈஸாக் (Isaac - கி.மு. 1712) பிறந்தான்.

கடவுளின் கட்டளைப்படி ஆபிரஹாமின் வம்சத்தில் உதித்த ஆண் குழந்தைகள் அத்தனை பேருக்கும் விருத்தசேதனம் (என்றால் சுன்னத். இன்றுவரை யூதர்களும் இஸ்லாமியர்களும் இதைப் பின்பற்றுகிறார்கள்.) செய்துவைக்கப்பட்டது.

மழலைச் செல்வம் உள்பட, எல்லா சந்தோஷங்களும் நிறைந்திருந்த ஆபிரஹாமின் வீட்டில் சக்களத்திச் சண்டைக்கும் குறைவில்லை. 'என் மகனுக்குப் பங்காளியாக வேலைக்காரியின் மகன் இருப்பதை என்னால் ஏற்றுக்கொள்ள முடியாது' என்று சாரா சண்டையிட ஆரம்பித்தாள். பொறுமையிழந்த ஆபிரஹாம், ஒருநாள் ஆகாரை அழைத்துப் பேசினார். குடும்ப அமைதி கருதி, அவள் ஆபிரஹாமைப் பிரிந்துசெல்ல ஒப்புக்கொண்டாள். பன்னிரண்டு வயதான இஸ்மயீலுடன் வீட்டைவிட்டு வெளியேறினாள்.

இஸ்மயீல், ஈஸாக். இந்த இருவர்தான் இரு மாபெரும் இனங்களின் மூல வித்துக்கள். இஸ்மயீலின் வழி வந்தவர்கள் அரேபியர்கள். ஈஸாக்கின் வழி வந்தவர்கள் யூதர்கள். யூத வேதமான தோரா, கிறிஸ்தவர்களின் வேதமான பைபிள், இஸ்லாமியர்களின் புனித வேதமாகிய குர் ஆன் மூன்றுமே இதைக் கூறுகின்றன.

பாரான் என்ற பாலை நிலத்தில் குடியேறிய ஆகார், இஸ்மயீலுக்கு எகிப்து நாட்டைச் சேர்ந்த பெண் ஒருத்தியைத் திருமணம் செய்து வைத்தாள்.

பக்தர்களுக்கு அடிக்கடி பரீட்சைகள் வைத்து பாஸா, பெயிலா என்று பார்ப்பதுதானே கடவுளின் லீலை? ஆபிரஹாமுக்குக் கடவுள் வைத்த பரீட்சை இதுதான்.

'உன் ஒரே மகனான ஈஸாக்கை அழைத்துக் கொண்டு, மோரியா நிலப்பகுதிக்குச் செல். அங்கு நான் உனக்குக் காட்டும் மலைகளில் வைத்து, அவனை நீ தகனப் பலியிடவேண்டும்!'

ஆபிரஹாமுக்கு துக்கம் பீறிட்டது. கடவுளே சொல்லிவிட்டாரே! இனி என்ன செய்ய முடியும்? தன் உணர்வுகளை அடக்கிக் கொண்டு, மறுநாள் காலையே ஈஸாக்குடன் புறப்பட்டார். ஈஸாக்கும் என்ன, ஏதுவென்று கேட்காமல் தந்தையைப் பின்தொடர்ந்தான். கடவுள் காட்டிய மலைப்பகுதியை அடைந்ததும், இருவரும் விறகுகளை அடுக்கினர்.

'அப்பா, பலியிட ஆட்டுக்குட்டி எங்கே?'

ஈஸாக்கின் கேள்வி, ஆபிரஹாமைச் சுட்டது. இருந்தாலும் முகத்தில் சலனமின்றி, 'உன்னைத்தான் கடவுளுக்காகப் பலியிடப் போகிறேன் மகனே' என்றார். மறுவார்த்தை பேசாத ஈஸாக்,

விறகுகளின் மேல் ஏறிப் படுத்துக் கொண்டான். ஆபிரஹாம், நீண்ட கத்தி ஒன்றை எடுத்து, ஈஸாக்கை வெட்டுவதற்காக, ஓங்கிய அந்த நொடியில், கடவுள் ஒலி வடிவில் வந்தார். அசரீரி என்று சொல்வார்கள்.

'உன் ஒரே மகனை எனக்காகப் பலியிடத் தயங்கவில்லை. ஆதலால் நான் உன்னை ஆசீர்வதிக்கின்றேன். விண்மீன்களைப் போலவும் கடற்கரை மணலைப் போலவும் உன் இன மக்களை பல்கிப் பெருகச் செய்வேன். அவர்கள் தம் பகைவர்களின் வாயிலை உரிமையாக்கிக் கொள்வர். மேலும், நீ என் குரலுக்குச் செவி கொடுத்ததனால் உலகின் அனைத்து இனத்தவரும் உன் வழி மரபின் மூலம் தங்களுக்கு ஆசி கூறிக்கொள்வர்.'

ஆபிரஹாம் புளகாங்கிதமடைந்தார்.

இப்படி ஒன்றல்ல இரண்டல்ல; கடவுள் ஆபிரஹாமுக்குப் பத்து பரீட்சைகள் வைத்தார். ஒவ்வொன்றிலும் ஆபிரஹாம் பாஸ் ஆனதும், கடவுள் அவருக்குப் புதுப்புது வரங்களை அருளினார்.

தன் நூற்று இருபத்தேழாவது வயதில் சாராள் இறந்தாள். ஈஸாக் குக்குத் திருமணம் செய்து வைக்க முடியவில்லை என்பதே அவளது ஏக்கமாக இருந்தது. ஆபிரஹாம், ஈஸாக்குக்குப் பெண் பார்க்கும் பொறுப்பைத் தன் வேலைக்காரரான எலியேசாவிடம் ஒப்படைத் தார். தம் இனப் பெண்ணாக இருக்க வேண்டுமென்பதே ஆபிர ஹாம் போட்ட ஒரே கண்டிஷன்.

எலியேசா ஒட்டகங்களுடன் பெண் தேடிக் கிளம்பினார். வழியில் ஒரு பாலைவனத்தில் அமர்ந்தார். 'இப்போது என் தாகத்துக்கும், என் ஒட்டகங்களின் தாகத்துக்கும் நீர் தரும் பெண்ணே ஈஸாக்கின் மனைவியாக அமைய வேண்டும் இறைவனே!' என்று ஒரு விண்ணப்பம் வைத்தார்.

அப்படியே ஆனது. நிறைகுடத்துடன் வந்த ஒரு பெண், எலியேசா கேட்டதும் மறுக்காமல் நீர் கொடுத்தாள்.

எலியேசா அவளைப் பற்றி விசாரித்தார். அவள் பெயர் ரெபேக்கா. மேற்கொண்டு அவளது பூர்வீகத்தைப்பற்றி விசாரித்தவருக்கு, ஆனந்த அதிர்ச்சி. அவள் ஈஸாக்கின் முறைப்பெண். ஆம், ஆபிரஹாமின் சகோதரி மகள்தான். அப்புறமென்ன, திருமணம் தான்!

ஆனால் என்ன, ஆபிரஹாமைப்போல ஈஸாக்குக்கும் நீண்ட வருடங்களுக்குக் குழந்தை பிறக்கவில்லை. ஆனால் ஆபிரஹாம் அந்த வயதிலும் மற்றொரு திருமணம் செய்துகொண்டு, தன் சந்ததியைப் பெருக்கிக் கொண்டிருந்தார். தனது நூற்றியெழுபத்தைந்தாவது வயதில் அவர் மறைந்தார்.

ஈஸாக்குக்கு அறுபது வயது ஆனபோதுதான் ரெபேக்கா கருவுற்றாள். நாள் ஆக ஆக, அவளது வயிற்றுக்குள் ஒரு கலவரமே நடப்பதுபோல உணர்ந்தாள். வலியால் வேதனைப்பட்டாள். ஈஸாக், 'ஏன் இப்படி நடக்கிறது?' என்று இறைவனிடம் மன்றாடிக் கேட்டார்.

'ரெபேக்காவின் கருப்பையில் இரு இனங்கள் உள்ளன. இரண்டு குழந்தைகள் பிறக்கும். ஓர் இனம் மற்றதைவிட, வலிமை மிக்கதாக இருக்கும். மூத்தவன், இளையவனுக்குப் பணிந்திருப்பான்' என்று பதில் வந்தது.

முதலில் ஏசா பிறந்தான். அவனது குதிகாலைப் பற்றியபடியே யாக்கோபு (Jacob - கி.மு. *1652)* பிறந்தான். ஏசா வேட்டைக்காரனாக, அப்பா செல்லமாக வளர்ந்தான். யாக்கோபு குணத்தில் சிறந்தவனாக, அம்மா செல்லமாக வளர்ந்தான்.

ஒருநாள், ஏசா வேட்டையாடிக் களைத்து வீட்டுக்கு வந்தான். யாக்கோபு சமைத்துக் கொண்டிருந்தான்.

'அட, அந்த சிவப்பு நிறக் கூழ் சுவையாக இருக்குமே! பசிக்கிறது. எனக்குத் தருவாயா?'

'நான் சமைத்த கூழை உனக்குத் தரவேண்டுமென்றால், மூத்த மகனுக்குரிய சொத்துரிமையை எனக்கு நீ தரவேண்டும்.'

'என்றாவது ஒருநாள் சாகப்போகும் நான், அதை வைத்து என்ன செய்யப் போகிறேன். நீயே வைத்துக் கொள்' என சத்தியம் செய்துகொடுத்த ஏசா, கூழைக் குடித்துவிட்டு சென்றுவிட்டான். யாக்கோபு சாமர்த்தியமாக ஏமாற்றியதை அவன் உணரவில்லை.

பஞ்சம் ஏற்பட்டது. ஈஸாக், பெலிஸ்தியரின் அரசன் அபிமெலக்கைக் காண கெரார் என்ற இடத்துக்குச் சென்றார்.

கடவுள், ஈஸாக் முன் தோன்றினார்.

'ஆபிரஹாம் போலவே நீயும் என் கட்டளைகளுக்குக் கீழ்ப்படிந்து நடந்தால், அவருக்கு அளித்த ஆசீர்வாதம் போலவே, உன் சந்ததி யினரை பல்கிப் பெருக்குவேன். உன் சந்ததியினருக்கு இந்த நிலங்களை எல்லாம் சொந்தமாக்குவேன்' என்றார்.

ஈஸாக், ரெபேக்காவுடன் கெராரிலேயே தங்கிவிட்டார்.

வயதானாலும் ரெபேக்கா பேரழகியாகவே இருந்தாள். அங்குள்ள வர்கள் 'யார் இவள்?' என ஆவலுடன் கேட்டனர். அவளை அபகரித்து விடுவார்களோ என்ற பயத்தில் ஈஸாக், 'இவள் என் சகோதரி' என பொய் சொன்னார்.

ஒருநாள் ஈஸாக், ரெபேக்காவுடன் தனிமையில் இருந்தபோது, பால்கனியில் நின்றுகொண்டிருந்த அரசர் அபிமெலேக் பார்த்துவிட்டார்.

'அவள்தான் உன் மனைவி என்று தெரிகிறதே. ஏன் பொய் சொன்னாய்?' என, ஈஸாக்கைக் கடிந்துகொண்டார். 'யாராவது அவளை அபகரித்துவிடுவார்களோ என்ற பயம்தான்' என்று ஈஸாக் வெளிப்படையாகச் சொன்னார்.

'அடப்பாவி! உன் சகோதரி என்று நினைத்து யாராவது அவளிடம் முறைதவறி நடந்திருந்தால், எங்கள்மீது தீராப்பழி விழுந்திருக்குமே' என்று கோபப்பட்ட அபிமெலேக், 'இந்த மனிதனையோ, அவன் மனைவியையோ தொடுபவனுக்கு மரண தண்டனை' என்று அறிவித்தார். ஈஸாக் அங்கு விவசாயம் செய்ய அனைத்து வசதிகளையும் ஏற்படுத்திக் கொடுத்தார்.

ஒரு கட்டத்தில் ஈஸாக், பல மடங்கு அறுவடை செய்து வளம், வலிமை மிக்கவராக மாறினார். இது தம் மக்களுக்கு ஆபத் தாயிற்றே என்று நினைத்த அபிமெலேக், ஈஸாக்கை அங்கி ருந்து வெளியே போகச் சொன்னார்.

வேறுவழியின்றி, ஈஸாக் அருகிலிருந்த கெரார் பள்ளத்தாக்குக்கு இடம் பெயர்ந்தார். ஈஸாக் கிணறு தோண்டும் இடங்களிலெல் லாம் நீர் பொங்கிப் பெருகிற்று. ஆனால், அதேசமயம் கெராரில் நீர் வற்றிப் போனது. பஞ்சம் தலை தூக்கப் பார்த்தது. தன் தவறை உணர்ந்த அபிமெலேக், ஈஸாக்கிடம் சமாதானம் பேச தன் நண்பர் அகுசாத்தையும், படைத்தளபதி பிக்கோலையும் அனுப்பினார்.

'என்னை வெறுத்து விரட்டிய நீங்கள், இப்பொழுது மறுபடியும் ஏன் தேடி வருகிறீர்கள்?' என்று கோபம் கொண்டார் ஈஸாக்.

'இறைவன் உங்களுடன்தான் இருக்கிறார் என்று புரிந்து கொண்டோம். எனவே, உங்களுடன் சமாதான உடன்படிக்கை செய்துகொள்ள ஆசைப்படுகிறோம். நீங்கள் எங்களுக்கு எதிராக ஏதும் செய்யாதிருக்க வேண்டும்' என்று பணிவுடன் கேட்டுக் கொள்ள, ஈஸாக் மகிழ்ச்சியடைந்து அவர்களுக்கு விருந்தளித் தார். பின் அவர்கள் மனநிறைவுடன் அங்கிருந்து கிளம்பினர். கெராரில் நீர் ஆதாரங்கள் பெருகின.

வருடங்கள் ஓடின. ஈஸாக்கை முதுமை வாட்டியது. கண்பார்வை மங்கிப்போனது. தனது இறுதி ஆசையை ஏசாவிடம் தெரிவித் தார்.

'மகனே, நீ எனக்காகச் சென்று வேட்டையாடி, சுவையாகச் சமைத்துக் கொண்டு வா! நான் உன்னை ஆசீர்வதிக்க விரும்பு கிறேன்' என்றார்.

ஏசா வேட்டையாடச் சென்றான். அந்நேரத்தில் ரெபேக்கா, யாக்கோபை அழைத்தாள்.

'ஏசாவின் உடைகளை அணிந்து கொள். இந்த உணவை உன் தந்தையிடம் சாப்பிடக் கொடு. ஏசா போலவே நடி.' என்று கூறினாள்.

'அய்யோ, அவர் கண்டுபிடித்துவிட்டால் கண்டிப்பாகக் கோபம் கொண்டு சாபம் இட்டுவிடுவார். வேண்டாம் அம்மா' என்று கெஞ்சி மறுத்தான் யாக்கோபு.

'அப்படி அவர் சாபம் விட்டால் அது என்னையே பாதிக்கட்டும். நீ நான் சொல்லும்படி செய்' என்று கட்டளையிட்டாள் ரெபேக்கா. வேறுவழியின்றி யாக்கோபும் அவ்வாறே செய்தான். ஈஸாக்கால் கண்டுபிடிக்க முடியவில்லை. ஏசா என்று நம்பி ஆசீர்வாதம் செய்தார்.

'கடவுள் உனக்கு சகல செல்வங்களையும் அளிக்கட்டும். நாட்டு மக்கள் உனக்குப் பணிந்து நடப்பர். உன் சகோதரனுக்கு நீ எஜமானாக இருப்பாய். உன்னைச் சபிக்கிறவர்கள் சபிக்கப் படுவார்கள். ஆசீர்வதிப்பவர்கள் ஆசீர்வதிக்கப்படுவார்கள்.'

ஈஸாக் ஆசீர்வதித்து முடித்த மறுநொடியே யாக்கோபு அங்கிருந்து ஓடிவிட்டான். வேட்டையாடி, சுவையாகச் சமைத்த கறியை ஏசா கொண்டு வந்தான்.

‘இந்தக் கறியை வயிறார உண்டுவிட்டு, மனதார என்னை ஆசீர்வதியுங்கள்’ என்றான்.

‘அய்யோ, இப்போதுதானே ஒருவன் எனக்குச் சுவையான உணவு கொடுத்துவிட்டு, ஆசீர்வாதம் வாங்கிவிட்டுச் சென்றான். அவன் ஏசா இல்லையா?’ - அதிர்ச்சியுடன் கேட்டார் ஈஸாக்.

மனமுடைந்த ஏசா கதறி அழுதான். ‘யாக்கோபு உங்களை ஏமாற்றிவிட்டான். என்னை மீண்டும் ஏமாற்றிவிட்டான். எனக்கென ஏதும் ஆசீர்வாதம் இல்லையா அப்பா?’ என்று ஏக்கத்துடன் கேட்டான்.

‘உன் சகோதரனை உனக்கு எஜமானாக வைத்து விட்டேன். நீ உன் வாளினால் வாழ்க்கை நடத்தி, உன் தம்பிக்கு அடிமையாக இருப்பாய். நீ கிளர்ந்து எழும்போது, உன் கழுத்தில் அவன் சுமத்திய நுகத்தடியை முறித்துவிடுவாய்.’

ஈஸாக்கின் ஆசீர்வாதத்தைப் பெற்றுக்கொண்ட ஏசாவின் மனத்தில், யாக்கோபை எப்படி வஞ்சம் தீர்ப்பது என்ற சிந்தனை மட்டும் ஓடிக்கொண்டிருந்தது. அதனால் ரெபேக்கா, யாக்கோபை காரானிலுள்ள தன் சகோதரன் லாபான் வீட்டுக்கு அனுப்பி வைத்தாள்.

லாபான் நோக்கிய தன் பயணத்தை ஆரம்பித்தார் யாக்கோபு. தன் சகோதரனுக்கு மிகப் பெரிய துரோகம் இழைத்துவிட்டோமே என்று அவர் மனம் வருந்தியது. இரவு வந்தது. களைப்பில், கல் ஒன்றைத் தலைக்கு வைத்து அசந்து தூங்கினார்.

கனவு ஒன்று வந்தது. நிலத்திலிருந்து வானைத் தொடும் அளவுக்கு மிகப்பெரிய ஏணி ஒன்று தெரிந்தது. மெகா சைஸ் எஸ்கலேட்டர் என்றே சொல்லலாம். அதில் தேவதூதர்கள் ஏறுவதும் இறங்குவதுமாக இருந்தனர். உயரத்தில் கடவுள் உட்கார்ந்திருந்தார்.

‘செய்த தவறுக்கு உண்மையிலேயே வருந்தியதால், நான் உன்னை மன்னிக்கிறேன். நீ படுத்திருக்கும் பூமி உனக்கும் உன் சந்ததியினருக்குமே சொந்தம். உன்னைக் காப்பதற்காக நான் எப்போதும் உன்னுடனேயே இருப்பேன்.’

யாக்கோபு திடுக்கிட்டு விழித்தார். வந்து பேசியது கடவுள்தானா என ஆச்சரியப்பட்டுப் போனார். அந்தக் கல்லை அங்கேயே நட்டார். அந்த இடத்துக்கு, 'கடவுளின் இல்லம்' என்று பெயரிட்டார்.

மேலும் சில நாள்கள் அலைந்து திரிந்து, தன் தாய்மாமன் லாபானைக் கண்டுபிடித்தார். லாபானுக்கும் தன் சகோதரி மகனைக் கண்டதில் மகிழ்ச்சி. யாக்கோபு அங்கு ஆடு மேய்க்கும் பணியை மேற்கொண்டார். லாபானுக்கு இரண்டு பெண்கள் இருந்தனர். மூத்தவள் லேயா. கொஞ்சம் அழகு கம்மிதான். இரண்டாமவள் ராகேல். சுண்டியிழுக்கும் அழகுடையவள். யாக்கோபு, ராகேலிடம் மயங்கிப் போனார்.

'நான் ராகேலை திருமணம் செய்துகொள்ள விரும்புகிறேன். அதற்கு என்ன செய்ய வேண்டும்?' என்று லாபானிடம் கேட்டார்.

'மகிழ்ச்சி. அதற்கு நீ ஏழு ஆண்டுகள் எனக்குப் பணி செய்ய வேண்டும்' என்றார் லாபான். அவளைக் காதலித்தபடியே, ஏழு ஆண்டுகளைக் கழித்தார் யாக்கோபு.

ஆனால், 'மூத்தவள் இருக்க, இளையவளுக்குத் திருமணம் செய்து வைப்பது முறையல்ல' என்று கூறிய லாபான், லேயாவை யாக்கோபுக்குத் திருமணம் செய்துவைத்தார். யாக்கோபுக்கு மனம் ஒப்புக்கொள்ளவில்லை.

'நான் ராகேலையும் திருமணம் செய்துகொள்ள விரும்புகிறேன். அதற்கு என்ன செய்ய வேண்டும்?' என்றார். 'இன்னொரு ஏழு ஆண்டுகள் என்னிடம் பணி செய்' எனச் சுலபமாகச் சொல்லி விட்டார் லாபான்.

அடுத்த ஏழு ஆண்டுகள் தவமிருந்து ராகேலையும் திருமணம் செய்துகொண்டார் யாக்கோபு. அதுபோக சில ஆண்டுகள் கழித்து, அவர்கள் வீட்டிலிருந்த வேலைக்காரப் பெண்கள் இருவரையும் திருமணம் செய்துகொண்டார்.

ராகேல் தவிர, யாக்கோபின் மற்ற எல்லா மனைவிகளுக்கும் குழந்தைகள் பிறந்தன. ராகேலுக்குப் பல ஆண்டுகள் கழித்தே பிள்ளை வரம் கிட்டியது. ஜோசப் (Joseph - பழைய ஏற்பாட்டின் படி யோசேப்பு) பிறந்தான்.

இந்நிலையில் 'நீ உன் சொந்த நாட்டுக்குக் குடும்பத்தாரைப் பார்க்கச் செல்' என்று யாக்கோபுக்கு இறைவன் கட்டளை

இட்டார். ஆனால், லாபான் அதற்கு ஒப்புக்கொள்ளவில்லை. வேறுவழியின்றி யாக்கோபு, லாபானுக்குத் தெரியாமல், தமக்குச் சேர வேண்டிய கால்நடைகளை மட்டும் ஓட்டிக்கொண்டு, மனைவியர், பிள்ளைகளுடன் பயணம் செய்யத் தொடங்கினார்.

லாபானுக்குக் கோபம். தன் ஆள்களோடு சென்று யாக்கோபை விரட்டிப் பிடித்து தடுக்க நினைத்தார். 'யாக்கோபைத் தடுத்து நிறுத்தாதே' என்று கடவுளின் குரல் அவருக்குக் கேட்டது. ஒரு வாரத்துக்குப் பின் யாக்கோபையும், அவரது குடும்பத்தினரையும் விரட்டிப் பிடித்த லாபான், அவர்களைச் சந்தித்து ஆசீர்வதித்து விட்டு தன் இடத்துக்குத் திரும்பினார்.

தன்னால் ஏமாற்றப்பட்ட ஏசா, இன்னமும் கோபம் குறையாமல் தானே இருப்பான் என்று யாக்கோபு பயந்தார். தன் ஆள்களை ஏசாவுக்குத் தூது அனுப்பினார். தம் குடும்பத்தினர் தாக்குதலுக்கு உள்படக் கூடாது என்ற நினைப்பில் அவர்களை ஓரிடத்தில் பதுங்கச் சொன்னார். தானும் ஓரிடத்தில் பதுங்கி இருந்தார்.

அந்த இரவில், கடவுள் மேலும் ஒரு சோதனை செய்தார். அந்நியன் போல வந்து யாக்கோபுடன் மற்போர் செய்தார். நீண்ட போராட்டத்துக்குப் பிறகு, கடவுள் என்று தெரிந்த பின் யாக்கோபு ஆசீர்வாதம் கேட்டார்.

ஏமாற்றுகிறவன் என்ற பொருள் உடைய 'யாக்கோபு' என்ற உன் பெயரை, 'இஸ்ரயேல்' ஆக மாற்றி வைக்கிறேன் என்று ஆசீர் வாதம் செய்தார் கடவுள்.

மறுநாள் ஏசா, நானூறு படை வீரர்களுடன் யாக்கோபைத் தாக்கும் எண்ணத்தில்தான் வந்தார். ஆனால் யாக்கோபு, ஏசாவைப் பார்த்தவுடன் மிக மரியாதையாக ஏழுமுறை வணங்கி னார். நீண்ட வருடங்கள் கழித்து, தன் அண்ணனைப் பார்த்ததால் யாக்கோபுக்குக் கண்ணீர் பெருகியது. ஏசாவும் பகை மறந்து, ஓடிவந்து யாக்கோபைத் தழுவிக் கொண்டார்.

பெஞ்சமினைப் பிரசவித்த ராகேல், இறந்துபோனாள். தன் நூற்றெண்பதாவது வயதில் ஈஸாக் இறந்தார்.

2. ஜோசப் என்னும் பாசக்காரர்

யாக்கோபுக்கு மற்ற மகன்களைவிட, ஜோசப் மேல் மட்டும் தனி பாசம். அவன் மேல் தனி அக்கறை எடுத்துக் கொண்டார். உயர்ரக துணியாலான, பல வண்ணங்களைக் கொண்ட புதிய சட்டை ஒன்றை ஜோசப்புக்கு வழங்கினார்.

இப்படியெல்லாம் செய்தால், மற்ற சகோதரர் களுக்குப் பொறாமை வராமலிருக்குமா என்ன! இது போக, ஜோசப்புக்குத் தனி சக்தி ஒன்று இருந்தது. அதாவது, நடக்கப் போகும் முக்கியமான விஷயங் கள் அவனுக்குக் கனவில் வந்துவிடும்.

'சகோதரர்களே, நேற்று நான் ஒரு கனவு கண்டேன். நம் வயலில் அறுத்த நெற்கட்டுகளைப் பிரித்துக் கட்டும்போது, எனது கட்டு திடீரென எழுந்து நின்றது. உங்களது நெற்கட்டுகள் அதைச் சுற்றி வணங்கி நின்றன. இன்னொரு கனவுகூட கண்டேன். அதில் சூரியனும் சந்திரனும் பதினொரு நட்சத்திரங் களும் என்னை வணங்கி நின்றன.'

போதாது! ஜோசப் தம்மையெல்லாம் அடிமைப் படுத்த நினைக்கிறான் என, சகோதரர்கள் அனைவரும் கோபம் கொண்டனர். இவனை எப்படியாவது ஒழிக்க வேண்டும் எனத் திட்டமிடத் தொடங்கினர்.

ஒருமுறை ஆடுமேய்க்கப்போன சகோதரர்கள், நீண்ட நாள்களாகியும் திரும்ப வராததால் வருத்தமடைந்த யாக்கோபு, ஜோசப்பைத் தேடிப் போகச் சொன்னார். நீண்ட நாள்கள் எங்கெங்கோ அலைந்து திரிந்து, அவர்களைக் கண்டுபிடித்தான் ஜோசப்.

'அதோ தூரத்தில் வருகிறான் நம் கனவு மன்னன்.'

'இதுதான் நல்ல வாய்ப்பு. அவனைக் கொன்றுவிடலாம்.'

'அவனைக் கொல்லுவதால் என்ன பயன்? இந்த ஆழமான குழியில் தள்ளிவிட்டுவிடலாம்' - சகோதரர்கள் சதித் திட்டம் தீட்டினர்.

அருகில் வந்த ஜோசப்பிடம் இருந்து அந்த அழகிய சட்டையை உருவிவிட்டு, அவனைக் குழிக்குள் உருட்டிவிட்டனர். அப்போது அரேபிய வியாபாரிகள், அந்த வழியாக எகிப்து நோக்கிச் சென்று கொண்டிருந்தனர்.

'அட, இப்படிச் செய்யலாமே! ஜோசப்பை இங்கே தனியாகக் குழிக்குள் விட்டுப் போவதைவிட, அவனை இவர்களிடம் விற்றால் பணமாவது கிடைக்குமே!' என்றான் ஒரு சகோதரன்.

இருபது வெள்ளிப் பணத்துக்கு ஜோசப் விற்கப்பட்டான் (கி.மு. 1544). அந்த அரேபியர்களோடு (அதாவது ஆபிரஹாமுக்கும் ஆகாருக்கும் பிறந்த இஸ்மயீலின் சந்ததியர்) ஜோசப் எகிப்து சென்றான்.

சகோதரர்கள், ஒரு வெள்ளாட்டை வெட்டிக் கொன்று, அந்த ரத்தத்தை ஜோசப்பின் அழகிய சட்டை மேல் தடவி, தம் தந்தை யாக்கோபிடம் கொடுத்தனர்.

'ஜோசப்பை ஏதோ ஒரு கொடிய காட்டு விலங்கு தாக்கிக் கொன்றுவிட்டது' என்று கூறி அழுதனர். யாக்கோபும் தன் செல்ல மகன் இறந்துவிட்டதாக எண்ணி, அந்தச் சட்டையில் முகம் புதைத்து அழுதார்.

ஜோசப், எகிப்தின் படைத்தளபதியான போத்திபார் என்பவரிடம் அதிக விலைக்கு விற்கப்பட்டான். சுறுசுறுப்பாக இருந்த அவனை, போத்திபாருக்கு மிகவும் பிடித்துவிட்டது. நாளடைவில் அவர், ஜோசப்பைத் தனது சிறப்புப் பணியாளராகவும், வீட்டின் நிர்வாகியாகவும் மாற்றினார்.

இளமையுடனும் நல்ல உடற்கட்டுடனும் இருந்த ஜோசப்பை, போத்திபாரின் மனைவி தவறாகப் பயன்படுத்த நினைத்தாள். ஜோசப் உடன்படவில்லை. ஒருநாள் யாரும் இல்லாத சமயம் அவனது மேலாடையைப் பிடித்து இழுத்தாள். மிரண்டுபோன ஜோசப், அவள் கையில் சிக்கியிருந்த மேலாடையை விட்டு விட்டு, அங்கிருந்து தப்பியோடினான்.

'அய்யோ... இந்த அடிமை என்னிடம் தவறாக நடக்க முயற்சித் தான்' என்று கூப்பாடுபோட்டுக் கதையைத் திருப்பிவிட்டாள் அவள். அப்போது அங்கு வந்த போத்திபாரும் மற்றவர்களும் அவள் கூறுவதை நம்பிவிட்டனர்.

கடுங்கோபம் கொண்ட போத்திபார், ஜோசப்பை விசாரித்தார். தான் எந்தத் தவறும் செய்யவில்லை என்றானே தவிர, ஜோசப் அந்தப் பெண்ணைக் காட்டிக்கொடுக்கவில்லை. போத்திபார், ஜோசப்பைச் சிறையிலடைக்க உத்தரவிட்டான்.

சிறையில் ஜோசப்பின் நடவடிக்கைகள் சிறை மேலாளரைக் கவர்ந்தன. அதனால் அவர், ஜோசப்புக்கு மற்ற கைதிகளைக் கண்காணிக்கும் பொறுப்பை வழங்கினார். அந்தச் சிறையில் எகிப்து மன்னனுக்குத் திராட்சை ரசம் ஊற்றிக் கொடுக்கும் வேலையாளும் அப்பம் தயாரிப்பவனும் தாங்கள் செய்த தவறு காரணமாக அடைக்கப்பட்டிருந்தனர். இருவருக்குமே வெவ் வேறு விதமான கனவுகள் தோன்றின. சாதாரண கனவுகள் அல்ல. தலை சுற்ற வைக்கும் கனவுகள்.

அதன் அர்த்தம் விளங்காமல் இருவருமே தவித்துக் கொண்டி ருந்தனர். ஜோசப்தான் கனவுகளுக்கு அர்த்தம் சொல்லும் அகராதி ஆயிற்றே! திராட்சை ரசக்காரன் முதலில் தான் கண்ட கனவைச் சொன்னான்.

'என் கனவில் ஒரு திராட்சைக் கொடி தோன்றியது. அந்தக் கொடியில் மூன்று கிளைகள் இருந்தன. அவை அரும்பிப் பூத்து, கொத்துக் கொத்தாகப் பழுத்தன. என் கையில் மன்னரின் கிண்ணம் இருந்தது. நான் பழங்களைப் பறித்தேன். அதை அந்தக் கிண்ணத்தில் பிழிந்தேன். அந்தக் கிண்ணத்தை மன்னரின் கையில் கொடுத்தேன்' என்றான்.

ஜோசப் புன்னகை செய்தபடியே அந்தக் கனவுக்கு விளக்கம் சொல்ல ஆரம்பித்தான். 'மூன்று கிளைகளும் மூன்று நாள்களைக்

குறிக்கும். இன்னும் மூன்றே நாள்களில் மன்னர் உன்னை விடுதலை செய்துவிடுவார். உன் பழைய வேலை உனக்குக் கிடைக்கும். உன் கையால்தான் மன்னர் மீண்டும் மது அருந்துவார். இவை எல்லாம் நடந்தபின், நீ என்னை மறந்து விடாதே. தயவுசெய்து, மன்னரிடம் சொல்லி என்னை இச்சிறையிலிருந்து விடுவிக்க ஏற்பாடு செய்.'

திராட்சை ரசக்காரன் மகிழ்வுடன் தலையசைத்தான். அடுத்து அப்பம் தயாரிப்பவன் தன் கனவைச் சொல்ல ஆரம்பித்தான். 'மூன்று அப்பக் கூடைகள் என் தலை மேல் இருந்தன. மேலே இருந்த கூடையில் மன்னருக்காகச் சுட்ட பலவகையான அப்பங்கள் இருந்தன. ஆனால் பறவைகள் வந்து என் தலை மேலிருந்த கூடையிலிருந்து அவற்றைத் தின்றுவிட்டன.'

இந்தக் கனவுக்கும் ஜோசப் விளக்கம் சொல்ல ஆரம்பித்தான்.

'மூன்று கூடைகளும் மூன்று நாள்களைக் குறிக்கும். இன்னும் மூன்றே நாள்களில் மன்னர் உனது தலையை வெட்டி, கழுமரத்தில் ஏற்றுவார். பறவைகள் வந்து உன் சதையைத் தின்னும்' என்றார். அப்பம் சுடுபவனின் கண்களில் மரண பயம் வெளிப்பட்டது.

ஜோசப் சொன்னதெல்லாம் நடந்தது. மூன்றாவது நாளில் மன்னருக்கு மது ஊற்றிக் கொடுப்பவன் அதே வேலையில் அமர்த்தப்பட்டான். அப்பம் சுடுபவனின் உடல் பறவைகளுக்கு இரையானது. ஆனால் மது ஊற்றிக் கொடுப்பவன், மன்னரிடம் ஜோசப்புக்காகப் பேசவேண்டும் என்பதையே மறந்துபோய் விட்டான்.

இரண்டு ஆண்டுகள் கழிந்தன. மன்னரும் ஒரு கனவு கண்டார். ஒன்றல்ல, இரண்டு விவகாரமான கனவுகள். அதாவது மன்னர் நைல் நதிக் கரையில் நின்று கொண்டிருக்கிறார். அப்பொழுது அழகிய கொழுத்த ஏழு பசுக்கள் நதியிலிருந்து கரைக்கு வந்து கோரைப்புற்களை மேய்ந்து கொண்டிருக்கின்றன. அவற்றைத் தொடர்ந்து, நலிந்து மெலிந்த வேறு ஏழு பசுக்கள் நைல் நதியிலிருந்து வெளிவந்து, கரையில் இருந்த மற்ற பசுக்களோடு நின்று கொண்டன. திடீரென்று நலிந்து மெலிந்த பசுக்கள் அழகிய, கொழுத்த ஏழு பசுக்களை விழுங்கிவிட்டன.

இந்தக் கனவைக் கண்ட மறுநொடியே அதிர்ச்சியில் படுக்கையில் இருந்து எழுந்த மன்னர், கனவுதானே என்று சமாதானப்படுத்திக் கொண்டு மீண்டும் தூங்கினார். இரண்டாவது கனவு வந்தது.

அதில் செழுமையான பொன் நிறமான ஏழு கதிர்கள் ஒரே தாளில் காய்த்திருந்தன. அதன் பின் கீழ் பக்கமிருந்து வீசும் வெப்பக் காற்றினால் பாதிக்கப்பட்ட கதிர்கள் தோன்றின. அந்தப் பதரான கதிர்கள் ஏழும் செழுமையான, முற்றிய கதிர்களை விழுங்கிவிட்டன.

மன்னர் தூக்கம் சுத்தமாகப் போய்விட்டது. இரண்டு கனவுகளுமே புரியவில்லை. வேறு யாராலும் விளக்கிக் கூறமுடியவில்லை. அவருக்குத் தலையே வெடித்துவிடும் போல இருந்தது. இந்தக் கனவுகளுக்கு அர்த்தம் சொல்ல யாராவது கிடைப்பார்களா என்று மன்னர் ஏங்கிக் கொண்டிருந்த சமயத்தில், திராட்சை ரசம் ஊற்றிக் கொடுப்பவனுக்குச் சட்டென ஜோசப்பின் ஞாபகம் வந்தது. மன்னரிடம் சிறையில் நடந்த கனவுச் சம்பவங்களை விவரித்தான்.

மன்னர், ஜோசப்பை உடனே வரச் சொன்னார்.

'நீ கனவுகளுக்கு அர்த்தம் கூறுவதில் கெட்டிக்காரனாமே. நான் கண்ட இரண்டு கனவுகளுக்கு உன்னால் அர்த்தம் கூற இயலுமா?'

'நானல்ல, கடவுளே இதற்கு பதில் கொடுப்பார்' என்றான் ஜோசப். மன்னர் கனவுகளை விவரித்தார். எல்லாவற்றையும் அமைதியாகக் கேட்டுக் கொண்ட ஜோசப், தன் விளக்கத்தைக் கொடுக்க ஆரம்பித்தான்.

'கடவுள் தான் அடுத்து செய்யவிருப்பதைத்தான் இந்தக் கனவுகள் மூலம் அடிக்கோடிட்டுக் காட்டியிருக்கிறார். ஏழு நல்ல பசுக்கள், ஏழு ஆண்டுகளைக் குறிக்கும். ஏழு நல்ல கதிர்கள், ஏழு ஆண்டுகளைக் குறிக்கும். அதேபோல அவற்றிற்குப்பின் வந்த மெலிந்த, அருவருப்பான ஏழு பசுக்கள், பஞ்சம் நிறைந்த ஏழு ஆண்டுகளைக் குறிக்கும். பதராகி வெப்பக் காற்றினால் தீய்ந்து போன ஏழு கதிர்கள், பஞ்சம் நிறைந்த ஏழு ஆண்டுகளைக் குறிக்கும்.

அதாவது எகிப்து நாடெங்கும் அடுத்த ஏழாண்டுகள் மிகுந்த வளம் கொழிக்கும். அதன்பின் ஏழாண்டுகள் பஞ்சம் பாழாக் கும். இது கடவுளால் உறுதி செய்யப்பட்டுவிட்டது என்பதன் அறிகுறியாகவே மன்னருக்குக் கனவு இருமுறை வந்தது.'

ஜோசப் சொல்லிமுடித்ததும் மன்னர் அதிர்ச்சி அடைந்து விட்டார். 'இந்தப் பஞ்சத்தினைத் தவிர்க்க பிராயச்சித்தம் எதுவும் செய்ய வேண்டுமா...' என்று ஜோசப்பிடமே விசாரித்தார்.

'உடனடியாக மதிநுட்பமும் ஞானமும் செறிந்த ஒருவனைக் கண்டுபிடித்து எகிப்து நாட்டின் அதிகாரியாக அமர்த்தவேண்டும். மேலும், ஏழு வளமான ஆண்டுகளில் எகிப்து நாட்டின் விளைச் சலில் ஐந்திலொரு பகுதியைக் கொள்முதல் செய்யுமாறு மேற் பார்வையாளர்களையும் நியமிக்க வேண்டும். வரவிருக்கும் வளமான இந்த ஆண்டுகளிலேயே, தானியம் முழுவதையும் அவர்கள் கொள்முதல் செய்து, பின்னர் உண்ணக் கொடுப்ப தற்கென சேமித்து வைக்கட்டும். இவ்வாறு செய்தால் அடுத்த ஏழாண்டு பஞ்ச காலத்தில் நாடு அழியாமல் பாதுகாக்கப்படும்' என்றான் ஜோசப்.

மன்னர் வியந்தார். 'இவ்வளவு அருமையான யோசனைகளைக் கூறுகிறாயே! உன்னைத் தவிர வேறு யாரும் எகிப்து நாட்டின் அதிகாரி பதவிக்குப் பொருத்தமில்லாதவர்கள்தான். நீயே அந்த முதலமைச்சர் பதவியை ஏற்றுக்கொள்' என்று சொல்லி, தன் கையில் அணிந்திருந்த மோதிரமொன்றை அடையாள மாகக் கொடுத்தார். பட்டாடை ஒன்றைப் போர்த்தினார். கழுத்தில் நகை ஒன்றை அணிவித்தார்.

'இவர் இனி எகிப்தின் முதலமைச்சர்' என நாட்டு மக்களுக்கு அறிவித்தார்.

அப்போது ஜோசப்புக்கு முப்பது வயது. ஓர் அதிகாரியாக நாடு முழுவதும் சுற்றிவந்தார். முதல் ஏழாண்டுகளில் விளைந்த தானி யங்களைச் சேமிக்க ஆங்காங்கே களஞ்சியங்களை அமைக்கச் சொன்னார். பெருமளவில் தானியங்கள் சேமிக்கப்பட்டன.

இதற்கிடையில் ஜோசப்புக்குத் திருமணமாகி, குழந்தைகளும் பிறந்தன. எகிப்தின் வளமான ஏழு ஆண்டுகள் முடிந்தன. பஞ்சம் தொடங்கியது. எகிப்தில் மட்டுமல்ல, உலகம் முழுவதிலுமே. ஜோசப், தானியக் களஞ்சியங்களைத் திறக்க உத்தரவிட்டார். கடும் பஞ்சத்திலும் எகிப்து மக்கள் நிறைந்த உணவோடு துன்பமின்றி வாழ்ந்தனர்.

எகிப்தில் மட்டும் தானியங்கள் கிடைக்கின்றன என்ற செய்தி அறிந்து, பிற நாட்டு மக்கள் எகிப்தை நோக்கி வரத் தொடங்கினர்.

யாக்கோபுக்கும் விஷயம் தெரிய வந்தது. உணவுக்கு என்ன செய்வதென்று தெரியாமல் விழித்துக்கொண்டிருந்த தம் மகன் களிடம், 'இப்படி ஒருவர் முகத்தை ஒருவர் பார்த்துக் கொண்டு உட்கார்ந்திருந்தால் பிரயோசனமில்லை. எகிப்துக்குச் சென்று தானியம் வாங்கி வாருங்கள்' என்று கட்டளையிட்டார்.

சகோதரர்கள் பத்துபேரும் கிளம்பினார்கள். பெஞ்சமினை மட்டும் தனக்குத் துணையாக வைத்துக் கொண்டார் யாக்கோபு. எகிப்து வந்த தன் சகோதரர்களை அடையாளம் கண்டுகொண் டார் ஜோசப். ஆனால் காட்டிக்கொள்ளவில்லை. சகோதரர்களுக் கும் ஜோசப்பைத் தெரியவில்லை. அவர்கள், ஜோசப்பின் பாதங் களை மிக மரியாதையாக வணங்கினர்.

ஜோசப் கடுமையான குரலில், 'நீங்கள் ஒற்றர்கள். இந்த நாட்டை வேவு பார்க்க வந்துள்ளீர்கள்' என்றார்.

அவர்கள் பதறிப்போய், 'அய்யோ, நாங்கள் நேர்மையான வர்கள். தானியங்கள் வாங்கவே வந்துள்ளோம். எங்களை நம்புங்கள்' என்று கெஞ்சினர்.

ஜோசப் விடாமல், 'இல்லை. நீங்கள் பொய் சொல்லுகிறீர்கள்' என்றார் கடுமை குறையாமல்.

'நாங்கள் கானான் நாட்டில் வசிக்கும் ஒரு தந்தையின் பன்னி ரண்டு மகன்கள். எங்களில் ஒருவன் தந்தைக்குத் துணையாக இருக்கிறான். அவன் மேல் எம் தந்தை அதிகப் பாசம் வைத் துள்ளார். அவனை விட்டுப் பிரியவே மாட்டார். மற்றொரு சகோ தரன் இறந்து விட்டான்' என்றார்கள்.

இந்த வார்த்தைகளைக் கேட்டதும் ஜோசப் கோபமுற்றார். அவர்களை சிறையிலடைக்க உத்தரவிட்டார். மூன்று நாள்கள் கழிந்தன. அவர்களில் சிமியோனை மட்டும் சிறையில் வைத்து விட்டு, மற்றவர்களை வெளியே கொண்டு வந்தார்.

'நீங்கள் ஒன்பது பேரும் சென்று உங்கள் இளைய சகோதரனை அழைத்து வரவேண்டும். அதன்பின் சிறையிலுள்ள சகோதரனை மீட்டுக் கொள்ளுங்கள். நான் சொன்னபடி நடந்துகொண்டால், நீங்கள் இந்த நாடெங்கும் வணிகம் செய்ய அனுமதிப்பேன்' என்று சொல்லி, ஆளுக்கொரு மூட்டை தானியம் கொடுத்து கழுதைகள் மேலேற்றி அனுப்பி வைத்தார். அவர்கள் தானியத் துக்காகக் கொடுத்த பணத்தையும் அவர்கள் அறியாமல் அந்த மூட்டைகளுக்குள்ளேயே வைத்து விட்டார்.

தானியங்களோடு திரும்பிய மகன்களை யாக்கோபு மலர்ந்த முகத்துடன் வரவேற்றார். நடந்த விஷயங்களை எல்லாம் அவர்கள் யாக்கோபிடம் ஒப்பித்தார்கள். தானிய மூட்டைகளைப் பிரித்துப் பார்த்த அவர்கள், உள்ளே பணமுடிப்புகள் எல்லாம் அப்படியே இருப்பதைக் கண்டு அதிர்ச்சியுற்றனர்.

'அய்யோ, ஏதோ கெட்டது நடக்கிறது. என் ஒரு மகன் அங்கே சிறையில் இருக்கிறான். ஜோசப்பை ஏற்கெனவே இழந்து விட்டேன். பெஞ்சமினை வேறு அழைத்துச் செல்லவேண்டும் என்று கூறுகிறீர்கள். நான் பெஞ்சமினையும் இழக்கத் தயாராக இல்லை. அவனை நீங்கள் ஏதாவது செய்து விடுவீர்கள்' என உறுதியாக மறுத்துவிட்டார்.

மற்ற மகன்கள் எவ்வளவோ எடுத்துக் கூறியும் யாக்கோபு மனம் மாறவில்லை. நாள்கள் கடந்தன. தானியங்கள் எல்லாம் தீர்ந்து போயின. மீண்டும் எகிப்து சென்று தானியங்கள் வாங்கி வரும்படி யாக்கோபு தன் மகன்களிடம் சொன்னார்.

பெஞ்சமின் இல்லாமல் எகிப்துக்குள்ளே செல்லமுடியாது என்றும், பெஞ்சமினுக்குத் தாங்கள் பொறுப்பு என்றும் பலமுறை பேசி, யாக்கோபின் மனத்தை மாற்றினர்.

தன் ஒன்பது சகோதரர்களுடன் பெஞ்சமினும் எகிப்துக்குப் புறப்பட்டுச் சென்றான். தன் இளைய சகோதரனைக் கண்ட ஜோசப், உடனே சிமியோனை விடுவித்தார். தன் எல்லா சகோதரர்களுக்கும் பிரம்மாண்டமான விருந்தளித்தார்.

ஆனால் என்ன நடக்கப்போகிறதோ என அவர்கள் பயத் துடனேயே இருந்தனர். விருந்து முடிந்து அனைவரும் போதை யிலிருந்தனர். அப்போது ஜோசப் தன் பணியாளனிடம், 'அவர்கள் ஒவ்வொருவருக்கும் ஒரு மூட்டை நிறைய தானியங் களை வை. அதில் அவர்கள் கொண்டு வந்த பணமுடிப்பையும் வைத்து கழுதை மேல் கட்டிவிடு. பெஞ்சமின் மூட்டையில் மட்டும் என்னுடைய வெள்ளிக் கோப்பையை வைத்துக் கட்டிவிடு' என்று உத்தரவிட்டார்.

மறுநாள் சகோதரர்கள் கழுதைகளுடன் கிளம்பினர். அவர்கள் சிறிது தூரம் சென்றதும் வீரர்கள் அவர்களைச் சென்று மடக்கினர்.

'எங்கள் முதலமைச்சரின் வெள்ளிக் கோப்பையைத் திருடிக் கொண்டு வந்துவிட்டீர்கள். உங்கள் மூட்டைகளைச் சோதிக்க வேண்டும்' என்று வீரர்கள் கூறியதும், அவர்கள் பயத்தில் உறைந்துபோயினர்.

மூட்டைகளைச் சோதனை செய்த வீரர்கள், பெஞ்சமினின் மூட்டையிலிருந்து அந்தக் கோப்பையை எடுத்தனர். 'யார்

திருடனோ, அவன் எனக்கு அடிமையாக இருக்க வேண்டும்' என்றபடி ஜோசப் அங்கு வந்தார்.

ஒவ்வொரு சகோதரர்களும் அழுது பிதற்ற ஆரம்பித்து விட்டனர். அவர்களுள் யூதா, ஜோசப்பின் முன்வந்து மண்டியிட்டு அழ ஆரம்பித்தார்.

'என்னை வேண்டுமானால் அடிமையாக வைத்துக் கொள் ளுங்கள். பெஞ்சமினை விட்டுவிடுங்கள். பெஞ்சமின் கானான் திரும்பிச் செல்லாவிட்டால் எங்கள் தந்தை, உயிரோடு இருக்க மாட்டார். தயவுசெய்து கருணை காட்டவும்' என்று கெஞ்ச ஆரம்பித்தார்.

அதற்கு மேல் ஜோசப்பால் தன் பாசத்தை அடக்கி வைக்க முடியவில்லை. உடைந்து அழுதார்.

'சகோதரர்களே! உங்களால் அரேபியர்களிடம் விற்கப்பட்ட ஜோசப் நான்தான்.'

சகோதரர்களால் நம்ப முடியவில்லை. அனைவரும் ஜோசப்பைக் கட்டித் தழுவி தங்கள் அன்பைப் பறிமாறினர். மன்னனுக்கும் விஷயம் எட்டியது. மகிழ்ச்சியடைந்த அவர், ஜோசப்பின் சகோதரர்களிடம், 'ஊருக்குச் சென்று, உங்கள் தந்தையையும் மற்றும் உங்கள் குடும்பத்தினர் அனைவரையும் அழைத்துக் கொண்டு எகிப்துக்கே வந்துவிடுங்கள். இங்கே வாழ்வதற்கு உங்களுக்கு எல்லா வசதிகளும் செய்துகொடுக்கப்படும்' என்றார்.

சகோதரர்கள், கானானுக்குத் திரும்பினர். ஜோசப் உயிரோடிருப் பதைக் கேட்ட யாக்கோபு பெருமகிழ்ச்சி அடைந்தார். குடும்பத் துடன் எகிப்துக்குக் குடிபெயர்ந்தார். ஜோசப்பைக் கண்ட யாக்கோபு, மகிழ்ச்சியில் அழுதார். அவர்களின் குடும்பம் மீண்டும் ஒன்றிணைந்தது (கி.மு. 1522).

எகிப்தில் பதினேழு ஆண்டுகள் உயிர் வாழ்ந்த யாக்கோபு, தன் நூற்று நாற்பத்தேழாவது வயதில் இறந்தார். அவரது சந்ததி தழைத்தது. நிறைவாழ்வு வாழ்ந்த ஜோசப், தன் நூற்றுப் பத்தாவது வயதில் இறந்தார்.

3. மோசஸ் என்ற மேய்ப்பர்

இந்த இடத்தில் ஒரு லாங் ஜம்ப் செய்து, பல ஆண்டுகளைத் தாண்டி வந்து விடலாம். யாக்கோபின் சந்ததியினர், மிகப் பெரும் அளவில் பெருகியிருந்தனர். எகிப்தியர்களை விட அதிக எண்ணிக்கையில் இருந்த அவர்கள், 'இஸ்ரவேலர்கள்' என்று அழைக்கப்பட்டனர்.

அப்போது புதிதாக ஆட்சிப் பொறுப்பேற்றிருந்த மன்னனுக்கு, ஜோசப்பின் அருமை பெருமைகள் பற்றித் தெரியாது.

எகிப்தியர்களைவிட அதிகமுள்ள, இஸ்ரவேலர்கள் எங்கே தங்களை அடக்கி ஆளத் தொடங்கிவிடுவார்களோ என்று அந்த மன்னனுக்கு உள்ளூற பயம் தோன்றியது. 'இஸ்ரவேலர்களை அடக்கி ஆளுங்கள். அடிமையாக நடத்துங்கள். மிகமிகக் கடுமையான வேலைகளையே அவர்களுக்குக் கொடுங்கள்' என எகிப்தியர்களுக்குக் கட்டளையிட்டான். அத்தனைக் காலம் எகிப்தில் நிம்மதியாக வாழ்ந்து வந்த இஸ்ரவேலர்களுக்குக் கெட்ட காலம் ஆரம்பித்தது.

அந்த மன்னன், இஸ்ரவேலர்கள் குலத்தில் புதிதாகப்

பிறக்கும் ஆண் குழந்தைகளைக் கண்டுபிடித்துக் கொன்றுவிடுமாறு தம் வீரர்களுக்குக் கட்டளையிட்டான். இஸ்ரவேலர்கள் தங்கள் வாரிசுகளை இழக்க ஆரம்பித்தனர்.

இந்நிலையில் இஸ்ரவேலர்களின் லேவி குலத்தைச் சேர்ந்த பெண் ஒருத்தி, மிக அழகிய ஆண் குழந்தை ஒன்றைப் பெற்றெடுத்தாள் (கி.மு.1392). மூன்று மாதங்கள் தன் உயிரைப் பணயம் வைத்து, மிகவும் ரகசியமாக அந்தக் குழந்தையைக் காப்பாற்றி வந்தாள். அதற்கு மேலும் காப்பாற்றுவது இயலாத காரியம் என்று தோன்றியது.

கோரைப் புற்களால் கூடை ஒன்றைச் செய்தாள். அந்தக் கூடை நீரில் மூழ்காமலிருக்க, அதனைச் சுற்றி ஒருவகைப் பிசினைத் தடவினாள். தன் குழந்தையை அதனுள் வைத்தாள். ஆற்றின் கரையில் விட்டுவிட்டாள். அந்தக் குழந்தையை, அதன் சகோதரி மறைந்து நின்று கண்காணித்துக் கொண்டே இருந்தாள்.

அப்போது ஆற்றங்கரைக்கு குளிக்க வந்த மன்னனின் மகள், குழந்தையைப் பார்த்து அதிர்ச்சியுற்றாள். குழந்தையை எடுத்து வரும்படி தன் பணிப்பெண்ணுக்கு உத்தரவிட்டாள்.

அழுதுகொண்டிருந்த குழந்தையின் பசியை எப்படிப் போக்குவது என்று இளவரசிக்குப் புரியவில்லை. அப்போது அங்கு வந்த சகோதரி, 'இந்தக் குழந்தைக்குப் பால் கொடுக்க இஸ்ரவேலப் பெண் ஒருத்தியை அழைத்துக் கொண்டு வரவா?' என்று சமயோசிதமாகக் கேட்டாள். இளவரசியும் சம்மதித்தாள். அவள் வேகமாகச் சென்று தம் தாயையே அழைத்து வந்தாள்.

'நீயே பால் கொடுத்து வளர்க்க வேண்டும். அதற்கு உனக்குக் கூலி உண்டு' என இளவரசி கட்டளையிட்டாள். அந்தத் தாய், மனத்துக் குள் நிம்மதிப் பெருமூச்சுவிட்டாள்.

அந்தக் குழந்தை, 'மோசஸ்' எனப் பெயரிடப்பட்டு அரண் மனையிலேயே வளர்ந்தது. இளைஞராக வளர்ந்த பின், மோசஸ் தன் பிறப்பின் ரகசியம் பற்றி அறிந்தார். இஸ்ரவேலர்கள், எகிப்தி யர்களிடம் படும் துன்பங்களைக் கண்டு மனம் வெம்பிப் போனார்.

ஒருநாள் மோசஸ் இஸ்ரவேலர் ஒருவரை, எகிப்தியர் ஒருவர் அடிப்பதைக் கண்டு கோபம் கொண்டார். அந்த எகிப்தியரை

வெட்டிக் கொன்று, யாருக்கும் தெரியாமல் மணலில் புதைத்து விட்டார்.

இன்னொரு நாள் இரண்டு இஸ்ரவேலர்கள் தங்களுக்குள் சண்டையிட்டுக் கொண்டிருந்தனர். அவர்களைச் சமாதானப் படுத்தச் சென்ற மோசஸிடம் அவர்கள், 'அன்றொரு எகிப்தியனைக் கொன்றதுபோல எங்களையும் கொல்லப் பார்க்கிறாயா?' என்று சண்டைக்கு வந்தனர்.

விஷயம் மன்னனின் காதுகளுக்குச் சென்றது. மோசஸ் பற்றிய உண்மையறிந்த மன்னன், மோசஸைக் கொல்ல உத்தரவிட்டார். அதற்குள் மோசஸ் எகிப்திலிருந்து தப்பித்துவிட்டார்.

மிதியான் நாட்டில் தஞ்சமடைந்த மோசஸ், அங்கே ஆடு மேய்த்துக் கொண்டிருந்த இரகுவேலின் மகள் சிப்போராவைத் திருமணம் செய்துகொண்டார்.

இடையராக மோசஸின் வாழ்க்கை தொடர்ந்தது. எகிப்தில் அந்த மன்னன் இறந்து போனான். ஆனால் இஸ்ரவேலர்கள் மீதான கொடுமைகள் தொடர்ந்தன. அவர்கள் இறைவனிடம் முறையிட்டு அழுதனர்.

ஓரேப் மலைப் பகுதியில் மோசஸ் அமைதியாக ஆடு மேய்த்துக் கொண்டிருந்தார். தூரத்தில் முட்புதர் ஒன்று பற்றி எரிவதைக் கண்டார். அது முற்றிலும் எரிந்து கருகி அணைந்துவிழாமல், தொடர்ந்து முழு நிலையிலேயே எரிந்து கொண்டிருந்தது.

'என்ன அதிசயம் இது' என்று வியந்த மோசஸ், அதனை நோக்கி வந்தார். முட்புதரிலிருந்த கடவுள் பேச ஆரம்பித்தார்.

'மோசஸ். உன்னை வழி நடத்தும் இறைவன் நான்தான். என் அருகில் வராதே. இது புனித பூமி. உன் காலணிகளைக் கழற்றி விடு' என்றார். கடவுளைப் பார்ப்பதற்குப் பயந்த மோசஸ், தன் முகத்தை மூடிக் கொண்டார்.

'உன் மூதாதையர்களின் கடவுள் நானே! எகிப்தில் உன் இனத்தவர் படும் துன்பங்களை நீ அறிவாய். அவர்களை அங்கிருந்து விடுவித்து பாலும் தேனும் ஓடும் தேசத்துக்குக் கொண்டு செல்ல முடிவு செய்துள்ளேன். எகிப்து சென்று, மன்னரிடம் பேசி அவர்களை மீட்டு வரும் காரியத்தை நீதான் செய்ய வேண்டும்' என்றார்.

'அய்யோ, நான் அதற்குத் தகுதியற்றவன். நான் எகிப்து சென்று எம் குலத்தவரிடம் உங்களை அழைத்துப் போக வந்துள்ளேன் என்றால் எப்படி நம்புவார்கள்? என்னை 'யார் நீ?' என்றல்லவா கேட்பார்கள்?'

'இருக்கிறவராக இருக்கிறேன் என்பதே என் பெயர். நான் உன் முன் தோன்றி கூறிய வார்த்தைகளை நீ அவர்களிடம் சொல். உன் சொற்படி நடப்பார்கள்' என்றார் கடவுள்.

'அய்யோ, என்னால் இவ்வளவு பெரிய காரியத்தைச் செய்யவே முடியாது' என்று தொடர்ந்து அவநம்பிக்கையுடனேயே பேசிக் கொண்டிருந்தார் மோசஸ்.

கடவுள் விடவில்லை.

'நீ எகிப்து மன்னனிடம் செல். கடவுள் என்னைச் சந்தித்தார். அவருக்குப் பலிகொடுத்து வழிபட வேண்டும். அதற்காக இஸ்ரவேலர்களை அழைத்துச் செல்ல வந்துள்ளேன் என்று கூறு. மன்னன் உங்களை விடமாட்டான். தடுத்து நிறுத்தி, கொடுமைப் படுத்த நினைப்பான். அப்போது நான் சில அற்புதங்களைச் செய்வேன். அதனால் எகிப்தியர்கள் பாதிக்கப்படுவார்கள். அதன் பின்பு அவனாகவே மனம் மாறி உங்களைப் போக விடுவான். அப்போது உங்கள் பிள்ளைகளுக்கு பட்டாடைகளையும் நகைகளையும் வாங்கி அணிவியுங்கள்' என்று கடவுள், மோசஸ் செய்ய வேண்டிய காரியங்களை விவரித்தார்.

இருந்தாலும் மோசஸால் அதை ஏற்றுக் கொள்ளமுடியவில்லை. 'அய்யோ! என்னை அவர்கள் நம்ப மாட்டார்கள். பொய் சொல்கிறேன் என்பார்களே' என்று புலம்ப ஆரம்பித்தார்.

உடனே கடவுள் மோசஸிடம், அவர் கையில் இருக்கும் கோலைத் தரையில் வீசச் சொன்னார். அது பாம்பாக மாறி ஓடியது. மீண்டும் அதைக் கோலாக மாற்றினார். மோசஸின் கையை, தொழு நோயாளியின் கைபோல மாற்றி, மீண்டும் நல்ல நிலைக்கு மாற்றினார். இப்படி அற்புதங்களை நிகழ்த்தி, 'நான் உன்னுடன் இருப்பேன். நீ தைரியமாகப் போ' என்று கடவுள் சொன்னார்.

'இல்லை. என்னால் பேச முடியாது. வாய் திக்கும். தயவு செய்து வேறு யாரையாவது அனுப்பி வையுங்கள்' என்று மறுக்க ஆரம்பித்தார் மோசஸ்.

வேறுவழியின்றி கடவுள் கோபமாக மோசஸுக்குக் கட்டளை யிட்டார்.

'உன் சகோதரன் ஆரோன் உனக்குப் பதிலாகப் பேசுவான். நீ கண்டிப்பாகச் செல்ல வேண்டும். இந்தக் கோலை உன்னுடன் எடுத்துக் கொள். இதன்மூலம் நீ பல அற்புதங்கள் நிகழ்த்து வாய்.'

பல கட்ட கவுன்சிலிங்குக்குப் பிறகு, கடவுள் மோசஸை எகிப்து நோக்கி கிளம்பவைத்தார். மோசஸோடு அவரது குடும்பத்தினரும் கிளம்பினர். வழியில் மோசஸின் சகோதரன் ஆரோன் வந்து அவர்களுடன் இணைந்துகொண்டார்.

எகிப்து சென்ற அவர்கள், இஸ்ரவேலப் பெரியவர்களை அழைத்து, 'உங்களை எகிப்திலிருந்து விடுவிக்க, கடவுள் எங்களை அனுப்பியிருக்கிறார்' என்றனர். எல்லோரும் நம்பி னார்கள். கடவுளை நோக்கித் தொழுதார்கள்.

பின்பு மோசஸும் ஆரோனும், மன்னனிடம் சென்று, 'கடவு ளுக்குப் பலி கொடுக்கவேண்டும். அதற்கு இஸ்ரேல் மக்களும் என்னுடன் வரவேண்டும். அவர்களை அனுப்பவும்' என்று கேட்டனர். கோபமுற்ற மன்னன், அவர்களுக்கு மேலும் கடினமான வேலைகளைக் கொடுக்கச் சொன்னான். அதிகமாகத் துன்புறுத்தச் சொன்னான்.

இதைக் கண்ட மோசஸ், 'உம் பேச்சைக் கேட்டு இப்படிச் செய் தேன். ஆனால் இந்த மக்களுக்குத் துன்பங்கள் அதிகரிக்கத்தான் செய்துள்ளது' என்று கடவுளிடம் முறையிட்டு அழுதார்.

கடவுள், அவர்களை மீண்டும் மன்னனிடம் சென்று பேசுமாறு சொன்னார்.

மோசஸுடன் சென்ற ஆரோன், 'கடவுளுக்குப் பலி கொடுத்து ஆராதனை செய்யவேண்டும். அதற்காக இஸ்ரேல் மக்களை அனுப்பவும்' என்றார். மோசஸ் அச்சமயத்தில் தன் கோலால் சில அற்புதங்களை நிகழ்த்திக்காட்டினார். மன்னன் செவி சாய்க்க வில்லை.

கடவுள் எகிப்தின் மீது பத்து பிளேக் தாக்குதல்கள் நடத்தத் தயாரானார் (கி.மு.1312).

கடவுளின் கட்டளைப்படி ஆரோன் நைல் நதி, மற்ற நீர்நிலைகள் நோக்கி அந்தக் கோலை நீட்டினார். என்ன ஆச்சர்யம்! நீரெல்லாம் ரத்தம்! மீன்கள் செத்து மிதந்ததால் துர்நாற்றம்வேறு. நீரின்றி எகிப்தியர்கள் கஷ்டப்பட ஆரம்பித்தார்கள். இந்த நிலை, ஏழு நாள்கள் தொடர்ந்தது.

மன்னன் மனம் மாறவில்லை. அடுத்து தவளைகளின் தாக்குதல் ஆரம்பித்தது. எகிப்தியர்கள் நிலம், வீடு, பண்ட பாத்திரங்கள், கட்டில், தொட்டி என எங்கெங்கும் தவளைகளாகக் காணப் பட்டன. எகிப்தியர்களின் மேல் மட்டும் தவளைகள் துள்ளி விளையாடின. தவளைகளோடு ஏழு நாள்கள் கழிந்தன.

'தவளைகளிடமிருந்து காப்பாற்றுங்கள். நான் இஸ்ரவேலர்களை விட்டுவிடுகிறேன்' என்றான் மன்னன். தவளைகள் நீக்கப் பட்டன. ஆனால் மன்னன் சொன்ன சொல்லைக் காப்பாற்ற வில்லை.

அடுத்து கொசுக்களின் ராஜ்ஜியம் தொடங்கியது. எங்கெங்கும் கொசுக்கள், ஈக்கள் நிறைந்தன. அவை எகிப்தியர்களை மட்டுமே துன்புறுத்தின. இஸ்ரவேலர்களை ஒன்றும் செய்யவில்லை. ஏழு நாள்கள் இந்த நிலை தொடர, இம்முறையும் மன்னன் கோரிக்கைக்குச் செவி சாய்ப்பதாகச் சொன்னான்.

மோசஸும் ஆரோனும் கடவுளிடம் மன்றாடி கொசு, ஈக்களை ஒழித்தனர். ஆனால் மன்னன் வழக்கம்போல் ஏமாற்றினான்.

அடுத்த பாதிப்பு ஆரம்பித்தது. எகிப்தியர்களின் ஒட்டகங்கள், குதிரைகள், ஆடுகள், மாடுகள் என, கால்நடைகள் எல்லாம் கொள்ளை நோய் (பிளேக்) தாக்கி இறக்க ஆரம்பித்தன. இஸ்ரவேலர்களின் கால்நடைகளை அது பாதிக்கவில்லை.

இருந்தும் மன்னன் மனம் மாறவில்லை. கடவுள் அடுத்த கட்டளையை இட்டார்.

'மோசஸ், நீ உன் கைகளில் சாம்பலை எடுத்து அதை வானை நோக்கி ஊது' என்றார்.

மோசஸ் அவ்வாறே செய்ய, எகிப்து முழுவதும் தூசி மண்டல மானது. எகிப்தியர்கள் உடலெல்லாம் புண்கள், கொப்பளங்கள் ஏற்பட்டன.

மன்னன் இறங்கி வருவதாகத் தெரியவில்லை. கடவுள், மோசஸுக்கு அடுத்த கட்டளையை இட்டார். அதன்படி மோசஸ் மன்னனிடம், 'இஸ்ரவேலர்களைப் போக அனுமதிக்கா விட்டால், கல்மழை பொழியும். அதற்குள் உன் மக்களை, கடவுளின் கட்டளையை மதித்து, பாதுகாப்பான இடத்தில் ஒதுங்கச் சொல்' என்றார்.

கடவுளின் கட்டளையை மதித்து, தம் கால்நடைகளுடன் ஒதுங்கிய எகிப்தியர்கள் தப்பித்தனர். திறந்தவெளியில் இருந்த மற்றவர்கள் இறந்தனர். அவர்களின் கால்நடைகளும் கல்மழையில் இறந்து போயின. நிலங்கள் எல்லாம் நாசமாகிப் போயின. இஸ்ரவேலர்களை மட்டும் கல்மழை பாதிக்கவில்லை.

மன்னனின் மனம் கொஞ்சம் மாறியது. அச்சம். கல்மழையை நிறுத்துவதற்காகப் பணிந்து வந்த மன்னன், இஸ்ரவேலர்களில் ஆண்களை மட்டும் அனுப்புவதாகக் கூறினான். மோசஸும் ஆரோனும் ஒப்புக் கொள்ளவில்லை.

அடுத்து வெட்டுக்கிளிகள் தாக்கத் தொடங்கின. தரையே தெரியாத அளவு வெட்டுக்கிளிகள் மொய்த்தன. கல்மழையில் தப்பிய பயிர்களை அவை அழித்தன.

வெட்டுக்கிளிகளிடமிருந்து காப்பாற்றும்படி, மன்னன் கெஞ்சினான். மோசஸும் ஆரோனும் காற்று வீசச் செய்தனர். அந்தக் காற்று எல்லா வெட்டுக்கிளிகளையும் அள்ளிச் சென்று செங்கடலில் கொண்டு தள்ளியது.

மீண்டும் மன்னன் தன் வேலையைக் காட்டினான். இம்முறை எகிப்தே இருளில் மூழ்கியது. சூரியன் உதிக்கவே இல்லை. ஒருவருக்கும் தம் முன் என்ன இருக்கிறதென்பதே தெரியாமல் முட்டி மோதிக் கொண்டனர். இந்த இருள் மூன்று நாள்கள் நீடித்தது. இஸ்ரவேலர்களுக்கு மட்டும் வெளிச்சம் கிடைத்தது.

மன்னன் மோசஸை அழைத்தார். 'நீங்கள் உங்கள் கடவுளை வழிபடச் செல்லுங்கள். உங்கள் குழந்தைகளையும் அழைத்துச் செல்லுங்கள். உங்கள் கால்நடைகளை மட்டும் விட்டுச் செல்லுங்கள்' என்று சொன்னான்.

'அது முடியாது. எங்கள் கடவுளுக்குப் பலியிட அவற்றை அழைத்துச் செல்வோம்' என்றார் மோசஸ். கோபம் கொண்ட

மன்னன், 'நீ இங்கிருந்து போய்விடு. இனி என் முகத்தில் விழிக்காதே! அப்படி விழித்தால் அன்று நீ சாவாய்' என்று மோசஸைத் துரத்தி விட்டான்.

கடவுள், மோசஸ் முன் தோன்றினார்.

'இப்போது எகிப்தியர்களின் மனநிலையை நான் மாற்றுவேன். அவர்களிடமிருந்து நகைகளையும் உடைகளையும் வாங்கி அணிந்து கொள்ளுங்கள். எகிப்தில் இன்னுமொரு கொள்ளை நோய்த் தாக்குதலை நடத்தப் போகிறேன். அதில் மன்னனின் தலைமகனையும், ஒவ்வோர் எகிப்தியரின் தலைமகனையும், எகிப்தியர்களுடைய கால்நடைகள் ஈன்ற முதல் ஆண் குட்டிகளையும் கன்றுகளையும் கொள்ளை நோய் தாக்கி இறக்கச் செய்வேன். இதுவரை இல்லாத அளவு பெரும் அளவு அழுகைச் சத்தம் எகிப்தில் கேட்கும். 'நீங்கள் இங்கிருந்து வெளியே சென்று விடுங்கள்' என்று மன்னனும் எகிப்தியர்களுமே உங்களை வழியனுப்பி வைப்பார்கள். பிறந்து ஒரு வருடமான ஆடு ஒன்றை அடித்து, அதன் ரத்தத்தை எடுத்து உங்கள் வீட்டு வாசல் கதவுகளில் தடவுங்கள். ஆட்டின் ரத்தம் அடையாளமாக உள்ள இஸ்ரவேலர்களின் வீடுகளைக் கொள்ளை நோய் தாக்காமல் பார்த்துக் கொள்வேன்.'

கடவுள் சொன்னபடியே எல்லாம் நடந்தது. கொள்ளை நோய் (பிளேக்) பரவ ஆரம்பித்தது. எங்கெங்கும் அழுகுரல். மன்னனும் எகிப்தியர்களும் அச்சத்துடன் இஸ்ரவேலர்களை அங்கிருந்து வழியனுப்பி வைத்தார்கள்.

நானூற்று முப்பது ஆண்டுகள் வாழ்ந்த எகிப்தை விட்டு, லட்சக்கணக்கான இஸ்ரவேலர்கள் மோசஸின் தலைமையில் கிளம்பினார்கள். கடவுள் ஒளி வடிவில் அவர்களை வழி நடத்தினார்.

வழியில் உண்பதற்காக, சரியாக சமைக்கப்படாத அப்பங்களை (ரொட்டி) கிட்டத்தட்ட மாவு பதத்திலேயே எடுத்துக் கொண்டனர். அவை புளித்துப் போய்விடக் கூடாது என்பதற்காக அவற்றில் நொதி (ஈஸ்ட்) எதுவும் சேர்க்கப்படவில்லை.

இஸ்ரவேலர்களை வழியனுப்பிய மன்னனின் மனம் மீண்டும் மாறியது. தம் படையோடு அவர்களை மடக்கிப் பிடிக்கக் கிளம்பினான்.

மன்னன், படைகளோடு இஸ்ரவேலர்களை நெருங்கும்போது அவர்கள் செங்கடலை அடைந்திருந்தனர். படைகள் தங்களை நெருங்கி வருவதைக் கண்ட இஸ்ரவேலர்கள், பயத்தில் மோசஸிடம் புலம்ப ஆரம்பித்தனர்.

மோசஸ், அவர்களைச் சமாதானப்படுத்தினார். தன் கையிலிருந்த கோலால் கரையில் ஒருமுறை ஓங்கி அடித்தார். கீழ்த்திசை நோக்கிப் பெருங்காற்று வீசியது. அது கடல் நீரை இரண்டாகப் பிளந்தது. இருபுறமும் கோட்டைச் சுவர்போல கடல்நீர் நிற்க, நடுவில் உருவாகியிருந்த பாதையில் இஸ்ரவேலர்கள் நடக்க ஆரம்பித்தனர்.

இப்படி ஓர் அதிசயம் நிகழ்ந்ததைக் கண்ட மன்னன், மேலும் கோபம் கொண்டான். அதே பாதையில் அவர்களை விரட்டிப் பிடிக்க உத்தரவிட்டான்.

இஸ்ரவேலர்கள் செங்கடலைக் கடந்து மறுகரையை அடைந் தனர். கடவுளின் கட்டளைப்படி மோசஸ் கோலால் கரையை மீண்டும் அடித்தார். பாதை மறைய ஆரம்பித்தது. மன்னனும் மற்ற படை வீரர்களும் கடல் நீரில் மூழ்கி இறந்து போயினர்.

தங்களை எகிப்திலிருந்து காப்பாற்றி அழைத்து வந்த மோசஸை, இஸ்ரவேலர்கள் தங்கள் தலைவராகப் போற்றத் தொடங்கினர்.

4. அப்பங்களும் கட்டளைகளும்

மோசஸின் தலைமையில் இஸ்ரவேலர்கள், மூன்று நாள்கள் சூர் பாலைவனத்தில் பயணம் செய்து, மாரா என்ற இடத்தை அடைந்தனர். கடும் தாகத்தில் அங்கிருந்த நீரை எடுத்துக் குடித்தனர். நல்ல கசப்பு.

'இப்படி நீரில்லாமல் கஷ்டப்படுகிறோமே' எனப் புலம்ப ஆரம்பித்தனர். மோசஸ் அங்கிருந்த மரத்துண்டு ஒன்றை எடுத்து நீரில் எறிந்தார். நீர் சுவை கொண்டது.

பயணம் தொடர்ந்தது. சீன் பாலைவனத்தை அடைந் தனர். சோர்வு. பசி. உணவில்லை. எல்லோரும் 'மோசஸை நம்பி வந்து மோசம் போய் விட்டோமே? இப்படி ஆகிவிட்டதே. இதற்கு எகிப்திலேயே இருந்திருக்கலாம்' என்று முணு முணுக்க ஆரம்பித்தனர்.

கடவுள், மோசஸிடம் பேசினார்.

'நான், மாலையிலும் காலையிலும் பசி போக்க அப்பத்தை மழையாகப் பொழிவேன். முதல் ஐந்து நாள்கள் தேவையான அப்பத்தை மட்டும் எடுத்துக்

கொள்ளுங்கள். மறுநாளுக்காகச் சேமித்து வைக்கக் கூடாது. ஆறாவது நாள் மட்டும், இரண்டு பங்கு அப்பத்தைச் சேமித்து வைத்துக் கொள்ளுங்கள். ஏனென்றால் ஏழாவது நாள் ஓய்வு தினம். அன்று யாரும் வெளியே செல்லக் கூடாது. இதை மக்களிடம் எடுத்துச் சொல். அதன் மூலம் கடவுளாகிய கர்த்தரை உணர்ந்து கொள்வீர்கள் என்றும் அவர்களிடம் கூறு.'

மறுநாள் காலையில் அப்பம் மழையாகப் பொழிந்திருந்தது. இஸ்ரவேலர்கள் அப்போது தங்களுக்குத் தேவையான அப்பத்தை மட்டும் எடுத்துக் கொண்டனர். மாலையிலும் அப்ப மழை பொழிந்தது.

இஸ்ரவேலர்கள் மகிழ்ச்சியுடன் உண்டனர். சிலர் மறுநாளைக் கென சேகரித்து வைத்திருந்த அப்பங்கள் புழுத்து, கெட்டுப் போயின.

ஏழாவது தினம் ஓய்வு. அது இறைவன் கட்டளை. யாரும் எந்த வேலையும் செய்யக் கூடாது என்று உத்தரவு. அது வழிபாட்டுக்கு உரிய தினம். எனவே அவர்கள், மோசஸ் சொன்னபடியே ஆறாவது நாள் இரண்டு பங்கு அப்பத்தை எடுத்து, சேமித்து வைத்துக்கொண்டனர்.

மூன்று மாதங்கள் கழிந்தன. அவர்கள் சினாய் பாலைநிலத்தை அடைந்தனர். மலைமீதிருந்து கடவுளின் குரல் மோசஸை அழைத்தது. மோசஸ் மலையேறிச் சென்றார். கடவுள் மோச ஸுக்கு, சில கட்டளைகளைப் பிறப்பித்தார்.

'நான் உங்களை வெகு பத்திரமாக எகிப்திலிருந்து மீட்டுக் கொண்டு வந்துள்ளேன். என் வார்த்தைகளுக்குக் கட்டுப்பட்டு நீங்கள் நடந்துகொண்டால், உங்களை என் சொந்த இனமாகக் கருதி நடத்துவேன். இதனை இஸ்ரவேலர்களிடம் கூறுவாயாக!'

மலையிலிருந்து இறங்கி வந்த மோசஸ், கடவுளின் கட்டளைகளை அறிவித்தார். எல்லோரும் ஒரே குரலில், 'கடவுளின் கட்டளைகள் படி நாங்கள் நடந்து கொள்வோம்' என உறுதியளித்தனர்.

மூன்று நாள்களில் கடவுள், கார்மேக உருவத்தில் சினாய் மலை மேல் இறங்கி வரவிருப்பதால், எல்லோரும் தங்களையும் தங்கள் சுற்றத்தையும் வெகு சுத்தமாக வைத்துக் கொள்ளும்படி மோசஸ் கூறினார்.

மூன்றாம் நாள். எல்லோரும் சினாய் மலையடிவாரத்தில் காத்திருந்தனர். காரிருள் சூழ்ந்தது. சூறாவளிக் காற்று சுழற்றி அடித்தது. புகைமண்டலம் சூழ, பயங்கரமாக இடி இடிக்கத் தொடங்கியது. அதிபயங்கர சத்தத்தோடு எக்காளம் முழங்கியது. மின்னல் வெட்ட, நெருப்பின் வடிவில் கடவுள் இறங்கி வந்தார். கடவுள், மோசஸை அழைத்தார். மலைமீது கடவுள் மோசஸுக்குத் தன்னை வழிபடவேண்டிய முறைகளையும் வாழ வேண்டிய முறைகளையும் பத்து கட்டளைகளாகக் கூறினார் *(கி.மு.1312)*.

'நானே உன் இறைவன்.

என்னைத் தவிர வேறு தெய்வங்கள் உங்களுக்குக் கூடாது.

என்னைச் சிலையாகவோ, ஓவியமாகவோ வடித்து வழிபடுதல் கூடாது. என்னைப் புறக்கணிப்பவர்களது பாவங்கள், அவர்களது மூன்றாம், நான்காம் தலைமுறை வரை பாதிக்கும். என்மீது அன்பு செலுத்துபவர்களென்றால், அவர்களது அடுத்தடுத்த ஆயிரம் தலைமுறையினர் வரை பேரன்பு காட்டுவேன்.

ஆறு நாள்கள் உழைக்க வேண்டும். கண்டிப்பாக ஓய்வு நாளைப் புனிதமானதாகக் கருதி ஓய்வெடுக்கவேண்டும்.

உன் தந்தையையும் தாயையும் மதித்து நட.

கொலை செய்யாதே.

விபசாரம் செய்யாதே.

களவு செய்யாதே.

பிறருக்கு எதிராகப் பொய்ச்சாட்சி சொல்லாதே.

பிறர் மனைவியை விரும்பாதே. பிறருக்குரிய கால்நடை முதலிய எந்தப் பொருள்களையும் கவர நினைக்காதே.'

எளிமையான கட்டளைகள். இவைபோக எந்தெந்தக் குற்றங்களுக்கு என்னென்ன தண்டனைகள், என்னென்ன விழாக்களைக் கொண்டாடவேண்டும், எவ்வெப்போது எவ்வெவற்றைப் பலிகள் கொடுக்கவேண்டும், வழிபாட்டு முறைகள் என்னென்ன, வழிபாட்டுக்குப் பயன்படுத்தப்பட வேண்டிய பொருள்கள் என்னென்ன என்று அவர்களின் வாழ்க்கைமுறைக்கான அத்தனை

விதிமுறைகளையும், வழிபாட்டு முறைக்கான அத்தனை சம்பிரதாயங்களையும் கடவுள் எடுத்துரைத்தார்.

மோசஸிடம் கடவுள் பேசுவதை இஸ்ரவேலர்கள் அனைவரும் பீதியுடனும் பரவசத்துடனும் பார்த்துக்கொண்டிருந்தனர். 'ஆண்டவர் கூறிய வார்த்தைகள் அனைத்தையும் நாங்கள் செயல்படுத்துவோம்' எனக் கூக்குரலிட்டனர்.

கடவுள் கூறிய அனைத்தையும் மோசஸ் எழுதி வைத்தார். அதன் பின் கடவுளுக்கென திருப்பலிகள் கொடுத்தார்.

கடவுள் மோசஸிடம், 'நான் உனக்கு சட்ட திட்டங்கள் அடங்கிய கற்பலகைகளைக் கொடுப்பேன். அதனால் நீ மட்டும் மலை மேலேயே தங்கியிரு' என உத்தரவிட்டார். மோசஸ் மற்றவர்களைத் தனக்காக அங்கேயே ஆரோனின் தலைமையில் காத்திருக்கும்படி சொல்லிவிட்டு, மலை உச்சிக்குச் சென்றார். கடவுள், மேகவடிவில் மோசஸை மறைத்தார். அவர் அங்கு நாற்பது பகல்கள், நாற்பது இரவுகள் தங்கியிருந்தார்.

கீழே மோசஸுக்காகக் காத்திருந்த இஸ்ரவேலர்கள் பொறுமை இழக்கத் தொடங்கினர்.

'மோசஸுக்கு என்ன ஆனது என்று தெரியவில்லை. போன வரைக் காணவில்லை. இப்போது நீர்தான் எங்களுக்குப் பொறுப்பு. நாங்கள் வழிபட தங்கத்தாலான தெய்வச் சிலை ஒன்றை உருவாக்கிக் கொடுங்கள்' என்று அவர்கள் ஆரோனை நச்சரிக்கத் தொடங்கினர்.

வேறு வழிதெரியாத ஆரோன், அவர்களிடமிருந்த தங்க நகைகளை வாங்கி உருக்கி, பொன்னாலான கன்றுக்குட்டியின் உருவம் ஒன்றைச் செய்தார்.

'எங்களை எகிப்திலிருந்து மீட்டுக்கொண்டு வந்த கடவுள் இவரே' என, இஸ்ரவேலர்கள் ஆனந்தக் கூப்பாடு போட்டனர். விழா எடுத்தனர். பலிகள் கொடுத்தனர்.

இதையெல்லாம் பார்த்துக்கொண்டிருந்த கடவுளுக்குக் கடும் கோபம் வந்துவிட்டது.

'இவர்கள் யாவருமே எனக்குக் கீழ்ப்படியவில்லை. இவர்களை அழித்தொழிக்கப் போகிறேன்' என்று கூற, பதறிவிட்டார் மோசஸ்.

'இங்கே வந்து சாகடிப்பதற்கா கடவுள் உங்களை மீட்டு வந்தார் என்று எகிப்தியர் புறம் பேசுவர். அவர்கள் தெரியாமல் செய்துவிட்டார்கள். அவர்களது பிழையை எனக்காக மன்னியும்' என்று மோசஸ் கண்ணீருடன் மன்றாட, கடவுள் கோபத்தைக் கைவிட்டார்.

கடவுள் எழுதிக் கொடுத்த, கட்டளைகள் அடங்கிய இரண்டு கற்பலகைகளுடன் மலையிலிருந்து இறங்கி வந்தார் மோசஸ். இஸ்ரவேலர்கள் அந்த பொற்கன்றுக்குட்டியைச் சுற்றி ஆடிப் பாடி மகிழ்ந்து கொண்டிருந்தனர். தலைக்கேறிய கோபத்தால் மோசஸ், தன் கையிலிருந்த இரண்டு கற்பலகைகளையும் தரையில் போட்டு உடைத்தார்.

அந்தக் கன்றுக்குட்டியை எடுத்து உடைத்து பொடியாக்கி, தண்ணீரில் கலந்து இஸ்ரவேலர்கள் அனைவரையும் குடிக்கச் செய்தார்.

'நீங்கள் அனைவரும் செய்யவே கூடாத கொடும் பாவத்தைச் செய்துவிட்டீர்கள். உங்கள் பாவத்துக்கு நிவர்த்தி தேடுவதற்காக நான் மீண்டும் மலையேறி கடவுளிடம் போகிறேன்.

கடவுளே! இந்த மக்கள் உம் வார்த்தையை மீறி, தங்கத்தாலான சிலை ஒன்றைச் செய்து வழிபட்டுவிட்டார்கள். அவர்கள் பாவங்களை மன்னித்து அருளும்! இது மன்னிக்கவே முடியாத குற்றம் எனில், உம்முடைய ஏட்டில் இருக்கும் என் பெயரை நீக்கி விடவும்' என்றார் மோசஸ்.

மோசஸின் வார்த்தைகளில் மனமிறங்கிய கடவுள், அவரை மீண்டும் மலைக்கு வரச் சொன்னார். நாற்பது பகல்கள், நாற்பது இரவுகள் மலைமேல் தங்கிய மோசஸ், மீண்டும் கடவுளிடமிருந்து கட்டளைகள் அடங்கிய கற்பலகைகளுடன் கீழிறங்கி வந்தார்.

அப்போது மோசஸின் முகம் பிரகாசமாக இருந்தது. இஸ்ரவேலர்கள் பயபக்தியுடன் மோசஸை எதிர்கொண்டனர். கடவுள் வகுத்த நெறிமுறைகளையெல்லாம், மோசஸ் இஸ்ரவேலர்களுக்குப் போதித்தார்.

அதுதான் இஸ்ரவேலர்கள் என்கிற யூதர்களின் வேதமாகக் கருதப்படும் தோரா (Torah).

5. ஜோஷுவா, சாமுவேல், தாவீது மற்றும் சிலர்

மோசஸின் நம்பிக்கைக்குரிய தளபதி ஜோஷுவா (Joshua). தனக்குப் பின் தலைமைப் பொறுப்பை மோசஸ் ஜோஷுவாவிடம்தான் ஒப்படைத்தார்.

ஜோஷுவாவின் மேல் இஸ்ரவேலர்கள் மதிப்பு வைத்திருந்தனர். ஜோஷுவாவும் மோசஸ்போல மிகுந்த இறைபக்தி கொண்டிருந்தார்.

'மோசஸ் உடன் இருந்ததுபோல உனக்கும் நான் வழி காட்டுவேன். நான் உன்னை விட்டு விலகுவதுமில்லை. உன்னைக் கைவிடுவதுமில்லை' என்று கடவுள் ஜோஷுவாவுக்கு நம்பிக்கை கொடுத்தார்.

சினாய் பகுதியிலிருந்து புறப்பட்ட இஸ்ரவேலர்கள், எரிக்கோ நகரத்தை (இன்றைய இஸ்ரேல்) அடைந்திருந்தனர். அந்நகரைச் சுற்றி கோட்டைச் சுவர். அதன் வாயில் அடைக்கப்பட்டிருந்தது. அந்த நகருக்குள் நுழைய இஸ்ரவேலர்களுக்கு அனுமதி மறுக்கப்பட்டது. மேலும், எரிக்கோவிலிருந்து வெளியே வரவும் அந்நகர மக்களுக்கு அனுமதி மறுக்கப்பட்டிருந்தது.

ஜோஷுவா, எரிக்கோ நகரை வேவு பார்க்க இரண்டு நபர்களை அனுப்பினார். அவர்கள் ராகாப் எனும் தாசியின் வீட்டுக்குச் சென்றனர். எரிக்கோ நகர மன்னனுக்கு இரண்டு பேர் வேவு பார்க்க வந்திருக்கும் விஷயம் தெரிந்துவிட்டது. அவன் உடனே ராகாப்பின் வீட்டுக்கு வீரர்களை அனுப்பினான். ராகாப், அந்த இரு நபர்களையும் வீட்டுக்குள் மறைத்து வைத்து அவர்களிட மிருந்து காப்பாற்றினாள். அந்த இரண்டு பேரும் அவள் வீட்டிலிருந்து கிளம்பும்போது, 'உன் குடும்பத்தினரை உன்னுட னேயே தங்க வைத்துக் கொள். அடையாளத்துக்காக உன் வீட்டு வாசலில் சிவப்பு நிறக் கயிறொன்றைக் கட்டி விடு' என்று கூறினர்.

கடவுள் ஜோஷுவாவை அழைத்தார். எரிக்கோ நகரைப் போரிட்டுக் கைப்பற்றுமாறு கட்டளையிட்டார். அத்துடன் போருக்கான திட்டங்களையும் தீட்டிக் கொடுத்தார்.

ஜோஷுவா இஸ்ரவேலர்களை அழைத்துப் பேசினார்.

'குருமார்களே, கடவுள் அருளிய கட்டளைகள் அடங்கிய பரிசுத்த உடன்படிக்கைகள் வைத்திருக்கும் பெட்டியை எடுத்துக் கொள் ளுங்கள். ஏழு குருமார்கள், ஏழு எக்காளங்களுடன் (டிரம்பெட்) முன்னே செல்ல வேண்டும். வீரர்கள் பெட்டிக்கு முன் நடந்து செல்லவேண்டும். மக்களும் பின் தொடர்ந்து செல்லவேண்டும். இப்படி எரிக்கோ நகரைச் சுற்றி வரவேண்டும்.'

ஜோஷுவா சொன்னபடியே குருமார்கள் எக்காளங்கள் முழங்க, உடன்படிக்கைப் பெட்டியோடு வீரர்களும் மக்களும் நகரைச் சுற்றி வந்தனர். ஆறு நாள்கள் இதேபோலச் செய்தனர். எக்காளங் களின் ஒலி மட்டுமே கேட்டது. நகரைச் சுற்றி வருகையில் மக்கள் எதுவுமே பேசவில்லை.

ஏழாவது நாள். விடியும்போதே நகரைச் சுற்றி வர ஆரம்பித்தனர். ஏழாவது நாளில் ஏழு முறை சுற்றி முடித்தனர். ஜோஷுவா இஸ்ரவேலர்களிடம் பேசினார்.

'எக்காளத்தோடு சேர்ந்து மகா சத்தம் எழுப்புங்கள். ஆர்ப்பரி யுங்கள். எரிக்கோ நகரில் இருக்கும் எல்லாப் பொருள்களும் பாவத்துக்குரியவை. எதையும் தொடாதீர்கள். பொன், வெள்ளி, வெண்கலம், இரும்பினாலான பொருள்களை மட்டும் கடவுளின் கருவூலத்தில் சேர்த்துவிடுங்கள்.'

எக்காளங்கள் விண்ணதிர முழங்க, இஸ்ரவேலர்கள் இடிபோல ஆர்ப்பரித்தார்கள். அந்த அதிர்வுகள் தாங்காமல் எரிக்கோ நகர கோட்டைச் சுவர்கள் அனைத்தும் நொறுங்கிவிழுந்தன. கூக்குர லிட்டபடியே எரிக்கோ நகருக்குள் நுழைந்த இஸ்ரவேலர்கள், அங்கிருந்த மக்கள், போர்வீரர்கள், அதிகாரிகள் என்று எல்லோரையும் கொன்றுபோட்டனர். கால்நடைகளையும் விட்டுவைக்க வில்லை. உளவு பார்க்கச் சென்ற இரு நபர்களைக் காப்பாற்றிய ராகாப்பும், அவளது குடும்பத்தினரும் மட்டுமே விட்டுவைக்கப் பட்டனர்.

'ஆசீர்வதிக்கப்பட்ட நிலம்' என்று கடவுளால் சொல்லப்பட்ட இஸ்ரேலுக்குள் முதல் முதலாக யூதர்கள் ஜோஷுவா தலைமையில் காலடி எடுத்து வைத்தனர் (கி.மு.1272).

எரிக்கோவைக் கைப்பற்றிய ஜோஷுவா இஸ்ரவேலர்களுடன் சேர்ந்து, இறைவனுக்கு நன்றி சொன்னார்.

இஸ்ரவேலர்களின் இந்த எழுச்சியைக் கண்ட கிபியோன் நாட்டினர் அச்சமடைந்தனர். சமாதான உடன்படிக்கை செய்து கொண்டு நட்புறவுடன் வாழத் தொடங்கினர்.

ஆனால் இவர்களின் ஒற்றுமை, ஜெருசலேமை ஆண்ட மன்னனான அதோனி சேதேக்குக்கு உறுத்தலாக இருந்தது. இவர்கள் ஒற்றுமையாக இருந்தால் நமக்குத்தான் பாதிப்பு. இவர்கள் நம்மை அழிக்கும் முன் நாம் முந்திக் கொள்ள வேண்டும் என்று திட்டமிட்டான்.

எபிரோன், யர்மூத், லாகீஸ், எக்ரோன் ஆகிய நாடுகளுடன் கூட்டணி வைத்தான். ஐந்து பேரும் சேர்ந்து கிபியோன் நாட்டைத் தாக்கத் தொடங்கினர். கிபியோன் நாட்டினர், ஜோஷுவாவின் உதவியை நாடினர். ஜோஷுவா போர் வீரர்களுடன் கிளம்பினார்.

'நீ பயப்படாமல் செல். நான் பார்த்துக் கொள்கிறேன்' என்று கடவுள் உற்சாகமூட்டினார். இஸ்ரவேலர்களின் தாக்குதலைச் சமாளிக்க முடியாமல் ஐந்து நாட்டு வீரர்களும் திணறிக் கொண்டிருந்த நேரத்தில் கடவுள், கல்மழையைப் பொழிய வைத்தார். அதில் எதிரிகள் பெருமளவில் இறந்தனர்.

போர் தொடர்ந்து நடைபெற்றது. ஜோஷுவாவின் வேண்டுதலின்படி, கடவுள் சூரியனையும் சந்திரனையும் நாள் முழுக்க

வானில் நிலைத்து நிற்கச் செய்தார். ஐந்து அரசர்களும் தோல்வியடைந்தனர். கொல்லப்பட்டனர்.

தன் இறுதி நாள்களில் கடவுளின் கட்டளைப்படி, தேசத்தை, குடவோலை முறைப்படி இஸ்ரவேலர்களுக்குப் பிரித்துக் கொடுத்த ஜோஷுவா, தன் நூற்றுப்பத்தாவது வயதில் மரணமடைந்தார்.

•

சுமார் நானூறு ஆண்டுகள் தள்ளி வந்துவிடுவோம். எப்ராயீம் என்ற மலை நாட்டில் வசித்து வந்த எல்க்கானா என்பருக்கு இரண்டு மனைவிகள். அவர்களில் அன்னாள் என்பவளுக்கு குழந்தை பிறக்கவில்லை.

ஆண்டுதோறும் சீலோ என்ற இடத்தில் உள்ள ஆலயத்தில், கடவுளுக்குப் பலியிட சென்றுகொண்டிருந்த அன்னாள், மனமுருக வேண்டிக் கொள்வாள்.

'கடவுளே! எனக்கு ஒரு ஆண் குழந்தை பிறந்தால், அவனை உமக்கு சேவை செய்யவே கொடுத்துவிடுகிறேன். அவன் வாழ்நாள் முழுவதும் தலையில் சவரக்கத்தி படாமல் பார்த்துக் கொள்கிறேன்.'

இந்த வேண்டுதலைக் கவனித்த ஏலி, 'கடவுள் உனக்குக் கருணை காட்டுவார். இந்த வருடமே உனக்குக் குழந்தை பிறக்கும்' என வாழ்த்தி அனுப்பினாள். ஏலி அந்த ஆலயத்தில் ஆசாரியராக இருந்தாள். ஏலியின் இரண்டு மகன்களும் தீய குணங்களுடன், மூர்க்கமாக வளர்ந்து கொண்டிருந்தனர்.

அன்னாளுக்கு ஆண் குழந்தை பிறந்தது. சாமுவேல் என்று பெயரிட்டு, அந்தக் குழந்தையைக் கோயிலிலிருந்த ஏலியிடம் அர்ப்பணித்தாள். சாமுவேலும் கடவுள் பக்தியுடன், ஏலிக்கு உதவியாக ஆலயத்தின் பணிகள் செய்தபடியே வளர்ந்தான்.

அன்னாளுக்கு அதன் பின்னரும் குழந்தைகள் பிறந்தன. அவள் ஆண்டுதோறும் ஆலயத்துக்குச் சென்று சாமுவேலைப் பார்த்து வந்தாள்.

நாளுக்கு நாள் ஏலியின் மகன்கள், அவளுக்கு அடங்காமல் கெட்ட காரியங்களைத் தொடர்ந்தனர். தங்கள் தந்தையின்

கண்டிப்பையும் அவர்கள் சட்டை செய்யவில்லை. அந்த வெறுப்பில் ஏலி, தன் மகன்களைக் கண்டுகொள்ளாமல் விட்டுவிட்டாள்.

இது கடவுளுக்கே கோபத்தை வரவழைத்தது.

ஒருநாள் இரவு, கடவுள் 'சாமுவேல்' என்று அழைத்தார். கண்விழித்த சாமுவேல், ஏலிதான் அழைத்ததாக எண்ணி, 'அழைத்தீர்களா?' என்றான். அவள் 'இல்லை' என்றாள். ஓரிரு முறை இதே சம்பவம் தொடர்ந்தது.

அப்போது ஏலி சாமுவேலிடம் மீண்டும் ஒருமுறை குரல் கேட்டால், 'ஆண்டவரே சொல்லும். அடியேன் கேட்கிறேன்' என்று கூறுமாறு சொன்னாள். மீண்டும் குரல் கேட்டது. சாமுவேல் அப்படியே சொன்னான்.

கடவுள் பேச ஆரம்பித்தார்.

'ஏலி தன் மகன்களைத் திருத்த முயற்சிக்கவில்லை. எனவே அவர்களுக்குரிய தண்டனைக்காலம் நெருங்கிவிட்டது. அது விரைவில் நடக்கும்' என்றார்.

மறுநாள் ஏலி, சாமுவேலிடம் கடவுள் என்ன கூறினாரென்று துருவித் துருவிக் கேட்டாள். மிக நீண்ட தயக்கத்திற்குப் பிறகு சாமுவேல் கடவுளின் தீர்ப்பைக் கூறினார்.

இஸ்ரவேலருக்கும் பெலீஸ்தியருக்கும் இடையே போர் மூண்டது. பெலீஸ்தியர் வென்றனர். ஏலியின் இரண்டு மகன்களும் போரில் மடிந்தனர். இந்தச் செய்தியைக் கேட்டு அதிர்ச்சியடைந்த ஏலியும் இறந்தாள்.

ஆலயத்தை நிர்வகிக்கும் பொறுப்பு சாமுவேலுக்கு வந்தது.

'எங்களிடையே ஏற்படும் பிரச்னைகளைத் தீர்த்து நியாயம் சொல்ல ஒரு மன்னர் வேண்டும். எல்லா இனங்களிலும் மன்னர் என்றொருவர் இருக்கிறார். நமக்கும் மன்னர் என்றொருவர் வேண்டும்' என இஸ்ரவேலர்கள் எல்லோரும் சாமுவேலை வற்புறுத்தினர்.

அது தவறு என்று சாமுவேலுக்குத் தெரிந்தது. ஆனால் கடவுள், 'மக்களின் விருப்பப்படியே நடந்து கொள்' என்று சொன்னார்.

எல்லோரும் ஓரிடத்தில் கூடினர். அனைவரது பெயரையும் எழுதி குலுக்கிப் போட்டனர். தேர்ந்தெடுக்கப்பட்ட நபரின் பெயர் சவுல் (Saul).

கூட்டத்துக்குள் நின்றுகொண்டிருந்த சவுலைத் தேடிக் கண்டு பிடித்தனர். தோள்களில் தூக்கி, மகிழ்ச்சி ஆரவாரம் செய்து 'இஸ்ரவேலின் முதல் மன்னர் சவுல் வாழ்க!' எனக் கொண்டாடினர். சவுல் மன்னராக்கப்பட்டார் (கி.மு.879).

அமலேக்கியர் என்ற இனத்தவர்களுடன் போர் மூண்டது. கடவுள் சவுலின் உடலுக்குள் ஆவி வடிவில் புகுந்து, அவன் பலத்தைப் பெருகச் செய்து, போரில் வெற்றி பெறச் செய்தார்.

ஆனால் சவுலும் இஸ்ரவேலர்களும் அமலேக்கியர்களிடம் கைப்பற்றிய கால்நடைகளை கடவுளுக்குப் பலியிடாமல் பதுக்கி வைத்துக்கொண்டனர். இது சாமுவேலின் கோபத்தைத் தூண்டியது. 'கடவுளுக்குக் கீழ்ப்படியாமல் தீய செயல்களைச் செய்து விட்டீர்கள். இதற்குரிய தண்டனையை ஒருநாள் அனுபவிப்பீர்கள்' என்று சாமுவேல் கூறினார்.

•

ஒருநாள் கடவுள் சாமுவேலிடம், 'ஈசாவிடம் போ. அவரது மகன்களில் ஒருவன்தான் அடுத்து மன்னராகப் போகிறவன்' என்றார்.

சாமுவேல், ஈசாவைத் தேடிப் போனார். பெத்லகேமில் வாழ்ந்த வந்த ஈசா, ஆட்டு மந்தைகளை வைத்திருந்தார். அவரது மகன்களில் சிலர் சவுலின் படையில் வீரர்களாக இருந்தனர். முதல் மகன் மிகவும் லட்சணமாக இருந்தான். அவன்தான் முதல் மன்னனாக இருக்குமோ என்று சாமுவேல் நினைத்தார். கடவுள் 'இல்லை' என்று மறுத்தார். ஒவ்வொரு மகனையும் அழைத்துப் பார்த்தார் சாமுவேல். 'இவர்களில் யாருமே இல்லை' என்று சொல்லிவிட்டார் கடவுள்.

'வேறு யாராவது மகன்கள் இருக்கிறார்களா?' என்று சாமுவேல் ஈசாவிடம் கேட்டார். 'என் கடைசி மகன் ஆடு மேய்க்கச் சென்றிருக்கிறான். அவன் பெயர் தாவீது (David). அவனுக்கு இசையில் ஆர்வம் உண்டு. அவன் பாடும் பாடல்கள் அனைவரையும் மயக்கும்' என்றார் ஈசா. அவனை அழைத்து வரச் செய்தார் சாமுவேல்.

'இவன்தான்' என்று சாமுவேலுக்குப் புரியச் செய்தார் கடவுள். சாமுவேல், தாவீதை உட்கார வைத்து, அவனது குடும்பத்தினர் எல்லோரும் பார்க்கும்படி, பட்டாபிஷேகம் செய்து வைத்தார். கடவுளின் ஆசீர்வாதமும் தாவீதுக்குள் இறங்கியது. மன்னராகக் கூடிய தகுதி பிறந்தது.

இந்த விஷயம் சவுலுக்குத் தெரியாது.

•

பெலிஸ்தியர் ஒரு மலைமேல் படைதிரட்டி நின்றனர். அதற்கு எதிரே இன்னொரு மலைமீது இஸ்ரவேலர்கள் படை திரட்டி நின்றனர்.

ஒன்பது அடி உயரம். ஆஜானுபாகுவான தேகம். வெண்கலத் தாலான கவசங்களைப் பூட்டிக் கொண்டு கோலியாத், இரண்டு மலைகளுக்கிடையே இருந்த பள்ளத்தாக்கில் வந்து நின்றான். தன் கைகளால் மார்தட்டி கர்ஜிக்க ஆரம்பித்தான். அவன்தான் பெலிஸ்தியர்களின் தலைவன்.

'உங்களில் யாராவது ஒருவன் நேருக்கு நேர் வந்து என்னிடம் மோதுங்கள். என்னைத் தோற்கடியுங்கள். அப்படிச் செய்தால் நாங்கள் எல்லோரும் உங்களுக்கு அடிமையாக இருப்போம். என்னிடம் தோற்றுப் போனால், நீங்கள் எல்லோரும் எங்களிடம் அடிமையாக இருக்கவேண்டும். யாருக்காவது தைரியம் இருக்கிறதா?' - தொடை தட்டி அழைத்தான்.

அப்போதுதான் தாவீது, அந்தப் போர்க்களத்துக்கு தன் சகோதரர் களைப் பார்த்து உணவு கொடுத்துவிட்டு, நலம் விசாரித்துப்போக வந்திருந்தான். கோலியாத்தின் அறைகூவலைக் கேட்டதும் சிறிதும் தயங்காமல் 'நான் தயார்' என்றான் தாவீது.

சவுல் கவனித்தார். 'ஆமாம் மன்னரே. இஸ்ரவேலர்களை இழிவுபடுத்தும் இவனுடன் போர் புரிய நான் தயார். நான் ஆடு மேய்ப்பவன். ஒரு முறை சிங்கம் வந்தது. நான் அதனுடன் போராடி வென்றேன். இன்னொரு முறை கரடி வந்தது. அதனுடனும் நான் சண்டையிட்டு ஜெயித்தேன். அப்போ தெல்லாம் எனக்குத் துணையாக இருந்த கடவுள், இப்போதும் எனக்குத் துணையாக நிற்பார்' என்றான். தாவீதின் சொற்கள் சவுலுக்கு நம்பிக்கையூட்டின.

எல்லோரும் ஏளனமாகப் பார்த்துக்கொண்டிருக்க, சவுல், தாவீதை கோலியாத்துடன் போரிட அனுமதி அளித்தார். கவசங் களை மாட்டிவிடச் சொன்னார். தன் ஆயுதத்தை அளித்தார். ஆனால் அவற்றையெல்லாம் மாட்டிக் கொண்டால் தன்னால் நடக்க முடியாது என்று கூறிய தாவீது, நாலைந்து கற்களை மட்டும் எடுத்துக்கொண்டு, உண்டிவில்லுடன் கிளம்பினான்.

போரிட ஒரு சிறுவன் வருவதைக் கண்ட கோலியாத், கேலி செய்துகொண்டே முன்னால் வந்தான். துரிதமாகச் செயல்பட்ட தாவீது, ஒரு கல்லை உண்டிவில்லில் வைத்து, குறி பார்த்து படு வேகமாகக் கோலியாத்தின் நெற்றியை நோக்கி எறிந்தான். கல் கோலியாத்தின் நெற்றியைத் தாக்கியது. எதிர்பாராத தாக்குதலில் நிலைகுலைந்து கீழே விழுந்தான் கோலியாத். தாவிச் சென்ற தாவீது, கோலியாத்தின் வாளை உருவி, அவனது தலையைத் தனியாக வெட்டி எடுத்தான். பெலிஸ்தியர்கள் அனைவரும் அலறி அடித்து ஓட்டம் பிடித்தனர்.

சவுல், தாவீதைப் படைத் தளபதியாக நியமித்து, தன்னுடனேயே வைத்துக் கொண்டார். நாளடைவில் தாவீதின் புகழ் அதிகரித்துக் கொண்டே செல்ல, சவுலுக்குள் பொறாமை வளரத் தொடங்கி யது. ஆனால், தன் மகள் மீகாளை, தாவீது திருமணம் செய்து கொண்டிருந்ததால் எல்லாவற்றையும் அடக்கிக் கொண்டார் சவுல்.

சாமுவேல் இறந்துபோனார். இஸ்ரவேலர்கள் துக்கம் கொண் டாடினர்.

சவுலுக்கு, தன் நாட்டிலிருந்த குறி சொல்பவர்கள், மையிட்டுப் பார்ப்பவர்கள், ஆருடம் சொல்பவர்கள் அனைவரின் மீது ஏதோ ஒரு கோபம்... அவர்களையெல்லாம் தம் நாட்டை விட்டு அடித்துத் துரத்துமாறு கட்டளையிட்டார். சிறிது நாள்களில் இஸ்ரவேலர்களுக்கும் பெலிஸ்தியர்களுக்கும் போர் மூண்டது. பெலிஸ்தியர்களின் பலம் வாய்ந்த பெரும் படையைப் பார்த்ததும் சவுலுக்கு அச்சம் அதிகரித்தது.

கடவுளிடம் யோசனை கேட்க முயற்சி செய்தார். கடவுளிட மிருந்து பதிலே வரவில்லை. வேறுவழியின்றி 'மை போட்டுப் பார்க்கும் பெண் யாரையாவது கண்டுபிடி' என்று தன் படை வீரனை அனுப்பினார். அந்தப் படைவீரன் ஒரு பெண்ணிடம்

சவுலை அழைத்துச் சென்றான். சவுல் அந்தப் பெண்ணிடம் பேசினான்.

'நான் கூறும் நபரின் ஆவியை வரவழைக்க வேண்டும்.'

'பெயரைச் சொல்லுங்கள்.'

'சாமுவேல் என்ற தீர்க்கதரிசி.'

அந்தப் பெண் சாமுவேலின் ஆவியை வரவழைத்தார்.

'என்னை ஏன் வரச் செய்தாய்?' என்றார் சாமுவேல். சவுல் தன் பரிதாப நிலையைக் கூறினார்.

'கடவுளே உனக்கு விரோதமாக இருக்கும் சூழ்நிலையில் நானும் உனக்கு ஏதும் செய்ய இயலாது. இந்த உலகில் என்னாலாக வேண்டிய காரியங்களை எல்லாம் கடவுள் என் மூலமாகவே செய்து முடித்துவிட்டார். இனி நான் செய்வதற்கு ஒன்றுமில்லை. நீ ஆளும் உரிமையை இழந்துவிட்டாய். அந்த உரிமையை உன் நண்பன் தாவீதுக்குக் கொடுத்து விடு. போரில் நீயும் உன் பிள்ளைகளும் இறந்து போவீர்கள்' என்று கூறிவிட்டு சாமுவேல் மறைந்துவிட்டார்.

மறுநாள் போரில் சவுல், தன் மகன்களை இழந்தார். பெரும் காயங்களுடன் இருந்த சவுல், வாளைத் தரையில் சொருகி அதன்மேல் விழுந்து தற்கொலை செய்துகொண்டார்.

தாவீது மன்னராக முடிசூட்டப்பட்டார் (கி.மு.877).

மீகாளுக்கும் தாவீதுக்கும் மண வாழ்வில் விரிசல் ஏற்பட்டது. அவர்களுக்கு குழந்தைகள் ஏதும் பிறக்கவில்லை.

ஒருநாள் தன் அரண்மனை உப்பரிகையில் உலவிக் கொண்டிருந்த தாவீது, தூரத்தில் ஒரு பெண் குளிப்பதைக் கண்டார். அவள் அழகில் மயங்கினார். அவளை வரவழைத்து முறைகேடாக நடந்துகொண்டார்.

அவளது பெயர் பத்சேபாள். உரியா என்ற போர் வீரனின் மனைவி. பத்சேபாள் தான் கர்ப்பமுற்றதாக, தாவீதுக்குச் செய்தி அனுப்பினாள். தாவீது சமயோசிதமாகத் திட்டமிட்டார். உரியாவை போருக்கு அனுப்பிக் கொன்றார். அதன்பின் பத்சேபாளை தன்னுடன் சேர்த்துக் கொண்டார்.

தாவீதின் இந்தச் செயல் கடவுளுக்குக் கோபத்தை வர வழைத்தது. கடவுளின் தூதர் தாவீதிடம் பேசினார்.

'நான், ஆடு மேய்ப்பவனாக இருந்த உன்னை இஸ்ரவேலின் மன்னராக உயர்த்தி வைத்திருக்கிறேன். நீ என்னிடம் வேண்டி யிருந்தால், கேட்டதைத் தந்திருப்பேன். ஆனால் நீ, தகாத செயல்களைச் செய்துவிட்டாய். மன்னிக்க முடியாத பாவங் களைச் செய்துவிட்டாய். உரியாவைத் தந்திரமாகப் போருக்கு அனுப்பிக் கொன்றதால், உன்னைச் சுற்றி போர் நடந்து கொண்டேயிருக்கும். அடுத்தவனின் மனைவியை அபகரித்த தால், உன் இனப் பெண்களை, உன் கண் முன்னாலேயே அந்நியர் அபகரிப்பர். நீ அவமானப்படுவாய்' என்று கடவுளின் தூதர் சபித்தார்.

தாங்க முடியாத தாவீது, தன் தவறுகளை உணர்ந்து கதறி அழுது மன்னிப்புக் கேட்டார். கடவுள் இரக்கம் காட்டினார். தன் சாபங்களைத் திரும்பப் பெற்றுக் கொண்டார். 'உன் முதல் குழந்தை நிலைக்காது' என்று கூறினார்.

அதேபோலவே, பத்சேபாளுக்குப் பிறந்த முதல் குழந்தை உடனே இறந்துவிட்டது.

இரண்டாவதாகப் பிறந்த குழந்தையின் பெயர் சாலமோன் (கி.மு.849).

மூன்றாவதாகப் பிறந்த மகனின் பெயர் அப்சலோம் (Absalom).

6. சாலமோனும் தேவாலயமும்

'எனக்குப் பின் அரியணை ஏறப் போகிறவன் சாலமோன்' என்று தாவீது கூறி வந்தது, அப்சலோ முக்குள் பொறாமைத் தீயை வளர்த்தது.

சாலமோன் மிகுந்த இறைபக்தியுடையவர். அமைதி யானவர். அப்சலோம், மிக அழகானவர். வசீகர மானவர். நீண்ட தலைமுடியைக் கொண்டவர்.

சாலமோனை வீழ்த்திவிட்டு தான் அரியணையில் ஏற வேண்டுமென்று, ரகசியமாகப் பல காரியங் களைச் செய்து வந்தார். தனக்கு ஆதரவாகப் பெருங் கூட்டத்தையே திரட்டி வைத்திருந்தார்.

தனக்கு உரிமையிருக்கிறதோ இல்லையோ, முன்வந்து அரசாங்க காரியங்கள் பலவற்றைச் செய்துகொண்டிருந்தார். குடிமக்களின் மனத்தில் இடம் பிடிப்பதற்காக, சாதுர்யமாக நடந்து கொண்டார்.

ஒருநாள் அப்சலோம் தாவீதிடம், 'எப்ரோன் வரை செல்ல வேண்டும். அனுமதி தாருங்கள்' என்று சொல்லி அனுமதி பெற்றுக் கிளம்பினார். நாடு முழுவதும் ஒற்றரை அனுப்பி குடிமக்களின்

மனநிலையை அறிந்து வரச் செய்தார். இந்நிலையில் தனக்கு எதிராக அப்சலோம் சதி செய்வதாக, தாவீதுக்குச் செய்தி கிடைத்தது. விரைவில் அப்சலோம் படை திரட்டி போர் செய்ய வரப்போவதாகவும் அறிந்தார். பெரும் கவலை அடைந்தார்.

தன் மகன்தானே என்று விட்டுவிட முடியுமா? வேறு வழி யில்லை. போருக்கு வருவதற்குள் அப்சலோமை அடக்கித்தான் ஆக வேண்டும். தம் மூன்று படைத் தளபதிகளை அழைத்தார் தாவீது.

'அப்சலோமின் படையை வீழ்த்துங்கள். என் பிள்ளை என்பதால் அப்சலோமை மட்டும் கனிவுடன் நடத்துங்கள்' என்று கேட்டுக் கொண்டார். படை கிளம்பிச் சென்றது. ஜெருசலேமின் வாசலி லேயே காத்திருந்தார் தாவீது.

போர் தொடங்கியது. உக்கிரமாகத் தொடர்ந்தது. அப்சலோமின் படை வீரர்கள் கொன்று குவிக்கப்பட்டனர். இதற்கு மேல் தாக்குப் பிடிக்க முடியாது என்று தோன்ற அப்சலோம் ஒரு கோவேரிக் கழுதை மேலேறி தப்பித்துச் சென்றார்.

கழுதை காட்டினுள் வேகமாக ஓடியது. அப்போது எதிர்பாராதவிதமாக ஒரு கருங்காலி மரத்தில் தாழ்ந்த கிளையில் அப்சலோமின் தலைமுடி சிக்கிக் கொண்டது. கழுதை ஓடிவிட, அப்சலோம் மரத்தில் தொங்கிக் கொண்டிருந்தார்.

தாவீதின் படைவீரன் ஒருவன் அப்சலோமைப் பார்த்துவிட்டான். தன் படைத் தளபதி யோவாப்பிடம் சென்று விஷயத்தைச் சொன்னான்.

'அவனைக் கொன்றுவிட்டு வந்து என்னிடம் செய்தி சொன்னால் பரிசுகள் வழங்கி கௌரவித்திருப்பேன். இப்படிச் சும்மா விட்டு வந்திருக்கிறாயே' என்று கோபம் கொண்ட யோவாப் அந்த இடத்துக்குக் கிளம்பினான்.

அப்சலோமை ஆயுதங்களால் தாக்கினான். கொன்றான். துண்டு துண்டாக வெட்டப்பட்ட அப்சலோமின் உடல் அதல பாதாளத் துக்குள் தள்ளப்பட்டது. எல்லா வீரர்களும் பாதாளத்துக்குள் கற்களை எறிந்து நிரப்பினர்.

தாவீது செய்திக்காகக் காத்திருந்தார். அகிமாஸ் என்ற தூதுவன் வேகவேகமாக ஓடி வந்தான்.

'கடவுள் நம் பக்கமிருக்கிறார். நாம் வெற்றி பெற்றுவிட்டோம்' என்றான்.

'அப்சலோம் நலமாக இருக்கிறானா?' என்று கேட்டார் தாவீது.

'அது பற்றி எனக்குத் தெரியவில்லை' என்றான். பின்னாலேயே இன்னொரு வீரன் செய்தி கொண்டு வந்தான்.

தாவீது அவனிடம், 'அப்சலோமுக்கு ஒன்றும் ஆபத் தில்லையே?' என்று படபடப்புடன் கேட்டார்.

'மன்னருக்கு எதிராகச் செயல்படும் யாராக இருந்தாலும் அவன் போல்தான் சாகடிக்கப்பட வேண்டும்' என்றான் அந்த வீரன்.

தாவீது துடித்துப் போனார். உள்ளே சென்று தனியே அழுதார். யோவாப் படைகளோடு தாவீதைச் சந்திக்க வந்தார். தாவீதின் அழுகை கண்டு வருத்தம் அடைந்தார். நேரடியாக அவரிடம் சென்று பேச ஆரம்பித்தார்.

'அப்சலோமை உயிரோடு விட்டிருந்தால் நாங்கள் யாரும் உயிரோடு இருந்திருக்க மாட்டோம். எங்கள் உயிரைப் பணயம் வைத்து, அப்சலோமை அழித்து, போரில் வெற்றி பெற்று வந்திருக்கிறோம். ஆனால் நீங்கள் அவனது அழிவுக்காக அழுது கொண்டிருந்தால், வீரர்கள் வேதனைப்படுவர். மன்னருக்கு நம்மைவிட தன் மகன்தான் முக்கியம் என்ற எண்ணம் அவர்களுக்கு வந்துவிடும். எனவே நீங்கள் வந்து வீரர்களைக் கௌரவியுங்கள்.'

யோவாப்பின் பேச்சு தாவீதுக்கு நியாயமாகப்பட்டது. தம் சோகத்தை மறைத்துக்கொண்டு, வீரர்களுடன் போர் வெற்றியைக் கொண்டாடச் சென்றார்.

●

தாவீதுக்கு வயதாகிக் கொண்டே சென்றது. விரைவில் சாலமோ னுக்கு முடிசூட்ட வேண்டும் என்று எண்ணிக் கொண்டிருந்தார்.

அதோனியா. இவனும் தாவீதின் மகன்தான். ஆகித் என்ற பெண் ணுக்குப் பிறந்தவன். அரியணை ஏறும் ஆசை அதோனியா வுக்கும் இருந்தது. அதற்கான திட்டங்களில் ஈடுபட்டான். சாலமோனுக்கு எதிராக சில செயல்களைச் செய்தான்.

இதைத் தடுத்து நிறுத்த ஏதாவது நடவடிக்கை எடுக்கச் சொல்லி சாலமோனின் தாய் பத்சேபாள், தாவீதிடம் முறையிட்டாள். தாவீது உடனே சாலமோனுக்குப் பட்டாபிஷேகம் செய்ய ஏற்பாடு செய்தார். சாலமோன் மன்னரானார் (கி.மு.836).

அதோனியா கொதித்துப் போனான். இருந்தாலும் சாலமோன் மன்னராயிற்றே. தனக்கு எதிராக ஏதும் நடவடிக்கை எடுத்து விடுவாரோ என்று பயந்து, பலிபீடம் இருக்கும் இடத்துக்குச் சென்று ஒளிந்து கொண்டான்.

சாலமோன் விஷயத்தைக் கேள்விப்பட்டார். அதோனியாவை வரவழைத்து அன்புடன் பேசி, தம்முடன் வைத்துக் கொண்டார். தாவீது மகிழ்ச்சி அடைந்தார். சிறிது காலத்தில் இறந்து போனார்.

கடவுள்மேல் அதிக நம்பிக்கை கொண்டிருந்த சாலமோனை மக்கள் போற்றி மகிழ்ந்தனர். கடவுளின் பரிபூரண ஆசியுடன் சாலமோன் நல்லாட்சி புரிந்தார். நீதி வழங்குவதில் கெட்டிக்காரராக விளங்கினார். மக்களுக்கு நல்ல நெறிமுறைகளைக் கற்பிப்பதில் ஞானியாகத் திகழ்ந்தார்.

சாலமோன் பாடிய பாடல்கள் ஆயிரத்து ஐந்து. கூறிய நீதி மொழிகள் மூவாயிரம். அவற்றைக் கேட்பதற்கு மக்கள் கூட்டம் கூட்டமாக ஜெருசலேம் நோக்கி வந்தபடி இருந்தனர்.

கடவுளுக்காக ஓர் ஆலயம் கட்ட வேண்டுமென்பது, தாவீதின் ஆசை. ஆனால் அவரது வாழ்நாள் போரிலேயே முடிந்து விட்டதால், அவரால் ஆலயம் கட்டமுடியவில்லை. 'உன் மகன் எனக்கான ஆலயத்தைக் கட்டுவான்' என்று தாவீதிடம் கடவுள் சொல்லியிருந்தார்.

சாலமோன், ஜெருசலேமில் ஆலயம் ஒன்றைக் கட்ட முடிவெடுத்தார். அதற்காகப் பக்கத்து நாட்டிலிருந்த அரசர்கள் எல்லாம் பொருளுதவி செய்தனர். ஆலயப் பணிக்காக ஆள்களையும் அனுப்பி வைத்தனர். ஆயிரக்கணக்கானவர்கள் பணியில் ஈடுபட, அதோனியா எல்லாவற்றையும் முன் நின்று கவனித்தான்.

அப்போது இஸ்ரவேலர்கள் எகிப்திலிருந்து புறப்பட்டு வந்து நானூற்று எண்பது ஆண்டுகள் ஆகியிருந்தன. சாலமோன் மன்னராகப் பதவியேற்ற நான்காம் ஆண்டில் தொடங்கிய ஆலயப் பணி, அடுத்த ஏழு ஆண்டுகள் நடந்தது. எந்தவிதக்

குறையும் இல்லாமல், திட்டமிட்டபடியே முடிக்கப்பட்டது (கி.மு.825). பொன்னும் மணிகளும் பளிங்கும் கண்ணாடியும் இழைத்த ஒரு கட்டடக்கலை அற்புதம் அது. அங்கே, சாலமோன், கடவுள் மோசஸுக்கு வழங்கிய உடன்படிக்கைகள் அடங்கிய பெட்டியை மூத்த மதகுருமார்களைக் கொண்டு வைக்கச் செய்தார். கடவுளுக்கான பலிகள் கொடுக்கப்பட்டன. நீண்ட நேரம் பிரார்த்தனைகள் நடத்தப்பட்டன. பதினான்கு நாள்கள் திருவிழா நடத்தப்பட்டது.

நாற்பது ஆண்டுகள் இஸ்ரேலை ஆண்ட சாலமோன், இறந்து போனார். அவருக்குப் பின் அவரது மகன் ரெஹோபோம் (Rehoboam) ஆட்சிக்கு வந்தார்.

ரெஹோபோமின் திறமையற்ற ஆட்சியில் இஸ்ரேல் இரண்டாகப் பிரிக்கப்பட்டது (கி.மு. 796). வடக்குப் பகுதியிலிருந்து பத்து பழங்குடி இனத்தினர் சேர்ந்து, தனியாக ஆட்சி செய்ய ஆரம்பித்தனர். அது 'ஜுதேயா' (Judaea) என்றழைக்கப்பட்டது. தெற்குப் பகுதி இஸ்ரேலாக நீடித்தது.

கி.மு.555-ல் அசிரியர்கள், ஜுதேயாவைக் கைப்பற்றினர். ஆண்டுகொண்டிருந்த பத்து பழங்குடி இனத்தவரும் அங்கிருந்து அடித்துத் துரத்தப்பட்டனர். சில ஆண்டுகளிலேயே பாபிலோனியர்கள் (கிரேக்கர்கள்) இஸ்ரேலைக் கைப்பற்றினர்.

நெபுசட்நேசர் (Nebuchadnezzar) என்ற பாபிலோனிய மன்னன், சாலமோன் தேவாலயத்தைச் சிதைத்தான். தீயிட்டுக் கொளுத்தினான். அப்போது பல்லாயிரக்கணக்கான இஸ்ரவேலர்கள் கொல்லப்பட்டனர்.

சுமார் ஐம்பது ஆண்டுகள், பாபிலோனியர்கள் இஸ்ரேலை ஆண்டனர். அப்போது, ஆட்சியிலிருந்த மன்னன் சைரஸ், யூதர்களை இஸ்ரேலுக்குள் வாழ அனுமதித்தான்.

இரண்டாவது முறையாக சாலமோன் தேவாலயம் கட்டப்பட்டது.

பாகம் 2

வரலாறு

7. இயேசு என்ற மனிதனும் தேவனும்

கி.மு. 44.

இஸ்ரேலின் நீதிமன்றம் கூடியிருந்தது.

வழக்கை விசாரித்துத் தீர்ப்பளிக்க வேண்டிய மதகுருமார்கள் (ஆம், அப்போது அந்த அதிகாரம் மன்னரிடமிருந்து மதகுருமார்களுக்கு மாற்றப் பட்டிருந்தது.) என்ன செய்வதென்றே தெரியாமல் குழம்பிப் போயிருந்தனர். காரணம், குற்றவாளி தப்பிவிட்டார்.

குற்றம் சாட்டப்பட்டிருந்தவர் கவர்னர் ஹெரோத் (Herod). ஏரோது மன்னன் என்று பைபிளில் வருமே, அவர்தான்.

நடந்தது இதுதான்.

அரசுக்கு எதிராகப் புரட்சிக் குழுவினர் சதிச் செயல் களில் ஈடுபட இருந்தார்கள். அதைக் கேள்விப்பட்ட ஹெரோத், அந்தப் புரட்சிக் குழுவினரை மடக்கிப் பிடித்தார். அவர்களை விசாரிக்க நீதிமன்றத்துக்குக் கொண்டு வர வேண்டும். ஆனால் ஹெரோத், தானே அதிகாரத்தைக் கையில் எடுத்துக் கொண்டு புரட்சிக் காரர்களைக் கொன்றுவிட்டார்.

மதகுருமார்கள் கொதித்துப் போய்விட்டனர். ஹெரோத்தைக் கைது செய்தனர். ஆனால் விசாரணை ஆரம்பிப்பதற்குச் சிறிது நேரத்துக்கு முன் ஹெரோத் ஜெருசலேமிலிருந்து தப்பிவிட்டார். விஷயம் என்னவென்றால், மன்னருக்கு ஹெரோத் மேல் பெரிய அபிமானம் இருந்தது. மதகுருமார்கள் ஹெரோத்துக்கு எப்படியும் மரண தண்டனை கொடுத்துவிடுவார்கள் என்றறிந்த மன்னர், ரகசியமாக அவர் தப்பிச் செல்ல உதவினார்.

மன்னரின் இந்த நடவடிக்கையை நினைத்து மதகுருமார்களால் நொந்துகொள்ள மட்டும்தான் முடிந்தது.

தப்பிய ஹெரோத், ஜெருசலேத்துக்கு வடக்கிலிருந்த சிரியாவை அடைந்தார். சிரியா அப்போது ரோமானிய சாம்ராஜ்ஜியத்தின் கீழ் இருந்தது. அங்கு ஹெரோத்துக்கு அடைக்கலமல்ல, ஆட்சி அதிகாரமே கிடைத்தது. அங்கிருந்த ஒரு சிறு மாகாணத்துக்கு கவர்னராக நியமிக்கப்பட்டார் அவர். ரோமானிய தளபதி மார்க் ஆண்டனி (Mark Antony) ஹெரோத்தை ஆதரித்தார்.

இன்றைய இஸ்ரேல், அதாவது அன்றைய ஜுதேயாவின் (Judaea) மன்னனாக வேண்டும் என்பதே ஹெரோத்தின் நீண்ட நாள் கனவு. அதற்காகக் காய் நகர்த்தத் தொடங்கினார். ஜெருசலேமை முற்றுகையிட படைகள் தந்து உதவுவதாக ஆண்டனி கூறினார்.

விஷயம் கேள்விப்பட்டதும் ஜுதேயாவிலிருந்து இரண்டு தூதுக்குழுக்கள் பேச்சுவார்த்தை நடத்த சிரியாவுக்கு வந்தன. வெள்ளைக் கொடியுடன் வந்த தூதுக்குழுவினரை ஆண்டனி தூக்கில் தொங்கவிட்டார்.

ஹெரோத், ஜெருசலேம் மீது படையெடுத்தார். ஐந்து மாதங்கள் முற்றுகை. பின் கடும்போர். ஹெரோத்தைத் தப்பிக்க வைத்தது எவ்வளவு பெரிய பாவம் என்பதை அப்போதுதான் ஜுதேயாவின் மன்னர் உணர்ந்துகொண்டார். பிரயோசனமில்லை. ஹெரோத் ஜுதேயாவின் மன்னராக முடிசூட்டிக் கொண்டார்.

தங்களுக்குக் கெட்ட நேரம் ஆரம்பித்துவிட்டது என்று இஸ்ரவேலர்கள் (யூதர்கள்) உணர்ந்து கொண்டனர். ஹெரோத்தும் ஒரு யூதர்தான். ஆட்சி வெறி, அதிகார வர்க்கம் என்றான பின் இனப் பாசம் எல்லாம் இரண்டாவதாகிப் போனது. ஆட்சியைத் தக்கவைக்க பாரபட்சமின்றி, தமக்குச் சந்தேகமுள்ளவர்களை எல்லாம் கொன்று குவித்தார்.

தன் முதல் மனைவியையும், அவளுக்குப் பிறந்த இரண்டு குழந்தைகளையும் கொன்றார். அதன் பின் பல பெண்களை மணந்து கொண்டார். பல வாரிசுகளைப் பெற்றுக் கொண்டார். ஹெரோத்தின் நடவடிக்கைகளை யாராலும் புரிந்துகொள்ள முடியவில்லை.

ஹெரோத்தின் கொடுமையான ஆட்சியைத் தாக்குப் பிடிக்க முடியாமல் பல யூதர்கள் ஜுதேயாவை விட்டு வெளியேறினர். இஸ்ரேலிலிருந்து யூதர்கள் வெளியேறி உலகெங்கும் பரவத் தொடங்கிய முதல் தருணம் அது.

ஆனால் ஹெரோத் இரண்டு நல்ல காரியங்கள் செய்தார். ஒன்று பசுமைப் புரட்சி. யூதர்கள் எல்லோருக்கும் ஒரு துண்டு நிலமாவது இருக்கவேண்டும், அந்த பாழ்பட்ட நிலத்தை அவர்கள் பசுஞ்சோலையாக மாற்றவேண்டும் எனக் கட்டுப் பாடுகள் விதித்தார். இதனால் ஜுதேயாவில் ஒரு விவசாய எழுச்சியே நடந்தது; இன்றுவரை நவீன வேளாண்மையில் இஸ்ரேல்தான் முதலிடம்.

அடுத்து கலை. ரோமானியர்களுடன் தொடர்பு இருந்ததாலோ என்னவோ, ஹெரோத்துக்குக் கட்டடக் கலை மீது அதீத ஆர்வம் இருந்தது. ஜுதேயா முழுவதும் அழகிய கட்டடங்களை எழுப்பினார்.

பல்வேறு தாக்குதல்களுக்கு உள்ளாகி, சாலமோன் தேவாலயம் குற்றுயிரோடு இருந்தது. ஹெரோத், அதைச் சீரமைத்து, மீண்டும் கட்டும் முயற்சியில் இறங்கினார். பல்லாயிரக் கணக்கான ஊழியர்கள், மதகுருக்கள் உழைப்பில், ஒன்பது ஆண்டுகளில், 'இரண்டாவது ஆலயம்' கட்டிமுடிக்கப்பட்டது. ஆலயத்தைச் சுற்றியிருந்த அந்தச் சுற்றுச் சுவரும் சீரமைக்கப் பட்டு முழுமைப்படுத்தப்பட்டது.

யூதர்களுக்கு எதிராக எத்தனையோ கொடுமைகளைச் செய்திருந்தாலும், சாலமோன் தேவாலயத்தை மீண்டும் கட்டிய ஒரே காரணத்தினால் மட்டுமே ஹெரோத் பெரும் மதிப்பை பெற்றார்.

மோசஸுக்குப் பின் இன்னொரு தேவதூதன் பிறப்பான் என்று யூதர்கள் நம்பிக் கொண்டிருந்தனர். ஒவ்வொரு காலகட்டத்திலும் தேவதூதன் ஒருவன் பிறந்து தம்மை வழிநடத்துவார், தம்

துன்பங்களைப் போக்குவார் என்பதுதான் யூத மதத்தின் அடிப் படை நம்பிக்கை. இன்றுவரை!

'இஸ்ரேல் மக்களை ஆள ஒருவன் பிறப்பான். அவன் இந்த இடத்தில் பிறப்பான். இந்த காலகட்டத்தில் பிறப்பான்' - இப்படியெல்லாம் பழைய தீர்க்கதரிசிகள் சொல்லிவிட்டுச் சென்றிருந்தார்கள். அந்தக் காலகட்டம் நெருங்கி விட்டதாக மதகுருமார்கள் ஹெரோத்துக்குத் தகவல் சொன்னார்கள்.

ஆள்வதற்கு ஒருவனா? அதுவும் நாம் இருக்கும் போதேவா? ஹெரோத் அதிர்ச்சியடைந்தான்.

பெத்லகேம் மாட்டுத் தொழுவம் ஒன்றில் குழந்தை பிறந்தது. வானில் அதிசய வால் நட்சத்திரம் ஒன்று மின்ன, 'இவன் சாதாரண குழந்தை இல்லை' என்று தேவதூதர்கள் அறிவித்து விட்டுப் போனார்கள்.

அந்தக் குழந்தையின் ஹீப்ரு மொழிப் பெயர் ஜோஷ்வா (Joshua). ஆங்கிலத்தில் ஜீசஸ். தமிழில் இயேசு.

சும்மா இருப்பாரா ஹெரோத்? குழந்தையைக் கொல்ல ஏகப் பட்ட முயற்சிகள் செய்தார். எல்லாம் தோல்வியில் முடிந்தன. இனிமேலும் இங்கிருந்தால் ஆபத்து என்று ஜோசப், தன் மனைவி மேரியுடனும் குழந்தை இயேசுவுடனும் எகிப்துக்குத் தப்பிச் சென்றார். இது தெரியாத ஹெரோத், பெத்லேகேமிலிருந்த இரண்டு வயதுக்குட்பட்ட எல்லாக் குழந்தைகளையும் கொன்று குவித்தார்.

இயேசுவுக்கு அப்போது எட்டு வயது. முப்பத்து மூன்று வருடங் கள் ஜுதேயாவை ஆண்ட ஹெரோத், இறந்து போயிருந்தார். அவனது மகன்தான் ஆட்சிக்கு வந்திருந்தான். ஆனால் ரோம் தன் கட்டுப்பாட்டுக்குள் ஜுதேயாவைக் கொண்டு வந்திருந்தது. ஹெரோதின் மகன் ஒரு கவர்னர்போல செயல்பட முடிந்தது. அவ்வளவுதான் அதிகாரம். அப்போது இயேசு எகிப்திலிருந்து நாசரேத்துக்கு இடம் பெயர்ந்தார்.

முதன் முதலில் ஜெருசலேத்துக்குள் காலடி வைக்கும்போது இயேசு இளைஞராகி இருந்தார். எந்நேரமும் சாலமோன் தேவாலயத்திலேயே குடி இருந்தார். பிரார்த்தனைகளில் மூழ்கிக் கிடந்தார்.

ஒருநாள் ஜோர்டன் நதிக்கரையோரமாக யோவான் என்பவர் இயேசுவுக்கு ஞானஸ்நானம் செய்து வைத்தார். இயேசு மக்களிடையே உரையாற்றத் தொடங்கினார்.

தன்னை ஒரு மனிதகுமாரன் என்று அழைத்துக் கொண்ட இயேசு வின் பேருரைகள், ஏழை எளிய இஸ்ரேல் மக்களை ஈர்த்தன. அவர்களின் மனத்துக்கு அமைதியைத் தந்தன.

இயேசு மக்களின் துன்பங்களை, நோய்களைக் குணப்படுத்தி னார். இறந்த ஒரு குழந்தையை உயிர் பிழைக்கச் செய்தார். இப்படி, அவர் செய்த அதிசயங்களால், அருகிலிருந்த நாடுகளில் இருந்தெல்லாம் மக்கள் வர ஆரம்பித்தனர்.

மக்களுக்கு நன்மை விளையும் என்றால், மத வழக்கத்தை மீறுவது கூடக் குற்றமில்லை என்பதே இயேசுவின் கொள்கையாக இருந்தது. இப்படிப் பலமுறை யூதமதக் கோட்பாடுகளை மீறி நடந்தார் இயேசு.

வாரத்தில் ஏழாவது நாளான சனிக்கிழமை எந்த வேலையும் செய்யாமல் ஓய்வு எடுக்கவேண்டும் என்பது கடவுள் மோசஸிடம் இட்ட கட்டளை. அதை யூதர்கள் வெகு தீவிரமாகப் பின்பற்றி வந்தனர்.

ஒரு சனிக்கிழமை அன்று, கை முடமான ஒருவர் இயேசுவைத் தேடி தேவாலயத்துக்கு வந்தார். இயேசு எப்படியாவது தன் கையைக் குணப்படுத்தி விடமாட்டாரா என்ற ஏக்கம் அவர் கண்களில் தெரிந்தது.

இயேசு பிரார்த்தனைகள் சில செய்துவிட்டு, அவரது கையைத் தொட்டார். குணமானது. இதைப் பார்த்த மதகுருமார்களுக்கு ரத்தக் கொதிப்பு கூடிவிட்டது.

'இன்று சனிக்கிழமை. கடவுளே ஓய்விலிருக்கும் தினம். மனித குமாரன் என்று உம்மை அழைத்துக்கொள்ளும் நீர், கடவுளின் கட்டளையை மீறி வேலை செய்யலாமா?' என்று ஆளாளுக்கு வாதிட்டனர்.

'சனிக்கிழமை அன்று உங்கள் ஆடு குழியில் தவறி விழுந்து விட்டால் காப்பாற்ற மாட்டீர்களா? அதைப்போலத்தான் இதுவும்' என்றார் இயேசு.

இயேசுவின் மனிதநேயமிக்க செயல்கள், மதத்துரோகச் செயல்களாக வர்ணம் பூசப்பட்டன. மதகுருமார்கள், இயேசுவைத் தீர்த்துக்கட்ட ஏகப்பட்ட சதிகள் செய்தார்கள். கொலை முயற்சிகளில் இருந்து இயேசு தப்பித்துக் கொண்டே இருந்தார்.

'சாலமோன் தேவாலயம் மீண்டும் இடிக்கப்படும். அதன் பின் கட்டப்படும்' என்று தன் தீர்க்கதரிசனத்தால் இயேசு கூறினார். இது போதாதா?

மதகுருமார்கள் வெகுண்டெழுந்துவிட்டனர். 'இந்த மதத்துவேஷியை ஒழித்துக் கட்டுவது எங்கள் முதல் வேலை' என்று குமுறினர். இந்நூலின் தொடக்க அத்தியாயம் அதன்பின் நிகழ்ந்ததுதான்.

இயேசு சிலுவையில் அறையப்பட்ட சம்பவம் நடந்தது கி.பி. 30-35-க்குள் இருக்கலாம் என்று நம்பப்படுகிறது.

வெள்ளியன்று சிலுவையில் அறையப்பட்ட இயேசு, மூன்றாவது நாள், அதாவது ஞாயிற்றுக்கிழமை அன்று உயிர்த்தெழுந்தார். விண்ணுலகுக்குச் சென்றார். இதை நம்பியவர்கள் கிறிஸ்துவர்களானார்கள். இறைத் தூதர்கள் உயிர்த்தெழுவதில்லை என்கிற புராதன நம்பிக்கையை அடியொற்றியவர்கள் யூதர்களாகவே இருந்தார்கள்.

யூதர்களிடமிருந்து கிறிஸ்துவர்களை வேறுபடுத்திக் காட்டும் முதல் விஷயம் இதுதான்.

இயேசு உயிர்த்தெழுந்ததாக நம்பியவர்கள், சனாதன யூதர்களிடமிருந்து விலகிப்போனார்கள். அவர்களுக்குத் தலைமையேற்றவர் ஜேக்கப் (Jacob). இயேசு விட்டுச் சென்ற பணிகளை அவர் தொடர்ந்தார். இயேசுவை ஒரு கடவுளாக வைத்து, அவர் மதப்பிரசாரம் செய்து வந்தார். இது யூதர்களின் கோபத்தைக் கிளறியது. கி.பி. 62-ல் ஜேக்கப், யூதர்களால் கல்லால் அடித்துக் கொல்லப்பட்டார். ஜேக்கப்பைப் போல பிரசாரம் செய்த பலரும் இதேபோல மரணத்தைச் சந்தித்தனர்.

அப்போது கிறிஸ்துவம் என்ற மதம் உருவாகவில்லை. அப்படி உருவாக்கியவர் ஸால் (Saul) என்ற யூதர். பால் என்று தன் பெயரை மாற்றிக்கொண்டு, மத்திய தரைக்கடல் நாடுகள் முழுவதும் பயணம் செய்தார். கிறிஸ்துவ மதத்தைப் பரப்புவது ஒன்றுதான்

தன் வாழ்நாள் லட்சியம் என்று கருதி செயல்பட்டார். பாலின் பேச்சில் உருகிய பல யூதர்கள் கிறிஸ்துவர்களாக மாறினர். இயேசு மீண்டும் உயிர்த்தெழுந்தார் என்பதை நம்பாத பல யூதர்கள், அவரை ஒரு தேவதூதனாக ஏற்றுக்கொள்ளத் தயாராக இருந்தனர். அப்போது யூத கிறிஸ்துவர்கள் என்றொரு புதிய மதமே உருவாக இருந்தது. ஆனால் பாலின் மதப்பிரசாரங்கள் அவர்களை கிறிஸ்துவர்களாக்கியது.

கி.பி. 64. ரோம் நகரில் மதப்பிரசாரம் மேற்கொண்டிருந்த பால், ரோமானிய மன்னன் நீரோவால் சிறைப்பிடிக்கப்பட்டு, கொல்லப்பட்டார். ஒரு 'பால்' இறந்தால் என்ன, பல நூறு 'பால்'கள் கிளம்பினார்கள்.

பல்வேறு நாடுகளில் யூதர்கள், கிறிஸ்துவர்களாக தங்கள் அடையாளங்களை மாற்றிக்கொண்டிருந்தனர். யூத மதம் பின்பற்றுவது கடினமானது; தவிரவும் களையப்படவேண்டிய குறைபாடுகளைத் தன்னகத்தே கொண்டது; இயேசுவால் சீரமைக்கப்பட்ட யூத மதமே கிறிஸ்துவம். அதற்கு மாறினால் என்ன தப்பு என்று பல யூதர்கள் விருப்பப்பட்டும் கிறிஸ்துவத்தைப் பின்பற்ற ஆரம்பித்தனர்.

மதம் மாறாத யூதர்களை, யூதாஸின் பெயரைச் சொல்லி, 'இயேசுவைக் காட்டிக்கொடுத்தவர்கள்' என்று இழிவாகப் பேசுவது கிறிஸ்துவர்களின் வழக்கமாயிற்று.

வார்த்தைகள் வன்முறைகளாயின. வன்முறைகளால் வண்டி வண்டியாகக் கொலைகள் விழுந்தன. வரலாறில் யூதர்களின் ரத்தச் சிவப்புப் பக்கங்கள் தொடங்கின.

8. ஒற்றைச் சுவர் ஒரே ஒரு பிரார்த்தனை

கி.பி.66. ரோமானியர்களுக்கென்று தனி தெய்வங்கள் கிடையாது. அவர்களைப் பொறுத்தவரை ஆளும் மன்னன்தான் தெய்வம். அவனது உருவத்தைத்தான் ஆலயங்களில்கூட வைத்து வழிபட வேண்டும். இது கட்டாயப்படுத்தப்பட்டது.

இப்படியெல்லாம் சொன்னால், யூதர்களால் பொறுத்துக்கொள்ள முடியுமா! ஏற்கெனவே மோசஸின் காலத்தில் தங்க கன்றுக்குட்டி ஒன்றைச் செய்து கடவுளாக வழிபட்டதால் அவர்களது மூதாதையர்கள் பட்டபாடு அவர்களுக்கு மறந்திருக்குமா என்ன! மன்னனை வழிபடுவது மத விரோதச் செயலாயிற்றே.

அப்போது ஜுதேயாவின் கவர்னராயிருந்த ஆக்ரிப்பா-1 என்பவர், மன்னரை வைத்து உருவ வழிபாடு செய்வதை எங்கள் மதம் ஒப்புக்கொள்ளாது என்று ரோமானிய மன்னனிடமே ஒருவழியாக மென்று முழுங்கிச் சொல்லிவிட்டார். அந்த மன்னனும் போனால் போகிறதென்று விட்டுவிட்டான்.

கி.பி. 66-ல் ஜுதேயாவில் ரோமானியர்களுக்கு எதிராகத் திடீரென ஒரு புரட்சி வெடித்தது. ஸிலாட்

(Zealots) என்ற அமைப்பினர் ஜெருசலேமை ரோமானிய ஆக்கிரமிப்பிலிருந்து முற்றிலும் விடுவிக்கத்தான் புரட்சியில் ஈடுபட்டனர். திட்டமிட்டு திடீரென நடத்திய அதிரடித் தாக்குதல்களால், ஸிலாட் அமைப்பினர் ரோமானிய ராணுவத்தைச் சிதறடித்தனர். ஜெருசலேமைக் கைப்பற்றினர்.

ரோமானியப் படை என்ன சாதாரணமானதா! ஒரு மாபெரும் சாம்ராஜ்ஜியத்தின் கௌரவச் சின்னமல்லவா? அடுத்த ஒரு வருடத்தில் ஜுதேயாவின் மீது ரோம் படையெடுத்தது. ரோமானியச் சக்கரவர்த்தியின் மகன் டைடஸ் (Titus) படைக்குத் தலைமை தாங்கி வந்தான். அந்தப் படை, ஸிலாட் புரட்சிக்காரர்களைக் கொசு அடிப்பதுபோலக் கொன்று போட்டது.

எங்கும் பிணங்கள். குவியல் குவியலாக யூதர்களின் பிணங்கள். ஜெருசலேம் நகரிலிருந்த கட்டடங்கள், வீடுகள் அனைத்தும் இடித்துச் சிதைக்கப்பட்டன.

'சாலமோன் தேவாலயம் மீண்டும் இடிக்கப்படும்' - இயேசுவின் தீர்க்கதரிசன வார்த்தைகள். டைடஸ் அதைச் செயல்படுத்தினான். கொடுங்கோலன் ஹெரோத், கலையுணர்வோடு இழைத்து இழைத்துக் கட்டிய சாலமோன் தேவாலயம், யூதர்கள் தங்கள் உயிரைவிட மேலானதாகக் கருதும் மதச் சின்னம், ரோமானியக் கடப்பாரைகளுக்கு இரையானது.

'இந்த ஆலயத்தில்தானே எங்கள் மன்னரின் உருவத்தை வைத்து வழிபட மாட்டோம் என்று மறுத்தீர்கள். இனி உங்களுக்கு இந்த ஆலயமே கிடையாது' என்று டைடஸ், சாலமோன் ஆலயம் இடிக்கப்படுவதை இன்பமாக ரசித்துக் கொண்டிருந்தான்.

ஆலயத்திலிருந்த தங்கம், வெள்ளி, மரகதக்கற்கள் போன்ற விலையுயர்ந்த பொருள்கள் ரோமுக்குக் கடத்தப்பட்டன. அவற்றுள் முக்கியமானது, கடவுள் மோசஸிடம் ஆலய வழிபாட்டுக்காகச் செய்யச் சொன்ன தங்கத்தாலான மெழுகு வர்த்தித் தாங்கி (Great Menorah).

தாங்குவார்களா யூதர்கள்? தங்களால் இயன்ற அளவு எதிர்த்துச் சண்டையிட வந்தனர். பிரயோசனமில்லை. எறும்பைத் தரையில் தேய்த்துக் கொல்வதுபோல, பன்னிரண்டாயிரம் யூதர்களைக் கொன்று குவித்தனர் ரோமானியர்கள்.

சாலமோன் தேவாலயம் இடிக்கப்பட்ட ஆண்டு கி.பி. 70. தேவாலயத்தில் இடிக்கப்பட்டது போக மிச்சமிருந்தது கோயில் சுற்றுச் சுவரின் ஒரு பகுதிதான். இன்று வரை அதுதான். அது ஒன்றுதான்!

அந்த ஒற்றைச் சுவரைத்தான் யூதர்கள் இன்றுவரை தங்கள் புனிதச் சின்னமாகக் கருதி கண்ணீரோடு வழிபட்டு வருகிறார்கள். எந்த யூதரை வேண்டுமானாலும் கேட்டுப்பாருங்கள். 'இன்னுமொரு தேவதூதர் வருவார். அவர் யூதர்களுக்கு சாலமோன் தேவாலயத்தை மீண்டும் கட்டிக் கொடுப்பார்' என்று இன்றும் நம்பிக்கையுடன் சொல்வார்கள்.

•

கிறிஸ்துவர்கள், ரோமானியர்கள் என்று நமக்கு இரண்டு எதிரிகள். இவர்களிடமிருந்து மீண்டு, யூதகுலம் புது எழுச்சி பெற வேண்டும். என்ன செய்யலாம்? மிச்சமிருந்த யூதர்கள் யோசித்தார்கள். அப்போது அவர்களுக்கு ஒரே வழிதான் தெரிந்தது. மீண்டும் ஸிலாட். புரட்சிப்படை.

பரம ரகசியமாகச் செயல்பட ஆரம்பித்தார்கள். பலஸ்தினாவுக்கு (பின்னால் பாலஸ்தீன் என்று அழைக்கப்பட்டது. பாலஸ்தீன் நிலப்பரப்பின் ஒரு பகுதிதான் இஸ்ரேல் ஆக்கப்பட்டது.) வெளியேயிருந்த யூதர்களும் ஸிலாட்டுக்கு உதவினர். 'நாம் எல்லோரும் ஒரே இனம். கடவுளால் தேர்ந்தெடுக்கப்பட்ட இனம். ஜெருசலேம் என்பது, கடவுள் யூதர்கள் வாழ்வதற்கு அளித்த இடம். அதை மீட்டே தீர வேண்டும்' என்பது ஒவ்வொரு யூதருக்கும் மனத்தில் பசுமரத்தாணிபோல பதிந்திருந்தது.

ரோமானியப் படையினருக்கும் யூதர்களுக்கும் இடையே தொடர்ந்து, சிறு சிறு சண்டைகள் நடந்துகொண்டேதான் இருந்தன. ரோமானியர்களை வீழ்த்தமுடியாது என்பது யூதர்களுக்கு நன்றாகவே தெரியும். ஆனால் அவர்களிடம் சரணடைவதைவிட, போரிட்டுச் சாவதே மேல் என்றே ஒவ்வொரு யூதனும் நினைத்தான்.

கி.பி. 73. சாக்கடல் ஓரத்தில் மஸதா (Masada) என்ற இடத்திலிருந்த யூதர்கள் மீது ரோமானியர்கள் கொலைவெறித் தாக்குதல் நடத்தினர். 'யூதர்கள் இங்கிருந்த சுவடே இருக்கக் கூடாது. அவர்கள் மூச்சு கலந்திருக்கும் காற்றுகூட இங்கே

மிச்சமிருக்கக் கூடாது' என்கிற ரீதியில் ரோமானியர்கள் ஆடிய ருத்ர தாண்டவம் அது.

யூதர்களின் தலைகள் உடலை விட்டு வெகுதூரத்தில் கிடந்தன. யூதப் பெண்கள் மானபங்கப்படுத்தப்பட்டு, கொல்லப்பட்டனர். யூதக் குழந்தைகளைக்கூட ரோமானிய வாள்கள் விட்டுவைக்க வில்லை. யூதர்களின் கால்நடைகளையும் கண்டதுண்ட மாக்கினர்.

ரோமானியர்களின் கையால் சாவதை நாங்கள் விரும்பவில்லை என்று பல யூதர்கள், கொடியில் திராட்சைகள் தொங்குவது போல, கொத்துக் கொத்தாகத் தூக்கில் தொங்கினர். வேறுசில விதங்களிலும் தற்கொலை செய்துகொண்டனர்.

யூதர்களின் மரணக் காண்டங்களுள் மஸதா முக்கியமானது. மிகக் கொடூரமானது.

அடுத்து யூதர்களை அழிக்க, அடக்க ரோமானியர்கள் வேறு மாதிரி யோசித்தார்கள். ஜெருசலேத்தைத்தானே தங்களின் புனித பூமி என்று கட்டிக்கொண்டு அழுகிறார்கள். அங்கே யூதர்கள் யாரும் இருக்கக் கூடாது என்று சொல்லிவிட்டால்?

இதைச் செயல்படுத்தினார்கள். ஜெருசலேத்திலிருந்த யூதர்கள் அடித்து விரட்டப்பட்டனர். மறுத்தவர்கள் பிணமானார்கள். அந்தப் பிணங்கள்கூட ஜெருசலேத்துக்குள் எரிக்கப்படவில்லை, புதைக்கப்படவில்லை. எல்லை தாண்டிக் கடலில் வீசப்பட்டன.

ஜெருசலேத்தைச் சுற்றியுள்ள கடற்கரையோர கிராமங்களில் வாழ்ந்துகொண்டிருந்த அரேபியர்களிடையே சென்று தஞ்சம் புகுந்தனர் யூதர்கள்.

•

இப்படியே ரோமானியர்களுடன் முட்டி மோதிக் கொண்டிருந்தால் உயிரிழப்புகள்தான் அதிகமாகும். இனி மூளையை உபயோகிப்போம். நம் இனத்தை கல்வி ரீதியில் வளப்படுத்துவோம்.

இப்படி ஒரு சிந்தனை யூதர்களிடையே தூண்டப்பட்டது. ஜொஹனன் பென் ஸகாய் (Johanan ben Zakkai) என்ற யூதத் துறவிதான் இதைச் செய்தார்.

யூத இனத்தை வளப்படுத்த வேண்டும். கல்வியால் பலப்படுத்த வேண்டும். நம் கலாசாரப் பெருமையை ஒவ்வொரு யூதனும் உணர்ந்து கொள்ளும்படி மனத்தில் பதிய வைக்க வேண்டும். கிறிஸ்துவத்தின் ஆக்கிரமிப்பிலிருந்து யூதர்களைத் தற்காத்துக் கொள்ள இதுதான் வழி. யூத இனம் மற்ற இனங்களைவிடப் பெருமை வாய்ந்தது என்று ரோமானியர்களுக்குப் புரிய வைக்கவும் இதுதான் வழி. மதத்தையும் இனத்தையும் பாதுகாக்க வேறுவழியே இல்லை. ஸகாய், தன்னுடன் வேறு சில துறவிகளையும் அழைத்துக்கொண்டு ரோம் மன்னரைச் சந்தித்தார். யூத மக்கள் தங்கள் குழந்தைகளுக்கு யூத மத முறைப்படி பாடம் நடத்த அனுமதிக்கவேண்டும். அந்தப் பள்ளிகளை ரோமானியப் படைகள் இடிக்கக்கூடாது என்று விண்ணப்பம் வைத்தார். 'பள்ளி கட்டிப் பாடம் நடத்தப் போகிறீர்கள். அவ்வளவுதானே. தாராளமாகச் செய்யுங்கள்' என்று மன்னன் ஒப்புக்கொண்டான்.

எண்ணிக்கையில் குறைவாக இருந்த யூதர்கள், தம் பள்ளிகளில் சந்ததியினருக்கு தங்கள் வேதமான 'தோரா'வைக் கற்றுக் கொடுக்க ஆரம்பித்தனர். ரபி (Rabi) என்றழைக்கப்பட்ட யூத மதக் கல்வியாளர்கள், வெகு தீவிரமாகத் தங்கள் கடமையைச் செய்தனர். அவர்கள் அமைதியாக, மிக அமைதியாக அறிவுப் புரட்சி செய்துகொண்டிருந்தனர். ஆறு நாள்கள் வேலை பார்த்தனர். ஏழாவது நாள் இறை சிந்தனையுடன் ஓய்வெடுத் தனர். ஓயாமல் பிரார்த்தனை செய்தனர். தங்கள் சந்ததியினரை நல்ல யூதனாக வளர்க்கப் பெரு முயற்சி எடுத்தனர்.

கி.பி. 70-க்கும் கி.பி. 115-க்கும் இடைப்பட்ட அந்தக் கால கட்டத்தில், யூதர்கள் வசித்த எந்தப் பகுதியிலும் மறந்து போய்கூட எந்தவொரு சிறிய புரட்சியும் வெடிக்கவில்லை.

கி.பி. 115-ல் ஈராக், லிபியா, எகிப்து, சைப்ரஸ் ஆகிய இடங்களில் திடீரென யூதர்கள் கலகங்களில் ஈடுபட்டனர். ஆனால் பாலஸ்தீன் யூதர்கள் அமைதியாகத்தான் இருந்தார்கள். ரோமானியர்களுக்கு ஒன்றுமே புரியவில்லை.

ஈராக், லிபியா, எகிப்து, சைப்ரஸ் ஆகிய இடங்களில் ரோமானி யர்களின் கைப்பொம்மைகள்தான் ஆட்சியில் இருந்தனர். அவ்விடங்களின் அதிகாரத்தைக் கைப்பற்ற வேண்டும் என்று தான் யூதர்கள் திட்டமிட்டிருந்தனர்.

எகிப்து, லிபியாவில் திடீரென வெடித்த புரட்சியை ரோமானியர்கள் எதிர்பார்க்கவேயில்லை. அவர்கள் சுதாரிப்பதற்குள் யூதர்கள் வெகுண்டெழுந்து, அடித்துத் துரத்தினர். யார் படை வீரர், யார் தளபதி என்றெல்லாம் ரோமானியர்களால் ஊகிக்கவே முடியவில்லை. அங்கிருந்த ஒட்டுமொத்த யூதர்களும் போர் வீரர்களாக மாறி, ரோமானியர்களைத் துவம்சம் செய்தனர். சின்னச் சின்னதாகப் பல இடங்களைக் கைப்பற்றினர்.

சைப்ரஸ் தீவிலும் புரட்சி பரவியது. ஆனால் அதற்குள் ரோமானியர்கள் சுதாரித்துக்கொண்டனர். படை திரட்டிச் சென்றனர். யூதர்களைத் தேடித் தேடிக் கொல்ல ஆரம்பித்தனர்.

விஷ அம்புகள் யூதர்களின் நெஞ்சைப் பிளந்தன. பெரிய பெரிய பாறைகளை எறிந்தும் யூதர்களைக் கொன்றனர். எகிப்திலும் சைப்ரஸிலும் செத்துக் கிடந்தவர்களைப் பார்த்து ஒப்பாரி வைக்கக்கூட வேறு யூதர்கள் இல்லை.

வேறு பகுதிகளிலும் நடந்த புரட்சிகள் ஓரிரு ஆண்டுகளில் ஒடுக்கப்பட்டன.

இந்தப் புரட்சிகளின் நோக்கம் ஒன்றுதான். ஜெருசலேமைத் தலைநகரமாகக் கொண்ட ஒரு யூதப் பேரரசை நிறுவ வேண்டும் என்ற யூதர்களின் கனவு. அதற்காக நிகழ்ந்த புரட்சிகளை வழிநடத்த சரியான தலைமை கிடைக்கவில்லை. கனவின் உயிரான ஜெருசலேம் அமைந்துள்ள ஜுதேயா யூதர்கள் அப்போது அமைதியாகத்தான் இருந்தார்கள்.

அவர்களைக் கிளர்ந்தெழச் செய்வதற்கு சிமோன் பார் கொச்பா (Simon bar Kochba) என்றொரு தளபதி கிடைத்தார்.

அது கி.பி. 132. கொச்பாவுக்குள் யூதப் பேரரசை நிறுவ வேண்டுமென்பது வெறும் கனவல்ல, வார்த்தெடுக்கப்பட்ட வெறியாகக் கனன்று கொண்டிருந்தது.

வலிமை வாய்ந்த யூதப் படையை அவர் உருவாக்கினார். படைக்குரிய வீரர்களை அவர் தேர்ந்தெடுத்த விதம் பிரமிக்கத் தக்கது. படையில் சேர விரும்பும் வீரன், வாளால் தன் கை விரலைத் தானே துண்டாக வெட்டிக் கொள்ள வேண்டும். வெட்டிய பின் முகத்தில் எந்தவித உணர்ச்சியையும் காட்டக் கூடாது.

இப்படித் தேர்ந்தெடுக்கப்பட்ட படைவீரர்களுக்குக் கொச்பா கடும் போர்ப்பயிற்சிகள் கொடுத்தார். 'கடவுள் நமக்களித்த பூமியான ஜெருசலேத்தை மீட்க நாம்தான் போராடவேண்டும். அதற்கு கடவுள் நமக்குத் துணை வர மாட்டார்' என்று உணர்ச்சி பொங்க கொச்பா, பழுக்கக் காய்ச்சிய இருப்புத் தகட்டை பற்களுக்கிடையில் கவ்விக் கொண்டுதான் சொற்பொழி வாற்றுவார்.

ஒரு நல்ல நாளில் இஸ்ரேலில் புரட்சி வெடித்தது என்று சாதாரணமாகச் சொல்லிவிட முடியாது. புரட்சிப் பிரளயமே நிகழ்ந்தது. ரோமானியர்கள் தம் வாழ்நாளில் அப்படியொரு தாக்குதலை, பேரிழப்பைச் சந்தித்திருக்கவே முடியாது. அப்படியொரு மரண அடியை கொச்பா கொடுத்தார்.

ஜெருசலேம் யூதர்கள் வசமானது. இது நிகழ்ந்த கி.பி. 132-ம் ஆண்டை, கொச்பா யூதர்களின் முதல் வருடமாகக் கூறி, யூத காலண்டர் ஒன்றை உருவாக்கினார்.

ஆங்காங்கே சிதறிக்கிடக்கும் யூதர்களே அவ்வப்போது கிளர்ந்தெழும்போது, மாபெரும் பேரரசான ரோமானியர்கள் முதுகு சொறிந்து கொண்டிருப்பார்களா என்ன! முப்பத்தைந்தாயிரம் பேர் அடங்கிய மாபெரும் படை இஸ்ரேலைச் சூழ்ந்தது.

காட்டு யானை ஒன்று கோழிக்குஞ்சு ஒன்றின் மேல் தொப்பென்று விழுந்தால் எப்படி இருக்கும்? அப்படி ஆகிப்போனது கொச்பா வின் படை. மிச்சம் மீதியென ஒரு யூதர்கூட இல்லை. கைது செய்யப்பட்ட கொச்பா, மரணமடைந்தார். அது கொலையா, இயற்கை மரணமா என்பது பற்றிய ஆதாரங்கள் இல்லை.

மீண்டும் ஜெருசலேம் யூதர்கள் இல்லாமல் அநாதை ஆகிப் போனது. ஜெருசலேம் மண்ணை மீண்டும் மிதிக்க வாய்ப்பே இல்லையா என்று பிற பகுதிகளில் வாழ்ந்த யூதர்கள் உள்ளுக்குள்ளேயே கதறினர்.

'நான் இன்னும் உயிரோடுதான் இருக்கிறேன். என்றாவது யூதர்கள் தங்கள் பூமியான ஜுதேயாவை வெல்வார்கள். கடவுளின் நிலமான ஜெருசலேத்தில் கால் பதிப்பார்கள். அப்போது யூதர்கள் கடைப்பிடிக்க வேண்டிய நெறிகளை நான் சொல்கிறேன். ஆள வேண்டிய விதத்தைச் சொல்கிறேன்.

எல்லாமே கடவுள் யூதர்களுக்கு அருளிய வேதத்தில் இருக்கிறது. யூதர்கள் எப்படி வாழ வேண்டுமென்பதை தோராவிலிருந்து எடுத்து எளிமையாகச் சொல்லித் தருகிறேன்.'

இப்படி ஒரு குரல் சிறைச்சாலை ஒன்றில் ரகசியமாகத் தன் சீடர்களிடம் பேசிக்கொண்டிருந்தது. அவர் பெயர் அகிவா பென் ஜோசப் (Akiva ben Joseph). அப்போது அவருக்கு வயது தொண்ணூறு. சிறையிலிருந்தபடியே ரகசியமாக யூதர்களுக்கு தன் செய்திகளை அனுப்பிக் கொண்டிருந்தார்.

யூதர்களும் அவரை மோசஸின் மறுபிறப்பு என்றே கருதினர்.

அகிவாவும் ஒருநாள் மாட்டிக் கொண்டார். ரோமானியர்கள் அந்தக் கிழவரை விதவிதமாகச் சித்திரவதை செய்துகொன்றனர்.

தங்களை வழிநடத்த யாருமே இல்லையா என்று யூதர்கள் ரத்தக் கண்ணீர் வடித்துக் கொண்டிருக்க, கிறிஸ்துவம் தன் கிளைகளை வெகு ஜோராகப் பரப்பிக் கொண்டிருந்தது. சிறு தெய்வ வழிபாடுகள் மிகுந்த ரோமில்கூட கிறிஸ்துவம் மளமளவெனப் பரவியது.

எப்படித் தடுக்கலாம் என்று வாரத்தில் ஏழாவது நாள் ஓய்விலும் உட்கார்ந்து யோசிக்க ஆரம்பித்தார்கள் யூதர்கள்.

9. நபியும் யூதர்களும்

கி.பி. 313-ல் கான்ஸ்டன்டைன் (Constantine) என்ற ரோமானிய மன்னன் கிறிஸ்துவ மதத்துக்கு மாறினான். இந்தச் சம்பவம், யூதர்களின் வயிற்றுக்குள் புளிய மரத்தையே கரைத்தது.

காரணம், மன்னனைத்தான் வணங்க வேண்டும் என்று கூறும் ரோமானிய மன்னனே கிறிஸ்துவத்துக்கு மாறிவிட்டான். நாமும் மாறினாலென்ன என்று ரோமானியக் காலனிகளில் வசித்த பல யூதர்கள் கிறிஸ்துவத்தைத் தழுவினார்கள்.

மன்னரே கிறிஸ்துவத்துக்கு மாறிவிட்டதால், ரோமின் ஆட்சி மதமாக, கிறிஸ்துவம் நிலை பெற்றது. சிறு சிறு தெய்வங்களை வணங்கி வந்த அரேபியர்களைக்கூட, கான்ஸ்டன்டைனின் இந்த மத மாற்றம் கிறிஸ்துவத்தைத் தழுவச் செய்தது. அதுவரை பல நாடுகளில் மதத்தைப் பரப்பச் சென்ற கிறிஸ்துவர்கள் கல்லடிபட்டு இறந்தனர். பல்வேறு கொடுமைகளை அனுபவித்தனர். ஆனால் அதன் பின் ரோமானியக் காலனிகளில் கிறிஸ்துவம் கிடுகிடுவென நெஞ்சை நிமிர்த்திக்கொண்டு விழுதுகளைப் பரப்பியது.

மெழுகுவர்த்தித் தாங்கியை வழிபட்டுக்கொண்டிருந்த சில யூதர்கள், சில பல நிர்ப்பந்தங்களால் சிலுவை முன் மண்டியிட்டு ஜெபிக்க ஆரம்பித்தார்கள்.

பிறப்பால் யூதன் அல்லாத யாரும் யூத மதத்துக்கு அவ்வளவு சுலபத்தில் மாறிவிட முடியாது. பல கட்டுப்பாடுகள் உள்ளன. ஆனால் பூமியில் பிறந்துவிட்டால் போதும், அவர்களை ஏற்க கிறிஸ்துவம் தயாராக இருந்தது. சனாதன யூதர்கள் விரக்தியடைந்தார்கள். என்ன செய்து நம் மதத்தைக் காப்பது? சாண் ஏற நினைத்தாலே முழம் சறுக்குகிறதே! இப்படியா செய்வான், அந்தச் சண்டாளன் கான்ஸ்டன்டைன்?

நாளுக்கு நாள், ரோமானிய ஆளுகைக்கு உள்பட்ட இடங்களில் யூதர்களுக்கு இருப்பியல் பிரச்னைகள் அதிகரித்தன. கிறிஸ்துவர்களுக்கும் கிறிஸ்துவர்களாக மாறியவர்களுக்கும் எல்லா இடங்களிலும் ராஜ மரியாதை கிடைத்தது. யூதர்கள் கண்டு கொள்ளாமல் விடப்பட்டனர். இனியும் இங்கு வாழத்தான் வேண்டுமா என்று நினைத்த பல யூதர்கள், ரோமானிய ஆட்சி இல்லாத மற்ற நாடுகளுக்கு இடம் பெயரத் தொடங்கினர்.

ஸ்பெயின், ஜெர்மனி, போலந்து, ரஷ்யா, வடக்கு ஆப்பிரிக்காவின் சில பிரதேசங்கள் என்று எங்கெல்லாம் கிறிஸ்துவத்தின் நெடி இல்லையோ அங்கெல்லாம் தஞ்சம் புகுந்தார்கள்.

அன்று எகிப்திலிருந்து கூட்டமாக வெளியேறும்போது, மோசஸ் என்ற தேவதூதர் இருந்தார். இன்று? காலம் காலமாக வசித்து வந்த நாடுகளை விட்டு, கூட்டம் கூட்டமாகக் கண்ணீருடன் வெளியேறினார்கள் யூதர்கள். ரோமானியர்கள் அவர்களை விரட்டவில்லை. மீண்டும் மோசஸ் போலொரு தேவதூதர் பிறப்பார். அவர் ஜெருசலேத்தின் புனிதக் காற்றை நாம் மீண்டும் சுவாசிக்க வழிவகுப்பார் என்ற நம்பிக்கையுடன்தான் அவர்கள் வெளியேறினர்.

ஏதேதோ நாடுகளில் அவர்கள் சென்று வாழ்ந்தாலும் அந்நாட்டு மக்களுடன் கலக்கவில்லை. தனிக் குழுவாக வாழ்ந்தனர். தங்கள் அடையாளங்களைத் தொலைக்க, மாற்றிக் கொள்ள யூதர்கள் ஒருபோதும் தயாராக இருந்ததில்லை.

நான்கு, ஐந்து - இந்த இரண்டு நூற்றாண்டுகளில் பெரிய அளவில் சம்பவங்கள் ஏதும் நடைபெறவில்லை. உலகம் முழுவதும்

கிறிஸ்துவம் கிளை, துணைக்கிளை, துணையடிக்கிளைகளைப் பரப்பி போஷாக்குடன் வளர்ந்தது. கிறிஸ்துவ தேவாலயங்கள் பல்கிப் பெருகின. ஜெருசலேமும் கிறிஸ்துவர்களின் நகரமாகிப் போனது. யூதர்கள் தங்கள் சந்ததிகளை மட்டும் தங்களால் இயன்ற அளவு பெருக்கினர். அவ்வளவே!

கி.பி. 614. உச்சகட்ட கோடையில் சில நிமிடங்கள் மட்டும் பெய்து சந்தோஷத்தைக் கொடுத்துவிட்டுப் போகும் மழை போல, யூதர்களுக்கும் ஒரு சம்பவம் நடந்தது.

ரோமானியர்களுக்கும் பெர்ஷியர்களுக்கும் சண்டை நடந்து கொண்டிருந்தது. பெர்ஷியர்கள் முன்னேறிக்கொண்டே வந்தனர். அவர்களது அடுத்த இலக்கு ஜெருசலேமைக் கைப்பற்றுவது.

எதிரிக்கு எதிரி நண்பனல்லவா! பாலஸ்தீன் சுற்றுவட்டாரத்திலிருந்த யூதர்கள், பெர்ஷியர்களைச் சந்தித்து, ஜெருசலேமைக் கைப்பற்ற உதவுவதாகக் கூறினர். பெர்ஷியர்கள் சம்மதித்தனர். போரில் ஜெருசலேம் பெர்ஷியர்கள் வசமானது.

நெஹேமியா பென் ஹுஸெய்ல் (Nehemiah ben Husheii) என்ற யூதர்களின் தலைவரை ஜெருசலேமின் மன்னராக நியமித்து விட்டுக் கிளம்பினர் பெர்ஷியர். யூதர்கள் அதைத்தானே எதிர்ப்பார்த்தனர். 'அட அட, எத்தனை நூற்றாண்டுகள் கழித்து என் ஜெருசலேம் எனக்கே கிடைத்திருக்கிறது!' ஒவ்வொரு யூதரும் உற்சாகத்தில் பறந்தனர்.

'அட நீ கிறிஸ்துவனா? எங்கள் மண்ணின் உனக்கென்ன வேலை? ஓடு... உயிர் பிழைக்க வேண்டுமென்றால் மரியாதையாக ஓடிப் போய் விடு' - கிறிஸ்துவர்களை வெறியோடு விரட்டியடித்தனர்.

யூதர்களின் அந்த அல்ப சந்தோஷம் மூன்றாண்டுகளுக்கு மேல் நீடிக்கவில்லை. பெர்ஷிய மன்னனுக்குத் திடீரென அறிவுக் கண் திறந்தது.

'கிறிஸ்துவர்கள் பெரும்பான்மையினர். யூதர்கள் சிறுபான்மையினர். யார் முக்கியம்? கிறிஸ்துவர்கள்தானே! அய்யோ தவறு செய்து விட்டேனே! பிராயச்சித்தம் தேடிக் கொள்கிறேன்.'

மீண்டும் ஜெருசலேம் மீது ஒரு படையெடுப்பு. யூதர்கள் அடக்கப்பட்டனர். பெரும்பாலும் அடித்து விரட்டப்பட்டனர்.

கிறிஸ்துவர்களின் கையில் ஜெருசலேத்தை ஒப்படைத்து விட்டு பெர்ஷிய மன்னன் அங்கிருந்து கிளம்பினான்.

யூதர்கள் மீண்டும் ஏக்கப் பெருமூச்சோடு, அடக்குமுறைகளைத் தாங்கிக்கொண்டு ஜெருசலேத்தில் வாழத்தொடங்கினர். சில ஆண்டுகள் கழிந்தன.

ஹெராக்ளிடஸ் (Heraclitus) என்ற ரோமானிய மன்னன் வெகுண்டெழுந்தான். பெர்ஷியர்கள் சரணடைந்தனர். ஜெருசலேம் மீண்டும் ரோமானியர்கள் வசமானது. கொஞ்ச நஞ்சமிருந்த யூதர்களும் அங்கிருந்து ஓட ஓட விரட்டியடிக்கப் பட்டனர். பல யூதர்கள் கட்டாய மதமாற்றம் செய்யப்பட்டனர். மாறமாட்டேன், போகமாட்டேன் என்று அடம்பிடித்த யூதர்கள் விண்ணுலகத்துக்கு அனுப்பி வைக்கப்பட்டனர்.

ரோமானியர்களால் அமைக்கப்பட்ட கிறிஸ்துவர்களின் ராணுவ ஆட்சி, ஜெருசலேமில் நடந்தது.

●

அப்போது உலகில் இன்னொரு மதம் தோன்றக் காரணமாக இருந்த ஒருவர் பிறந்து வளர்ந்து கொண்டிருந்தார்.

அந்த மதம் இஸ்லாம். அவரது பெயர் முகம்மது. நாற்பது வயதுக்குமேல் இறைத்தூதராகத் தம்மை உணர்ந்து, தம் வாழ்நாளுக்குப் பிறகு உலகம் முழுவதிலும் அவர் ஒரு நபிதான் (நபி என்றால் இறைத்தூதர்) என்று ஏற்கப்பட்டவர்.

உலகில் தோன்றிய கடைசி இறைத்தூதர் முகம்மதுதான் என்று முஸ்லிம்கள் சொல்வார்கள். ஜிப்ரீல் என்ற இறைத்தூதர் மூலம் முகம்மதுக்கு பகுதி பகுதியாக அருளப்பட்டதுதான் குர்-ஆன்.

முகம்மது நபியின் போதனைகளைக் கேட்டு அரேபியர்கள் இஸ்லாத்துக்கு மாறத் தொடங்கியிருந்தனர். அந்த மதமாற்றம் என்பது பெருமளவில் நடைபெறவில்லை. மாறாக மெக்கா நகரிலிருந்த குறைஷிகள் முகம்மதுவை கண்கட்டு வித்தைக் காரன் என்கிற ரீதியில் இகழ்ந்தனர்.

அது கி.பி. 619. முகம்மது மிகவும் நேசித்து வந்த அவரது மனைவி கதீஜா இறந்து போனார். சில நாள்களில் முகம்மதுவின் அன்பான பெரியப்பா ஒருவர் இறந்து போனார். கதீஜாவுக்குப்

பிறகு, முகம்மது ஒரு தீர்க்கதரிசிதான் என்று ஏற்றுக்கொண்ட ஒரே உறவினர் அவர். குறைஷிகளின் தொல்லைகள் வேறு நாளுக்கு நாள் அதிகமாகிக் கொண்டே போனது. மெக்கா நகரை விட்டுச் சென்றுவிடலாம் என்றுகூட முகம்மது யோசித்துக் கொண்டு இருந்தார்.

வழக்கம்போல க'அபாவுக்குச் சென்றார். மெக்கா நகரத்து அரேபியர்களின் தொழுகைத் தலம். தொழுதுவிட்டு களைப் புடன் அங்கேயே அமர்ந்து தூங்கிவிட்டார்.

ஜிப்ரீல் என்ற இறைத்தூதர் வந்தார். 'அட இது கனவா?' என்று கண்விழித்த முகம்மதுவை ஜிப்ரீல் கையைப் பிடித்து, அழைத்துக்கொண்டு போனார். முகம்மதுவும் எதுவும் கேட்காமல் ஜிப்ரீலின் பின்னாலே சென்றார். அங்கே வெள்ளை நிற கோவேறுக் கழுதை போன்றதொரு மிருகம் நின்று கொண்டிருந்தது. அம்மிருகத்துக்கு இரண்டு புறமும் சிறகுகள் இருந்தன.

ஜிப்ரீல், முகம்மதுவை அந்த மிருகத்தில் முதுகில் அமர வைத்தார். அந்த மிருகம் சிறகை விரித்துப் பறக்கத் தொடங்கியது. வடக்கு திசை நோக்கிப் பறந்த அந்த மிருகம், முகம்மதுவைக் கொண்டு சென்று இறக்கிய இடம் ஒரு குன்று. அந்தக் குன்று ஜெருசலேத்தில் இருந்தது. ஆம், கடவுளால் ஆசீர்வதிக்கப்பட்ட பூமியாக யூதர்கள் கொண்டாடும் இஸ்ரேலின் ஜெருசலேம். அப்போது கிறிஸ்துவ தேவாலயங்களால் நிரப்பப்பட்டிருந்த ஜெருசலேம். இஸ்லாமியர்களுக்கும் உரிய புனித பூமி ஜெருசலேம் என்று ஒரு புதிய அத்தியாயத்தை ஆரம்பிக்க, முகம்மது அந்தக் குன்றில் காலடி பதித்தார்.

அப்போது இதற்கு முன் பூமியில் தோன்றிய இறைத்தூதர்கள் எல்லாம் முகம்மதுவைச் சந்தித்தனர். எல்லோரும் சேர்ந்து தொழுகை நடத்தினர். விருந்து உண்டனர்.

அடுத்து ஜிப்ரீல், முகம்மதுவை வானுலகத்து அழைத்துச் சென்றார். அங்கே முகம்மது கடவுளைப் பேரொளி வடிவில் கண்டார். இஸ்லாம் குறித்து முக்கியப் பிரமாணங்கள் முகம்மதுக்கு அங்குதான் அருளப்பட்டன.

அந்த மிருகம் முகம்மதுவை வானுலகிலிருந்து மீண்டும் ஜெருசலேத்தின் அந்தக் குன்றிலேயே சென்று இறக்கியது.

கொஞ்ச நேரம் இளைப்பாறிய முகம்மதுவை, ஜிப்ரீல் மீண்டும் மெக்கா நகருக்கே கொண்டு வந்துவிட்டார். இத்தனைச் சம்பவங்களும் ஒரே இரவில் நடந்தவை.

இத்தனைச் சம்பவங்களையும் முகம்மது நபியே தன் மொழியில் பதிவு செய்திருக்கிறார். அந்தக் குன்றின் பெயர் Dome of the Rock. ஜெருசலேம் நகரின் எந்தப் புள்ளியில் இருந்து பார்த்தாலும் தெரியும் இடம். இஸ்லாமியர்கள் அங்கே வழிபாட்டுத் தலம் ஒன்றை அமைத்து புனிதக் குன்று ஆக்கினர். அத்துடன் இணைந்து அல்-அக்ஸா என்ற பள்ளிவாசல் கட்டப்பட்டது.

இந்த இரண்டு தலங்களும் சேர்ந்து பைத்துல் முகத்தஸ் என்று அழைக்கப்படுகிறது. இந்த இரண்டையும்தான் இந்த நூற்றாண்டுவரை இஸ்லாமியர்கள் தங்கள் உயிராகக் கருதி வருகிறார்கள்.

அல்-அக்ஸா மசூதி இருக்கும் இடம்தான் சாலமோன் தேவாலயம் இருந்து இடிக்கப்பட்ட இடம் என்று இன்று வரை நீடிக்கும் பிரச்னையைப் பின்னால் பார்க்கலாம்.

மீண்டும் முகம்மதுவின் கதைக்கு வரலாம்.

நேற்று இரவு இப்படியெல்லாம் நடந்தது என்று முகம்மது நபி மறைக்காமல் கூற, குறைஷிகளுக்கு அது கேலிப் பொருளானது. முகம்மது மனம் வெறுத்தார்.

மெக்காவிலிருந்து மதினாவுக்கு இடம் பெயர்ந்தார். மதினா என்பது ஹீப்ரு மொழிப் பெயர். ஆம், மதினாவில் யூதர்கள்தான் அதிகம் வாழ்ந்தனர்.

அங்கே முகம்மது எடுத்து வைத்த காலடிகள்தான், மத்திய ஆசியாவில் இஸ்லாம் பரவ விதையாக அமைந்தது.

கி.பி. 622-ல் மதினாவுக்கு வந்த முகம்மதுவின் தோற்றம், கனிவான முகம், பரிவான செயல்கள் அனைத்தும் அவரை ஒரு இறைத்தூதராக அங்கிருந்த அரேபியர்களை ஏற்றுக்கொள்ளச் செய்தன. அவர்கள் இஸ்லாம் மதத்தைத் தழுவினர். அதுபோக அக்கம் பக்கத்து நாடுகளில் இருந்த அரேபியர்களிடம் முகம்மதுவின் புகழ் பரவியது. அவர்களிடமும் இஸ்லாம் பரவியது.

யூதர்கள் அமைதியாக முகம்மதுவைக் கவனித்துக் கொண்டிருந் தனர். அவர்களால், முகம்மதுவை முற்றிலுமாக ஒதுக்கவும் முடியவில்லை, கண்டுகொள்ளமால் இருக்கவும் முடியவில்லை.

முகம்மதுவும் யூதர்களை மதித்தார். அன்பு செலுத்தினார். அவர்களை மதம் மாறச் சொல்லவில்லை. அவர்களுக்கு எதிராக சிறு துரும்பைக் கூடக் கிள்ளிப் போடவில்லை. மாறாக, ஜெருசலேமை நோக்கித் தொழுகை செய்யுங்கள் என்று சொல்லி யூதர்களின் மனத்தில் நன்மதிப்பைப் பெற்றார். வலிமையில் சிறந்த அரேபியர்கள், அறிவில் சிறந்த யூதர்கள் - இரண்டு பேரும் இணைந்த வலிமையான சமூகம் உருவாக வேண்டும் என்பதே முகம்மதுவின் ஆசையாக இருந்தது.

மதினாவுக்குள் நுழைந்த அடுத்த இரண்டே ஆண்டுகளில் முகம்மது அதன் அரசரானார். நல்லாட்சி புரிந்தார். ரோமானியர்கள், கிறிஸ்துவர்கள் என்று பல்வேறு கொடூர ஆட்சிகளில் கீழ் வதைபட்ட யூதர்களுக்கு, முகம்மதுவின் ஆட்சி வசந்த காலமாகவே தோன்றியது.

முகம்மது மதினா வாழ் இஸ்லாமியர்கள், மெக்கா வாழ் இஸ்லாமியர்களுடன் தங்களை இணைத்துக் கொள்ள வேண்டும், சகோதரத்துவத்துடன் பழக வேண்டும் என்று கூறினார். இதனால் மதினாவில் இஸ்லாமியர்களின் பலம், யூதர்களின் பலத்தைவிட அதிகமானது. ஆனால் இதனால் யூதர்களுக்கு எந்தவித பாதிப்பும் வந்துவிடக் கூடாது என்பதில் தெளிவாகவே இருந்தார் முகம்மது. அதை விளக்கி மத நல்லிணக்க அறிக்கை ஒன்றை வெளியிட்டார்.

'நமது குடியரசில் தம்மை யூதர்கள் இணைத்துக் கொள்வார்களே யானால், அவர்களது உரிமைகள் பாதுகாக்கப்படும். அவர்களும் இஸ்லாமியர்களுக்கு இணையாக உரிமை படைத்தவர்களாகவே நடத்தப்படுவர். யூதர்களின் மதச் சுதந்தரத்துக்கு எந்தவித விதத் தடைகளும் இல்லை. அவர்கள் தங்கள் எண்ணப்படி வழிபட லாம். இந்தத் தேசம் இஸ்லாமியர்கள் யூதர்களோடு கைகோத்து உருவாக்கும் தேசம்.'

எவ்வளவு சிறப்பான அறிக்கை. ஆனால் அதுகாலம்வரை குடியேறும் இடங்களில் எல்லாம் பிற இனத்தவர்களால் சோதனைகளை மட்டுமே அனுபவித்து வந்த யூதர்களால், இந்த

அறிக்கையின் கனிவான அர்த்தங்களை முழுமையாக உணர்ந்து கொள்ள முடியவில்லை. சிறிது சந்தேகக் கண்ணோட்டத் துடன்தான் பார்த்தனர்.

இஸ்லாமியர்களின் ஆட்சிக்கு எதிர்ப்புக் காட்டவில்லை என்றாலும், அவர்களது பல நடவடிக்கைகளுக்கு முழு ஆதரவு கொடுக்காமல் ஒதுங்கியும், நடுநிலைமை காத்தும் இருந்தனர். ஆபிரஹாம் வழித்தோன்றியவர்கள், மோசஸால் வழிநடத்தப் பட்டவர்கள், கடவுளால் ஆசீர்வதிக்கப்பட்ட ஒரே இனம் என்ற ஆழ்ந்த எண்ணங்களை உடைய யூதர்களால், திடீரென்று தோன்றிய முகம்மதுவை ஒரு இறைத்தூதராக ஏற்றுக் கொள்ள முடியவில்லை. தாமரை இலை தண்ணீராகவே இருந்தனர்.

யூதர்களின் எண்ணங்களில் இருந்த விரிசல்கள், நாளடைவில் செயல்களிலும் வெளிப்படத் தொடங்கின. முகம்மதுவின் புகழ் உலக நாடுகள் எங்கும் பரவியது. இஸ்லாமும்தான். ஏற்கெனவே கிறிஸ்துவத்தின் பரவலால் தங்கள் பலத்தை இழந்து, வலியை அனுபவித்தவர்கள் யூதர்கள். பரபரவென இஸ்லாமும் பரவிக் கொண்டிருந்தது யூதர்களுக்குப் படபடப்பைக் கொடுத்தது. மீதமிருக்கும் யூத இனத்தையாவது பாதுகாக்க வேண்டுமே. எனவே, இஸ்லாமியர்களிடமிருந்து முற்றிலும் விலகி வாழ்ந்திடவே யூதர்கள் விரும்பினர்.

கி.பி. 630. முகம்மது படை திரட்டினார். காரணம், மெக்காவை குறைஷிகளின் பிடியிலிருந்து மீட்கவேண்டும் என்பதுதான். படை என்றால் சாதாரணப் படை அல்ல. கடலளவு, வானளவு என்று சரித்திர ஆசிரியர்கள் உவமானங்களோடு வருணித் திருக்கும் படை.

முகம்மது அப்படிப்பட்ட படையோடு தம்மைத் தாக்க வருகிறார் என்று அறிந்த மாத்திரத்திலேயே குறைஷிகளுக்கு நாடி தளர்ந்துவிட்டது. சரணடைந்தனர். பல குறைஷிகள் க'அபாவில் சென்று ஒளிந்துகொண்டனர். முகம்மது யாரையும் தாக்கக் கூடாது என்று தம் படையினருக்கு உத்தரவிட்டார். எல்லோரையும் மன்னித்து விடுதலை கொடுத்தார். மனித நேயமிக்க வெற்றி!

இந்த வெற்றி, இந்த அன்பு உலகெங்கும் பல்வேறு இனத்தவரை இஸ்லாம் மதத்தைத் தழுவச் செய்தது.

கி.பி. 632-ல் முகம்மது நபி நோய்வாய்ப்பட்டு மறைந்தார். அவருக்குப் பின் இஸ்லாமியப் பேரரசின் முதல் கலீஃபாவாக அபூபக்ர் (Abubakr) பதவியேற்றார். அடுத்த இரண்டு ஆண்டுகள் அவர் ஆட்சி புரிந்தார். அவருக்குப் பின் கலீஃபாவாகப் பதவி யேற்றவர் உமர்.

ஆரம்பக் காலத்தில் முகம்மதுவை ஏற்றுக்கொள்ள முடியாமல் கொல்லத் துணிந்து, முகம்மதுவைக் கண்ணால் கண்டதும் அவரிடம் சரணடைந்தவர் இந்த உமர்.

சரியாகத் திட்டமிட்டு போர் செய்து, இஸ்லாமியப் பேரரசின் எல்லைகளை விரிவாக்கியது உமர்தான். இதனை அடிப்படை யாகக் கொண்டு, 'இஸ்லாம் வாளால் மிரட்டி பரப்பப்பட்ட மதம்' என்றொரு கருத்தை இஸ்லாத்துக்கு எதிரானவர்கள் தொடர்ந்து கூறிவருகிறார்கள்.

அதேசமயம் உமரும், முகம்மது போலவே மனிதநேயத்துடன் விளங்கினார். 'அரேபியர்களிடம் இஸ்லாமைப் பரப்புங்கள். கிறிஸ்துவர்களையோ, யூதர்களையோ நீங்கள் எந்தவிதத்திலும் தொந்தரவு செய்யக்கூடாது' என்று தம் இனத்தவருக்குக் கட்டளை பிறப்பித்திருந்தார் உமர்.

அடுத்ததாக உமர், எகிப்தின் மீது படையெடுத்தார். அப்போது எகிப்தை பைசாந்தியர்கள் என்ற கிறிஸ்துவத்தைப் பின்பற்றும் இனத்தவர்கள் ஆண்டு கொண்டிருந்தனர். பைசாந்தியர்களின் ராணுவ பலம், மிரளவைக்கக் கூடியது. ஆப்பிரிக்கக் காட்டு யானைகளின் மீதேறி போர் புரிபவர்கள் அவர்கள். ஆனால் அந்த பைசாந்தியர்களே நீண்ட யுத்தத்துக்குப் பிறகு உமர் படையினரின் தாக்குதலில் தவிடுபொடியாகிப் போனார்கள்.

ஜெருசலேம் அதுநாள் வரை எகிப்தியர்களின் ஆட்சியின் கீழ்தான் இருந்தது. இப்போது முதன் முதலாக இஸ்லாமியர்களின் கையில்.

10. சிலுவைகளில் யூதர்கள்

ஜெருசலேம் யூதர்கள் கொஞ்சம் மிரண்டுதான் போயிருந்தார்கள். உமரின் தலைமையில் இஸ்லாமியர்கள் ஜெருசலேத்துக்குள் நுழைந்தார்கள்.

எத்தனையோ நூற்றாண்டுகளாகச் சாதாரணக் குடிமக்களாக அரேபியர்கள் அங்கு வாழ்ந்திருக்கிறார்கள். அடிமைகளாகக் கஷ்டப்பட்டிருக்கிறார்கள். யார் யாரோ ஜெருசலேமை ஆட்சி செய்து விட்டு போயிருக்கிறார்கள். அதுநாள் வரை அரேபியர்களால் அங்கு வெறும் மௌன சாட்சியாக மட்டுமே இருக்க முடிந்தது.

ஆனால் இப்போது, அந்த அரேபியர்கள்தான் இஸ்லாமியர்களாக மாறி, ஜெருசலேமுக்குள் நுழைகிறார்கள். அதுவும் ஆட்சி அதிகாரத்துடன். இஸ்லாமியர்களாக மாறியதுக்குக் கிடைத்த பரிசு. அவர்களுக்குள் மகிழ்ச்சி தாண்டவமாடியது.

'அரசே... வெற்றியைக் கொண்டாடும்விதமாக இங்கு உள்ள ஏதாவது ஒரு கிறிஸ்துவ தேவாலயத்துக்குள் நுழைந்து நீங்கள் தொழுகை நடத்துங்கள்.'

வீரர்கள் கூக்குரலிட்டனர்.

'இல்லை இல்லை. அது மிகவும் தவறு. நான் தொழுகை நடத்திய இடம் என்று அந்தக் கிறிஸ்துவ தேவாலயத்தை இடித்துவிட்டு நீங்கள் மசூதி கட்டி விடுவீர்கள். இது கிறிஸ்துவர்களைப் பாதிக்கும்' என்று மறுத்துவிட்டார் உமர்.

உமரின் ஆட்சிக்காலத்தில் இஸ்லாமியர்கள் - யூதர்கள் - கிறிஸ்துவர்கள் எல்லோருமே ஒரு தாய் மக்கள்போலத்தான் நடத்தப்பட்டனர். 'நாம் எல்லாருமே ஆபிரஹாமின் வழித் தோன்றல்கள்தானே' என்று பெருமையுடன் கூறினார் உமர்.

பல ஆண்டுகளாக 'கிறிஸ்துவ' ஜெருசலேத்தில் சுதந்தரமாக வழிபட முடியாமல் தவித்த யூதர்களின் தேவாலயங்கள், புத்துயிர் பெற்றன. அத்தனை ஆண்டுகளாக கிறிஸ்துவர்கள் அந்த தேவாலயங்களை கழிவுப் பொருள்களைக் கொட்டும் இடமாகப் பயன்படுத்திக் கொண்டிருந்தார்கள். உமர்தான் தலைமை தாங்கி அவற்றைச் சுத்தம் செய்தார்.

'ஜெருசலேமில் இருந்து விரட்டியடிக்கப்பட்ட யூதர்களே, நீங்கள் உங்கள் புனித பூமிக்கு மீண்டும் வந்து வாழலாம். உங்களைப் பாதுகாக்க வேண்டியது என் பொறுப்பு' என்று உமர் உலக யூதர்களுக்கு அழைப்பு விடுத்தார்.

உமரின் காலத்தில் யூதர்கள் நிம்மதியாக வாழ்ந்தனர். இருந்தாலும் எல்லாவற்றுக்கும் ஒரு முடிவு உண்டே!

எட்டாம் நூற்றாண்டு பிறந்தது. இரண்டாம் உமர் (கி.பி. 717-720) இஸ்லாமியப் பேரரசின் கலீஃபா ஆனார். எல்லா உமர்களும் நல்லவர்களாக இருப்பார்களா என்ன!

யூதர்களுக்கும் கிறிஸ்துவர்களுக்கும் சோதனைக் காலம் தொடங்கியது. முஸ்லிம் அல்லாதவர்கள் 'திம்மிகள்' (Dhimmis) என்று அழைக்கப்பட்டனர். திம்மிகளின் வழிபாடு, வியாபாரம், கல்வி என்று எல்லாவற்றிலும் பல நிபந்தனைகள், கட்டுப் பாடுகள் விதிக்கப்பட்டன. அவர்கள் மேல் அதிக வரிவிதிப்பு செய்யப்பட்டது. அவர்களுக்கு எதிராகக் கடும் சட்டங்கள் கொண்டு வரப்பட்டன. இஸ்லாமியர்களுக்கே எல்லாவற்றிலும் உரிமை வழங்கப்பட்டது. திம்மிக்கள் இஸ்லாமியர்களுக்குப் பணிந்து போக கட்டாயப்படுத்தப்பட்டனர்.

ஆனால் அதே நேரத்தில் ஐரோப்பிய நாடுகளில் இருந்த யூதர்களின் நிலைமை படுமோசமாக இருந்தது. எந்த வித

உரிமையும் இன்றி கிட்டத்தட்ட அடிமைகள் போலத்தான் அங்கு யூதர்கள் வாழ்ந்து வந்தனர். ஐரோப்பிய அதிகாரிகள் கண்ணில் எந்த யூதர்களும் படக் கூடாது என்கிற ரீதியில் யூதர்கள் மீதான அடக்குமுறை அங்கிருந்தது.

கலீஃபாக்களின் ஆட்சியில் யூதர்கள் அவ்வளவு துன்பப்பட வில்லை. ஆனால் ஒவ்வொரு காலகட்டத்திலும் கிறிஸ்துவர் களின் ஆட்சியில்தான் யூதர்கள் படுமோசமாக நடத்தப்பட் டார்கள் என்று பெரும்பான்மையான சரித்திர ஆசிரியர்களும் கூறுகிறார்கள்.

சரி, இப்போது ஒரு கேள்வி.

எதனால் யூதர்களால் கிறிஸ்துவர்களுடனோ, இஸ்லாமியர் களுடனோ ஒன்றிணைந்து வாழ முடியவில்லை?

இப்படியும் கேட்கலாம்.

கிறிஸ்துவர்களோ, இஸ்லாமியர்களோ யூதர்களை வெறுக்கக் காரணம் என்ன?

காரணம் யூதர்களின் தலைக்கு மேலிருந்ததாக அவர்கள் நம்பிய மாய ஒளிவட்டம் தான். தாங்கள்தான் உயர்ந்தவர்கள். கடவுளால் பிரத்தியேகமாக ஆசீர்வதிக்கப்பட்டவர்கள் என்ற மனப்பான்மை. கடவுள் தம்மை எந்த நிலையிலும் கைவிடமாட்டார் என்கிற அசாத்திய நம்பிக்கை. பொருளாதாரம், கல்வி வளர்ச்சி, புத்திசாலித்தனம் இப்படி எல்லாவற்றிலும் தேர்ந்தவர்களாக இருந்தாலும், உலகில் தங்களின் கலாசாரம் மட்டுமே மிக உயர்ந்தது என்ற மனப்பான்மை அவர்களுக்கு எப்போதும் உண்டு. இன்றுவரையிலும்கூட. அதனால் தனியாகவே வாழ்ந்தார்கள். தங்களைத் தனியாக அடையாளப்படுத்திக் கொண்டார்கள்.

பத்தாம் நூற்றாண்டின் தொடக்கத்தில் உலகமெங்கும் பரவி யிருந்த யூதர்கள், தங்களைத் தனியாக அடையாளப்படுத்திக் காண்பிக்க தலையில் மஞ்சள் நிறத் தலைப்பாகை அணியும் வழக்கத்தைக் கொண்டிருந்தார்கள். தரையில் புரண்டு கொண்டிருக்கும் நீண்ட அங்கி, நீண்டு வளர்ந்திருக்கும் தலை முடி, கழுத்தைத் தாண்டியும் தொங்கும் தாடி, இவற்றோடு மஞ்சள் தலைப்பாகையைப் பார்த்தாலே சொல்லிவிடலாம் 'அதோ அவர் ஒரு யூதர்.'

அப்போது யூதர்கள் எங்கும் அதிகாரத்தில் இல்லை. இஸ்லாமியப் பேரரசில் ஏகப்பட்ட அடக்குமுறைகளுடனும் ஐரோப்பிய தேசங்களில் கிட்டத்தட்ட அடிமைகளாகவுமே வாழ்ந்து வந்த யூதர்கள், ஸ்பெயினில் மட்டும் கொஞ்சம் சுதந்தரமாக இருந்தனர்.

இத்தனைக்கும் இஸ்லாமிய மதத்தின் எழுச்சி அப்போது ஓரளவு அடங்கியிருந்தது. அடுத்து ஏதாவது எழுச்சி ஏற்பட வேண்டுமே!

'தேவனின் சாம்ராஜ்யம் உலகில் வரப்போகிறது.'

இந்த வாசகம் கிறிஸ்துவர்கள் இருக்கும் திசையெங்கும் ஒலித்தது. இயேசு மீண்டும் வருவார் என்பது போன்ற பிரசாரங்கள் வெகு அழுத்தமாகச் செய்யப்பட்டன.

ஐரோப்பாவில் கிறிஸ்துவத்தின் வளர்ச்சி, கற்பனைக்கு அடங்காத உச்சத்தில் இருந்தது. ஜெருசலேம் நகரானது இயேசு வாழ்ந்த இடம் என்பதால், அங்கிருந்த கிறிஸ்துவ தேவாலயங்களுக்கு யாத்திரையாகச் சென்று தரிசிப்பது என்பது ஐரோப்பிய கிறிஸ்துவர்களின் வழக்கமாக இருந்தது.

அப்படி யாத்திரை வந்த ஐரோப்பிய கிறிஸ்துவர்கள், ஜெருசலேம் வாழ் கிறிஸ்துவர்கள் படும் துன்பங்களைப் பார்க்கத்தான் செய்தார்கள்.

'ஜெருசலேம், நம் கர்த்தராகிய இயேசு வாழ்ந்த இடம். அவரது கல்லறை அங்குதான் இருக்கிறது. ஆனால் ஜெருசலேம் கிறிஸ்துவர்களின் ஆட்சியின் கீழ் இல்லையே! நம் தேவன் வாழ்ந்த பூமி இஸ்லாமியர்களின் வசமா? இல்லை இல்லை, அதை மீட்பதுதான் நம் முதல் கடமை! கிறிஸ்துவர்களே போருக்குத் தயாராகுங்கள். திரண்டு வாருங்கள்.'

அன்றைக்கு போப்பாக இருந்த அர்பன்-2 (Pope Urban 2) இப்படி ஓர் அழைப்பை விடுத்தார். கேட்க வேண்டுமா! கிறிஸ்துவர்கள் உணர்ச்சிப் பிழம்பானார்கள். மறுகணமே வரிந்துகட்டிக் கொண்டு போருக்குத் தயாரானார்கள்.

ஐரோப்பிய மன்னர்கள் கூடி விவாதித்தார்கள். திருச்சபைகள் கூடி விவாதித்தன. போரில் கலந்துகொள்ளும் கிறிஸ்துவர்களின் குடும்பங்களுக்கு போப் பல்வேறு சலுகைகளை முன்வைத்தார்.

போரில் கலந்துகொள்ளும் கிறிஸ்துவர்களின் கடன்கள் எல்லாம் ரத்து செய்யப்படும். வரிகளிலிருந்து விலக்கு அளிக்கப்படும்.

அவர்களின் நிலம், வீடு ஆகியவற்றுக்குப் பாதுகாப்பு அளிக்கப் படும். அவர்களின் குடும்பங்களுக்கு திருச்சபைகள் மூலம் பண உதவி செய்யப்படும். இப்படிப் பல சலுகைகள்.

எல்லாவற்றுக்கும் முத்தாய்ப்பாக, இந்தப் போரில் பங்கேற்கும் கிறிஸ்துவர்கள் செய்த பாவத்தை கடவுள் உடனே மன்னிப்பார், அவர்கள் பரலோக ராஜ்ஜியத்தை அடைவது உறுதி. உலகம் இருக்கும்வரை அவர்களது பெயர்கள் புகழுடன் விளங்கும்.

கிறிஸ்துவர்கள் லட்சம் லட்சமாகத் திரண்டனர். இஸ்லாமியர் களுக்கு எதிராக ஆரம்பிக்கப்பட்ட அந்தப் போர்தான், சிலுவைப் போர். வெறும் சிலுவைப் போரல்ல. கிட்டத்தட்ட முந்நூறு ஆண்டுகள் நடந்த இழுவைப் போர்.

போரை ஆரம்பித்து வைத்த போப்புக்கும், பல்வேறு ஆட்சி யாளர்களுக்கும் பல்வேறு அரசியல் காரணங்கள் இருந்தன, ஆனால் கிறிஸ்துவ வீரர்களுக்கு ஜெருசலேமைக் கைப்பற்ற வேண்டும் என்ற லட்சியம் மட்டுமே இருந்தது. ஒவ்வொரு வீரரும் கையில் சிலுவை ஒன்றை ஏந்திக்கொண்டு போரிட் டனர் என்பதாலே இவை சிலுவைப் போர்கள் என்று அழைக்கப்படுகின்றன.

1096-ல் தொடங்கிய முதல் சிலுவைப் போரைத் தலைமையேற்று நடத்தியவர் பீட்டர் என்ற பாதிரியார். கிறிஸ்துவர்கள் பெரும் படை திரட்டிக் கொண்டு பாலஸ்தீனை முற்றுகையிட்டார்கள்.

கண்ணில்பட்ட இஸ்லாமியர்களையெல்லாம் வெட்டி வீழ்த்தத் தொடங்கினார்கள். யூதர்களை? சும்மா விடுவார்களா என்ன, நடப்பது போர் என்று உணர்ந்து கொள்ளும் முன்பே பல யூதர்கள் கொல்லப்பட்டனர்.

பாலஸ்தீனை ஆண்டு கொண்டிருந்த கலீஃபா அல் முஸ்தசீர் பிலாஹ், கொஞ்ச நேரத்தில் சுதாரித்துக் கொண்டார். இஸ்லாமிய வீரர்களை ஒரே இடத்துக்கு அனுப்பாமல் பிரித்து அனுப்பினார்.

கிறிஸ்துவ வீரர்கள் உணர்ச்சி வேகத்தில் கிளம்பி வந்தவர்கள். ஆனால் இஸ்லாமிய வீரர்களோ முறைப்படி பயிற்சி பெற்றவர் கள். நடந்த போரில் கிறிஸ்துவர்கள் அடக்கப்பட்டனர். நிராயுதபாணிகளாகக் கைது செய்யப்பட்டனர். சிறையில் அடைக்கப்பட்டனர். கட்டாய மதமாற்றம் செய்யப்பட்டனர்.

தோல்வியில் முடிந்த முதல் சிலுவைப் போர் ஐரோப்பா எங்கும் அனலைப் பரப்பியிருந்தது. இரண்டாவதாக ஒரு படையை அனுப்பினர். ஆனால் கட்டுக்கோப்பில்லாத அந்தப் படையினர், போருக்குச் செல்லும் வழியிலேயே ஒழுக்கக் கேடான செயல்களில் ஈடுபட, ஹங்கேரி மக்களால் அடித்து விரட்டப் பட்டனர்.

இனி தனித் தனிப் படையாக அனுப்பினால் வேலைக்கு ஆகாது. கூட்டு ராணுவமாகத்தான் அனுப்ப வேண்டும். போப் முடிவு செய்தார்.

ஃப்ரான்ஸ், ஜெர்மனி, இங்கிலாந்து, இத்தாலி நாடுகளின் வீரர்களைக் கொண்டு கூட்டு ராணுவம் அமைக்கப்பட்டது.

ஜெருசலேத்தை நோக்கி இந்த ராணுவத்தினர் முன்னேறிக் கொண்டிருந்தனர். கிறிஸ்துவர்களுக்கும் இஸ்லாமியர்களுக்கும் நடக்கும் யுத்தம். நாம் எந்தவித சலனமும் இன்றி நடுநிலைமை காக்கவேண்டும் என்றுதான் யூதர்கள் நினைத்திருந்தார்கள். ஆனால் கிறிஸ்துவர்களின் இலக்கு ஜெருசலேமாக இருந்தாலும் வழியில் தென்பட்ட யூதர்களையெல்லாம் கொன்றனர். யூதர்கள் வாழும் காலனிகளை எல்லாம் மோப்பம் பிடித்துத் தேடித் தேடிக் கொன்றனர்.

போருக்குச் செல்லும் முன் வாள் கூர்மையாக இருக்கிறதா என்று சோதித்துப் பார்க்க வேண்டாமா? ஒரு யூதனின் தலையை வெட்டிப் பார். இந்த ரீதியில்தான் இருந்தது, யூதர்கள் மீது கிறிஸ்துவர்கள் நடத்திய தாக்குதல்கள். இத்தனைக்கும் படைத்திரட்டி எதிர்க்கும் விதத்திலெல்லாம் யூதர்களின் நிலை அப்போது இல்லை.

கி.பி. 1097. ஏழரை லட்சம் வீரர்கள் கொண்ட கிறிஸ்துவர்களின் கூட்டுராணுவம், துருக்கியின் ஆன்டியோக்கை (Antioch) முற்றுகையிட்டது.

ஆனால் ஆண்டியோக் நகரில் வாழ்ந்தவர்கள், கோட்டைக் கதவை மூடிக்கொண்டு தைரியமாக உள்ளேயே இருந்து கொண்டனர். அவர்களிடம் ஒரு வருடத்துக்குத் தேவையான உணவு கைவசம் இருந்தது. 'உன்னால் என்ன செய்ய முடியுமோ செய்துகொள்' என்பது ஆண்டியோக் நகர மக்களில் சவாலாக இருந்தது.

மாதங்கள் கடந்தன. கிறிஸ்துவப் படையினரிடம் உணவுத் தட்டுப்பாடு ஏற்பட்டது. இப்படியே மூடிய கோட்டைக்கு

வெளியே தேவுடு காத்துக் கொண்டிருந்தால் என்ன ஆவது? அவர்களுக்குக் கடும் கோபம் வந்தது. பசியால் சில வீரர்கள் இறந்தனர். இறந்தவர்களை மற்றவர்கள் தின்றதாகவும், பசியின் கொடுமை அதிகரித்தபோது சக வீரர்களையே மற்றவர்கள் கொன்று தின்றதாகவும் சரித்திரக் குறிப்புகள் கூறுகின்றன.

ஒன்பது மாதங்கள் கடந்தன. வேறு ஏதாவது குறுக்கு வழிதான் கண்டுபிடிக்க வேண்டும் என்று யோசித்த கிறிஸ்துவ வீரர்கள், துருக்கியின் படைத் தளபதியை வளைத்துப் போட்டனர். பணத்தாசையில் அந்தப் படைத் தளபதி கோட்டைக் கதவைத் திறந்துவிட்டான்.

அவ்வளவுதான் அதன்பின் பிணந்தின்னிக் கழுகுகளுக்கும் பருந்துகளுக்கும் நல்ல வேட்டை. பல மாதங்கள் ஆயுதங்களோடு கொட்டாவி விட்டுக் கொண்டிருந்த கிறிஸ்துவ வீரர்கள், கொலை வேட்டை நடத்திவிட்டனர்.

ஆன்டியோக் வீழ்ந்தது. அடுத்தது ஜெருசலேம்தான்.

நோக்கமே அதுதானே. வெறியோடு நுழைந்த கிறிஸ்துவப் போர் வீரர்களின் வேகத்துக்கு இஸ்லாமியப் போர் வீரர்களால் சிறிதும் ஈடுகொடுக்க முடியவில்லை. எதிர்த்துப் போரிட வேண்டும் என்ற நினைக்கக்கூட முடியவில்லை. எப்படியாவது தப்பிக்க வேண்டும் என்று சிதறி ஓடினார்கள். பிரயோசன மில்லை. துரத்தித் துரத்திக் கொன்றார்கள் கிறிஸ்துவர்கள். எங்கெங்கும் தீ கொழுந்துவிட்டு எரிந்து கொண்டிருந்தது. ரத்தம் ஆறாக ஓடியது என்று வருணிப்பார்களே, அது நிஜமாகவே நிகழ்ந்தது. குவியல் குவியலாகப் பிணங்களைப் பார்த்து பிணந்தின்னிப் பறவைகளே மிரண்டு போயின என்றே சொல்லலாம்.

ஜெருசலேமில் மட்டும் கிறிஸ்துவப் போர் வீரர்கள் கொன்றவர் களின் எண்ணிக்கை எழுபதாயிரமாக இருக்கும் என்று சொல்கிறார் நஃபீட் (Nafed) என்ற சரித்திர ஆசிரியர். போரில் நடுநிலைமை காத்தாலும் யூதர்கள் என்ற ஒரே காரணத்தினால், கொல்லப்பட்டவர்களும் அதில் அடக்கம்.

சிலுவைப் போரின் நோக்கம் நிறைவேறியது. ஜெருசலேம் கிறிஸ்துவர்கள் வசமானது.

11. யூதர்களின் தோழர் சலாவுதீன்

சிலுவைப் போருக்கு முன்பே இஸ்லாமியப் பேரரசில் நிர்வாகச் சீர்கேடுகள் மலிந்துகிடந்தன. ஊழல் பெருகிக் கிடந்தது. சிலுவைப் போருக்குப் பின்னும் சரியான தலைமை இன்றி, இஸ்லாமியர்கள் தங்கள் பலத்தைக் கொஞ்சம் கொஞ்சமாக இழந்து கொண்டிருந்தனர்.

ஜெருசலேத்தைக் கைப்பற்றிய சிலுவைப் போர் வீரர்கள், அதே வேகத்தில் அருகிலிருந்த இஸ்லாமியர்களின் கோட்டைகளான டைர், சிடான், திரிபோலி ஆகியவற்றைக் கைப்பற்றினர்.

அந்தக் கோட்டைகளில் வாழ்ந்துகொண்டிருந்த இஸ்லாமியர்கள் முன்னெச்சரிக்கையாக வேறு இடங்களுக்குத் தஞ்சம் புகுந்தனர். சிலுவைப் போர்களின் மரணப் பசிக்குக் கிடைத்தவர்கள் அங்கிருந்த யூதர்கள்தான். உயிருக்குப் பயந்து, தேவாலயங்களில் ஒளிந்துகொண்டிருந்தனர் யூதர்கள்.

சிலுவைப் போர் வீரர்கள் அவர்களைப் பிடித்தனர். குத்தினர், வெட்டினர், துண்டு துண்டாகப் பிளந்தனர், தோலை உரித்தனர், தங்களால் அந்தப்

பிணங்களை என்னவெல்லாம் செய்யமுடியுமோ அவற்றை யெல்லாம் செய்தனர். பின் பிணங்களைக் குவித்து, தேவாலயங் களோடு தீ வைத்துக் கொளுத்தி, குளிர் காய்ந்தனர்.

கி. பி. 1103. சுல்தான் முஹம்மத் என்பவர் இஸ்லாமியர்களின் தலைவராக உருவெடுத்திருந்தார். இஸ்லாமியப் பேரரசில் இருந்த ஓட்டைகளை அடைத்து, நிர்வாகச் சீர்கேடுகளைக் களைந்து, தேர்ந்தெடுத்த இளைஞர்களுக்கு முறையான பயிற்சிகள் கொடுத்து, ஒரு ராணுவத்தை உருவாக்கியிருந்தார்.

முறையாகத் திட்டமிட்டு முடித்த சுல்தான், இனி ஜெரு சலேத்தைக் கைப்பற்ற வேண்டியதுதான் என்று போர் முரசு கொட்டி, படைகளோடு புறப்பட்டார்.

ஆக்ரோஷத்துடன் கிளம்பிய சுல்தானின் படை, ஜெருசலேத்தை நெருங்குவதற்குள் ஆறு ஆண்டுகள் ஓடிப் போயிருந்தது. அத்தனைத் தடைகள். சிறு சிறு யுத்தங்கள். ஒவ்வொன்றாகக் கடந்து ஜெருசலேமை நெருங்கும்போது, கி. பி. 1109.

சுல்தான் படையினரின் வரவுக்காகக் காத்திருந்த சிலுவைப் போர் வீரர்கள், காட்டுமிராண்டித்தனமாக மோதினர். போர் நெறிமுறை கள் எதையும் அவர்கள் பின்பற்றவில்லை. மலைப்பாம்புபோல நீண்ட யுத்தத்தின் முடிவில் சுல்தான், ஜெருசலேமைக் கைப்பற்றினார்.

அத்தோடு முடிந்துவிடுமா என்ன? போப், சிலுவைப் போர் களுக்கு அத்தனை சுலபத்தில் 'சுபம்' போட்டு விடுவாரா என்ன! போரின் நோக்கமே இஸ்லாமியர்களை முற்றிலும் ஒடுக்கி, ஜெருசலேமைத் தலைமையகமாகக் கொண்டு, மத்திய கிழக்கு ஆசியாவில் ஒரு வலிமையான கிறிஸ்துவ சாம்ராஜ்ஜியத்தை உருவாக்குவதுதானே!

சுல்தான் படையினர் ஜெருசலேமைக் கைப்பற்றிவிட்டார்கள் என்ற தகவல் அறிந்ததுமே ஐரோப்பாவிலிருந்து புதிய சிலுவைப் போர் வீரர்கள் படை ஒன்று, ஜெருசலேமை நோக்கிக் கிளம்பியது. அடுத்தடுத்து புதிய புதிய படைகள் தயாராக இருந்தன.

வரும் வழியில் எங்கெல்லாம் முடியுமோ அந்த இடங்களை யெல்லாம் கைப்பற்றிக் கொண்டே வந்தார்கள். நேரம் போகாத

போது, யூதர்களைத் தேடிப் பிடித்துக் கொன்றார்கள். யூதர்களைக் கொல்வதற்கென்றே நேரத்தை ஒதுக்கினார்கள். வேளா வேளைக்கு யூதர்களைக் கொன்றார்கள். யூதர்களைக் கொல்வதையே வேலையாக வைத்துக் கொண்டார்கள். இப்படி எப்படி வேண்டுமானாலும் சொல்லலாம். மறு ஒளிபரப்பு ஆகும் நிகழ்ச்சிபோல, பல ஆண்டுகள் இதே மாதிரியான நிகழ்வுகள் தான் தொடர்ச்சியாக அரங்கேறிக்கொண்டேயிருந்தன.

சுல்தானுக்குப் பிறகு, திறமையுடைய நிர்வாகிகள் என்று யாரும் இஸ்லாம் பேரரசில் தோன்றவில்லை. கொஞ்சம் கொஞ்சமாக இஸ்லாமியப் பேரரசு சிதைவடைய ஆரம்பித்தது.

இன்னொரு புறம் ஒட்டுமொத்த ஐரோப்பாவின் பணபலம், படைபலம் சிலுவைப் போர்களைத் தொடர்ச்சியாக நடத்தச் செய்தது. டென்னிஸ் பந்துபோல ஜெருசலேம், இஸ்லாமியர்களிடமும் கிறிஸ்துவர்களிடமும் மாறி மாறி இருந்தது.

கிறிஸ்துவர்கள் வருங்காலத்தைச் சிந்தித்து, அதற்கேற்ப ஒரு திட்டம் தீட்டினார்கள். சாதாரணத் திட்டமல்ல, இன்று வரை தொடரும் பிரச்னைகளுக்கு விதையாக இருந்த திட்டம். அதாவது, ஜெருசலேம் தங்கள்வசம் இருக்கும் காலத்தில் இஸ்லாம், யூத மதச் சின்னங்களை உருத்தெரியாமல் அழித்து, அங்கே கிறிஸ்துவ தேவாலயங்களை ஏற்படுத்திவிடுவது என்பதுதான். அதை நிறைவேற்றவும் செய்தனர்.

அப்போது இஸ்லாமியப் பேரரசை ஆண்டுகொண்டிருந்த கலீஃபா இறந்துபோனார். அவரது மகன் சிறுவயதிலேயே அடுத்த கலீஃபாவாக பதவியேற்றார். ஆனால் பத்தொன்பதாவது வயதிலேயே இறந்துபோனார். அடுத்த கலீஃபா என்ற தகுதியோடு வேறு யாரும் இல்லை.

அதுவரை பொறுமையாக இருந்த சலாவுதீன், அப்போது வெகுண்டெழுந்தார். சலாவுதீன், கலீஃபாவின் பிரதிநிதியாக எகிப்தை ஆண்டுகொண்டிருந்தவர். வீரம் மிக்கவர். மத்திய கிழக்கு நாடுகளில் இருந்த பல மன்னர்கள், சலாவுதீன் என்ற பெயரைக் கேட்டாலே எழுந்து நின்று சலாம் போடுமளவுக்கு அச்சத்தில் இருந்தனர்.

சலாவுதீன் ஒவ்வோர் இடமாகப் போரிட்டுக் கைப்பற்றத் தொடங்கினார். பல இஸ்லாமிய மன்னர்கள் சலாவுதீனைத் தேடி

வந்து சரணடைந்தனர். பல கிறிஸ்துவ ஆட்சியாளர்கள் போரிட முடியாமல் தோற்றுப் போயினர்.

1187-ல் சிரியாவில் இஸ்லாமிய வியாபாரிகள் சிலர் கொல்லப் பட்டனர். இதன் காரணமாக, சிரியா மீது படையெடுக்க வேண்டிய நிர்ப்பந்தத்துக்குத் தள்ளப்பட்டார் சலாவுதீன். சிரியாவைக் கிறிஸ்துவர்கள் ஆண்டு வந்தனர்.

சிரியாவுடனான சலாவுதீனின் போரும் ரத்தத்தால் எழுதப்பட வேண்டிய அளவு கொடூரமானதுதான். சிரியாவின் ஒவ்வொரு நகரங்களையும் கைப்பற்றிக் கொண்டே சென்றார் சலாவுதீன்.

அடுத்து ஜெருசலேம்.

அங்கு அப்போது அறுபதாயிரம் சிலுவைப் போர் வீரர்கள் இருந்தனர். அதுபோக, பல்வேறு நாடுகளில் இருந்து வந்த கிறிஸ்துவர்களும் ஆயிரக்கணக்கில் இருந்தனர். சலாவுதீனின் படையும் அவர்களுக்குச் சற்றும் சளைத்ததல்ல.

எந்தக் கணத்திலும் போர் தொடங்கலாம், ஜெருசலேம் மண்ணின் நிறம் ரத்தச் சிவப்பாக மாறத் தொடங்கலாம் என்றிருந்த நேரம் அது. இம்முறை தங்கள் நிலை என்ன ஆகப்போகிறதோ என்று யூதர்களும் வெறித்த பார்வையுடன் காத்திருந்தனர். சலாவுதீன் யாரும் எதிர்பாராத வகையில் தம் அங்கிக்குள் இருந்து வெள்ளைக் கொடி எடுத்துக் காட்டினார்.

'அன்பு நிறைந்த ஜெருசலேம் மக்களே, இந்த நகரத்தின் புனிதம் பற்றி நம் எல்லோருக்கும் தெரியும். அப்படிப்பட்ட புனித மண்ணில் மேலும் ரத்தம் சிந்துவதை என் மனம் ஒப்புக் கொள்ள வில்லை. நீங்களே ஜெருசலேமை என்னிடம் ஒப்படைத்து விடுங்கள். பதிலுக்கு நான் உங்களுக்கு நன்றியுடையவனாக இருப்பேன். என் சொத்தில் பெரும் பகுதியை உங்களுக்கே தந்துவிடுகிறேன். நீங்கள் சாகுபடி செய்வதற்கான நிலங்களை யும் தருகிறேன். நான் அமைதியாக வந்த வழியே திரும்பிப் போய்விடுகிறேன். போர் வேண்டாம். போரைத் தவிர்ப்பதே என் விருப்பம். உங்கள் விருப்பம் இதற்கு மாறாக இருந்தால், விளைவுகளுக்கு நான் பொறுப்பல்ல.'

ஜெருசலேம் நகர கிறிஸ்துவர்களை சலாவுதீனின் இந்தப் பேச்சு யோசிக்க வைத்தது. சிலுவைப் போர் வீரர்களும் போர் செய்து

செய்து வெறுத்துப்போயிருந்தார்கள். சலாவுதீன் போரைத் தவிர்க்க விரும்பியதை உள்ளுக்குள் வரவேற்றார்கள். ஆனால் கிறிஸ்துவ ஆட்சியாளர்களின் எண்ணம் வேறு மாதிரி இருந்தது.

அதாவது சலாவுதீன் முற்றுகை இட்டபடியே நிற்கட்டும். எவ்வளவு நாள்கள்தான் தாக்குப்பிடிப்பார்? அதற்குள் ஐரோப்பாவிலிருந்து மேலும் சிலுவைப் படை வீரர்கள் வந்து விடுவார்கள். அப்போது தேவைப்பட்டால் போரை ஆரம்பித்துக் கொள்ளலாம் என்றிருந்தனர்.

ஆனால் நடந்தது வேறு. சலாவுதீன் படையினர் கம்பீரமாக முற்றுகையைத் தொடர, ஜெருசலேத்துக்குள் சிலுவைப் படை வீரர்கள் சோர்ந்து போயினர். ஒருவழியாக ஜெருசலேம் ஆட்சியாளர்கள் வெள்ளைக் கொடி காட்டி சரணடைந்தனர். பாலஸ்தீன் முழுவதும் சலாவுதீன் கைக்குள் வந்து சேர்ந்தது.

அப்போதும் சலாவுதீன் தன் படையினரோடு வெற்றிப் புன்னகை யுடன் ஜெருசலேத்துக்குள் நுழைந்துவிடவில்லை. சிலுவைப் போர் வீரர்களும் ஆட்சியாளர்களும் அங்கிருந்து வெளியேறு வதற்கு கால அவகாசம் கொடுத்தார். இஸ்லாமியர்கள் யாரும் அவர்களை விரட்டவோ, தாக்கவோ, துன்புறுத்தவோ கூடாது என்று கடும் கட்டளை பிறப்பித்திருந்தார்.

ஜெருசலேம் நகரத்தில் வாழ்ந்துகொண்டிருக்கும் கிறிஸ்துவர்கள் யாரும் வெளியேற வேண்டிய அவசியமில்லை. அவர்கள் இஸ்லாமியப் பேரரசின் குடிமக்களாகவே தங்கள் வாழ்க் கையைத் தொடரலாம். அவர்களுக்கு எந்தவித பாதிப்பும் வராது. அவர்களது வழிபாட்டு உரிமைகள் உள்பட அனைத்தும் பாதுகாக்கப்படும் என்று சலாவுதீன் அறிவித்தார்.

தம் எதிரிகளான கிறிஸ்துவர்களுக்கே இப்படிச் சலுகைகளை வாரி வழங்கிய சலாவுதீன், யூதர்களைப் புறக்கணிக்க வேண்டிய அவசியமில்லையே. சலாவுதீனின் ஆட்சியில் யூதர்கள் நீண்ட ஆண்டுகள் கழித்து நிம்மதிப் பெருமூச்சு விட்டனர். சுதந்தரமாக தங்கள் கடவுளை வழிபட்டனர்.

ஆனால் ஜெருசலேத்திலிருந்து வெளியேற்றப்பட்ட சிலுவைப் போர் வீரர்களுக்கு, அண்டை நாட்டு கிறிஸ்துவர்களே தஞ்சம் அளிக்காத கொடுமைகளும் நிகழ்ந்தன. சலாவுதீனுக்குள் அநியாயத்துக்குப் பரிதாப உணர்வு பொங்கியது.

தம் ஆளுகைக்குள்பட்ட டைர் கோட்டையில் சிலுவைப் போர் வீரர்கள் சென்று வாழலாம் என்று அதன் கதவுகளைத் திறந்து விட்டார்.

ஐரோப்பியர்களாலும் போப்பாண்டவராலும் ஜெருசலேத்தை இழந்துவிட்டு சும்மா இருக்க முடியுமா என்ன? ஜெர்மனி, இங்கிலாந்து, ஃப்ரான்ஸ் மூன்று நாட்டின் அரசர்களும் பெரும் படை திரட்டிக்கொண்டு பாலஸ்தீன் நோக்கிப் புறப்பட்டனர். டைர் கோட்டையில் தஞ்சம் புகுந்திருந்த சிலுவைப் போர் வீரர்கள், ஏற்கெனவே தயாராகத்தான் இருந்தனர்.

ஜெர்மானிய சக்கரவர்த்தி ஃப்ரெட்ரிக் பார்பரோஸாவின் (Federick Barbarossa) தலைமையில் வந்த சிலுவைப் போர் வீரர்கள், சிரியாவின் ஏக்ர் கோட்டையை முற்றுகை இட்டனர்.

சலாவுதீன் தைரியமாகத்தான் இருந்தார். இருந்தாலும் அவ்வளவு பெரிய படையைச் சமாளிக்க வேண்டுமென்றால், இஸ்லாமியர்களின் படைபலத்தை அதிகரிக்க வேண்டுமே! தம் ஆளுகையின் கீழிருந்த அண்டை நாடுகளுக்குப் படை உதவி கேட்டு தூது அனுப்பினார். ஆனால் சொல்லி வைத்ததுபோல அவர்கள் அனைவருமே காது கேளாததுபோல் இருந்து விட்டனர்.

போர் தொடங்கியது. ஜெர்மானியச் சக்கரவர்த்தி ஓர் ஆற்றில் தவறி விழுந்து இறந்தார். அதனால் அந்தப் படை சீர் குலைந்தது. போப், அடுத்த படையை அனுப்பி வைத்தார். போர் நீடித்தது. ஓர் ஆண்டு ஓடியது. சலாவுதீனுக்கு உடல் நிலை பாதிக்கப் பட்டதால் போருக்கு இன்டர்வெல் விடப்பட்டது.

அந்த இடைவெளியில், சிலுவைப் போர் வீரர்கள் தங்கள் படைபலத்தை அதிகரித்துக் கொண்டனர். ஃப்ரான்ஸ், இங்கிலாந்து மன்னர்களும் வீரர்களும் நோய்க்கிருமிகளால் தாக்கப்பட்டு காய்ச்சலில் விழுந்துவிட, சலாவுதீன் கவலை கொண்டார். போரிட வந்தவர்கள் என்றால் என்ன, அவர்களும் மனிதர்கள்தானே என்று மருத்துவ உதவிகள் செய்தார். எல்லாம் சரியான பின், போர் தொடர்ந்தது.

இஸ்லாமிய வீரர்கள் மிகவும் சோர்வடைந்திருந்தனர். அதனால் ஏக்ர் கோட்டையை விட்டுத்தர சலாவுதீன் சம்மதித்தார். ஆனால் அங்கிருக்கும் இஸ்லாமியர்களையும் யூதர்களையும் சிலுவைப்

போர் வீரர்கள் ஏதும் செய்யக் கூடாது என்ற நிபந்தனையும் விதித்திருந்தார்.

தலையாட்டிச் சம்மதித்த சிலுவைப் போர் வீரர்கள், ஏக்ர் கோட்டை தம் வசமானதும் இஸ்லாமியர்களையும் யூதர்களையும் வரிசையாக நிற்க வைத்து தலை எடுக்கத் தொடங்கினர்.

யுத்தம் தொடர்ந்தது. 'என் கடன் போர் செய்து இறப்பதே' என்கிற வெறுப்பான மனநிலையில்தான் சிலுவைப் போர் வீரர்களும் இஸ்லாமிய வீரர்களும் களத்தில் இருந்தனர். இங்கிலாந்து மன்னர் ரிச்சர்ட், சலாவுதீனுடன் அமைதி ஒப்பந்தம் ஏற்படுத்தவே விரும்பினார். ஆனால் போப்பும் ஐரோப்பாவின் பிற ஆட்சியாளர்களும் அதற்குச் சம்மதிக்கவில்லை. அவர்களின் வற்புறுத்தலின் பேரில் ரிச்சர்ட் ஜெருசலேமை முற்றுகை இட்டார்.

போர் முடிவுக்கு வராமல் நீண்டுகொண்டே போனது. இதற்கு மேல் தாங்காது என்று முடிவு செய்த ரிச்சர்ட், சலாவுதீனுக்கு ஒரு கடிதம் எழுதினார்.

'இதுவரை நான் இங்கு போரிட்டு வென்ற பகுதிகளை என் சகோதரி மகன் ஹென்றிக்கு அளித்துவிடுகிறேன். அவன் உங்களுக்குக் கட்டுப்பட்டே ஆட்சி புரிவான். ஜெருசலேமை மட்டும் அளித்து விடுங்கள்.'

சலாவுதீன் மிக அமைதியாக 'முடியாது' என்று பதிலளித்தார்.

உடனே ரிச்சர்ட் கோபப்பட்டு போரைத் தொடரவில்லை. 'சரி' என்று பதிலுக்குத் தலையாட்டிவிட்டு இங்கிலாந்துக்குப் புறப்பட்டுப் போய்விட்டார்.

'மூன்றாவது சிலுவைப் போர்' என்றழைக்கப்பட்ட இப்போர் இப்படித்தான் முடிவுக்கு வந்தது. 'அப்பாடா, சலாவுதீன் கையை விட்டு ஜெருசலேம் போகவில்லை' என்று யூதர்கள் மீண்டும் நிம்மதிப் பெருமூச்சு விட்டனர்.

1193-ல் சலாவுதீன் நோய்வாய்ப்பட்டு இறந்துபோனார். இஸ்லாமியர்கள் எல்லோருமே விக்கித்து நிற்க, கிறிஸ்துவ ஆட்சியாளர்கள் திக்கற்ற மகிழ்ச்சி அடைந்தனர். அடுத்த

இரண்டு ஆண்டுகளில் நான்காவது சிலுவைப் போருக்காகப் படையை அனுப்பி வைத்தார் போப்.

நான்காவது, ஐந்தாவது, ஆறாவது என்று சிலுவைப் போர்கள் தொடரவே செய்தன. ஆனால், எதுவும் முதல் மூன்று சிலுவைப் போர்கள்போல பேரழிவைத் தரவில்லை. ஏதோ கடமைக்கு நடந்தன. சிலுவைப் போர் வீரர்கள் போப்பாண்டவரின் கட்டளையாலும் ஆட்சியாளர்களின் வற்புறுத்தலாலும் மட்டுமே போர் செய்தனர்.

கலீஃபாக்களின் திறமையின்மை, சுயநலம், நிர்வாகச் சீர்கேடுகள் போன்றவற்றால் இஸ்லாமியப் பேரரசும் வலுவிழந்து இருந்தது. ஐரோப்பிய ஆட்சியாளர்களும் தங்கள் நாடுகளில் முளைத்திருந்த புதுப் புது வாழ்வியல் பிரச்னைகளில் கவனம் செலுத்த வேண்டியதிருந்தது. இதனால் பதிமூன்றாம் நூற்றாண்டின் மத்தியில் சிலுவைப் போர்கள் ஒருவழியாக முடிவுக்கு வந்தன.

கிட்டத்தட்ட நூற்றைம்பது ஆண்டுகள் (கி.பி. 1095-1250) நடந்து முடிந்த சிலுவைப் போர்களின் முடிவில் ஜெருசலேம் இஸ்லாமியர்கள் வசம்தான் இருந்தது.

12. ஜெருசலேம் மீண்டும் அழைக்கிறது

அப்போது ஜெருசலேம் யூதர்கள் மத்தியில், இன்னொரு புதிய பயம் உருவாகியிருந்தது. கிறிஸ்துவர்களின் கொடுமையை அனுபவித்து விட்டோம். இஸ்லாமியர்களின் கொடுமைகளை அனுபவித்துவிட்டோம். இப்போது புதிதாக இன்னொரு இனத்தவர்கள் ஜெருசலேம் நோக்கிப் புறப்பட்டு வருகிறார்களாமே? அவர்கள் நம்மை என்ன செய்யப் போகிறார்களோ?

அவர்கள் மங்கோலியர்கள். செங்கிஸ்கானின் வம்சாவழியினர்.

சிலுவைப் போர்கள்தான் முடிவுக்கு வந்து விட்டதே. இனி ஜெருசலேம் நமக்குத்தான் என்று அப்போது இருந்த கலீஃபாவால் நிம்மதியாக ஒரு பெருமூச்சுவிட முடியவில்லை. அதற்குள் மங்கோலியர்கள் மாங்கு மாங்கென்று படை திரட்டிக் கொண்டு வந்துவிட்டார்கள். மாதக் கணக்கில் முற்றுகை. போர். ரொம்பவே கஷ்டப்பட்டுத்தான் சமாளித்தார்கள் இஸ்லாமியர்கள். இறுதியில் மங்கோலியர்கள் திரும்பிப் போனார்கள்.

அப்போது ஜெருசலேமில் ஒரு யூத ஆட்டுக்குட்டிகூட இல்லை என்பதே உண்மை. ஆம், சிலுவைப் போர்களின் சமயத்தில் கொஞ்சம் கொஞ்சமாக அத்தனை யூதர்களும் பாலஸ்தீனத் திலிருந்து வெளியேறி விட்டிருந்தார்கள்.

அத்தனைச் சரித்திர ஆசிரியர்களும் கூறியுள்ளனர். அவ்வளவு ஏன், யூத சரித்திர ஆசிரியர்களே விவரித்துள்ள உண்மை இது.

சிலுவைப் போர் வீரர்களால்கூட, பெரும்பான்மையான யூதர்கள் ஜெருசலேமின் வெளியேதான் கொல்லப்பட்டனர். சிலுவைப் போரில் தோற்று, நாடு திரும்புகையில்கூட, பெய்ரூட்டில் பதுங்கியிருந்த சில யூதர்களை சிலுவைப் போர் வீரர்கள் கொன்றனர். வேறு சில பகுதிகளில் கண்ட சில யூதர்களைப் பிடித்து, அடிமையாக ஐரோப்பாவுக்குக் கொண்டு சென்றனர் என்று சரித்திரக் குறிப்புகள் இருக்கின்றன.

சரி, இந்த நூற்றைம்பது கால சிலுவைப் போரில் ஏன் யூதர்கள் பங்கேற்கவில்லை? அவர்களுக்குப் போதிய பலமில்லை என்பது உண்மையாக இருந்தாலும், இஸ்லாமியர்களுக்கு ஆதரவாகக் கூட அவர்கள் ஏன் களமிறங்கவில்லை?

இஸ்லாமியர்களும் ஆபிரஹாமின் வழி வந்தவர்கள்தான். உருவமற்ற இறைவழிபாடு கொண்டவர்கள்தான். பல விஷயங்களில் தங்களோடு ஒத்துப்போகிறவர்கள்தான். சலாவுதீன் போன்ற பல இஸ்லாமிய ஆட்சியாளர்கள், யூதர்களுக்கு ஆதரவான நிலையையே எப்போதும் எடுத்திருக்கிறார்கள். இருந்தும் யூதர்கள் இஸ்லாமியர்களுக்கு உதவி செய்யாததன் காரணம் என்ன?

தங்கள் இனம், தங்கள் மதம், தங்கள் வாழ்க்கை என்ற சுயநலம் ஒவ்வொரு யூதருக்குள்ளும் ஊறிப் போயிருந்தது. இதுதான் அடிப்படைக் காரணம். ஏற்கெனவே பல்வேறு இன மக்களால் அழிக்கப்பட்டுக் கொண்டிருக்கும் சமூகம், மேன்மேலும் போர்களால் முற்றிலும் அழிக்கப்பட்டுவிடக் கூடாது என்ற நியாயமான சுயபயமும் யூதர்களுக்கு இருந்தது.

ஆனால் இந்தச் சுயநலத்தினால்தான், அரேபியர்களுக்கு (இஸ்லாமியர்களுக்கு) யூதர்களைப் பிடிக்காமல் போனது. ஆனால், தஞ்சம் புகுந்த இடங்களிலெல்லாம் யூதர்கள் ஒன்றும் நிம்மதியாக வாழவில்லை. ஐரோப்பிய தேசங்களில் கிறிஸ்துவர்கள் யூதர்களைச் சக மனிதர்களாகக்கூட நடத்தவில்லை என்பதே உண்மை.

யூதர்களிடம் ஒரு குணம் இருந்தது. அதை ஒரு விதத்தில் நல்ல குணம் என்றுகூட சொல்லலாம். அதாவது யாராவது ஒரு யூதருக்கு ஏதாவது ஓர் இடத்தில் வாய்ப்பு ஒன்று கிடைத்தால், அவர் தன் திறமையாலும் புத்திக் கூர்மையாலும் அதைச் சரியாகப் பயன்படுத்தி தன்னை நிரூபிப்பார். அந்த வாய்ப்பை நிலைப்படுத்திக் கொள்வார். சத்தமில்லாமல் வேறு சில யூதர்களுக்கு அங்கு வாய்ப்பு வாங்கிக் கொடுத்துவிடுவார்.

ஓர் இடத்தில் குடியிருக்க ஒரு யூதருக்கு அனுமதி கிடைக்கிறது என்றால், அவர் அந்த இடத்தில் ஒரு யூதக் குடியிருப்பையே கொண்டு வந்துவிடுவார். இப்படி தம் இனத்துக்கு நன்மை ஏற்படும் என்று தெரிந்தால், எந்தக் காரியத்தையும் செய்யத் தயாராக இருந்தனர் யூதர்கள். அது குறுக்குவழியாக இருந்தாலும் சரி. பழி பாதகம் ஏற்படுத்தும் செயலாக இருந்தாலும் சரி. தங்களின் சுயலாபத்துக்காக, உலகில் 'கையூட்டு' என்ற கலா சாரத்தை ஆரம்பித்து வைத்தவர்களே யூதர்கள்தான்.

இதையெல்லாம் ஐரோப்பிய கிறிஸ்துவர்கள் நன்கு உணர்ந் திருந்ததாலேயே, யூதர்களை அடிமட்டத்தில் வைத்திருந்தனர். ஒரு கட்டத்தில் ஒட்டுமொத்த ஐரோப்பிய நாடுகளும் கங்கணம் கட்டிக்கொண்டு யூத வெளியேற்ற நடவடிக்கைகளை மேற் கொள்ளத் தொடங்கின.

ஸ்பெயினில் அத்தனைக் காலமும் ஓரளவு நிம்மதியாகவே வாழ்ந்து வந்தனர் யூதர்கள். ஆனால் 1492-ல் ஸ்பெயின், 'உயிர் பிழைக்க வேண்டுமா, நீ சம்பாதித்த உடைமைகளை அப்படியே விட்டு விட்டுத் திரும்பிப் பார்க்காமல் ஓடி விடு' என்று ஒவ்வொரு யூதரையும் ஓட ஓட விரட்டியது.

1497-ல் போர்ச்சுகல் யூதர்களை விரட்டியடிக்க முடிவு செய்தது. இப்படி ஒவ்வோர் ஐரோப்பிய நாடுகளிலும் யூத விரட்டல்கள் தொடங்கின. தொடர்ந்தன.

அப்போது யூதர்கள் துருக்கி ஒட்டாமான் பேரரசின் எல்லைக் குள்பட்ட பகுதிகளான, மொராக்கோ, ஹாலந்து, ஃப்ரான்ஸ், இத்தாலி என்று தஞ்சம் புகுந்தார்கள்.

சில ஆயிரம் யூதர்கள் கடல் தாண்டி, வட அமெரிக்காவுக்கும் தென் அமெரிக்காவுக்கும்கூட போனார்கள். கிறிஸ்துவ தேசங் களுக்குப் போகாமல், பாதுகாப்புக் கருதி மத்திய ஆசியாவுக்கும் இஸ்லாமிய தேசங்களுக்குச் சென்ற யூதர்கள்தான் அதிகம்.

வெளியேற்றப்பட்ட யூதர்களில் மிகத் திறமையான அறிஞர்கள், எழுத்தாளர்கள், சட்ட நிபுணர்கள், ராஜதந்திரிகள், கலைஞர்கள், தொழில் நுட்ப வல்லுநர்கள், கட்டடக் கலை நிபுணர்கள் என்று தேர்ந்தெடுக்கப்பட்ட ஒரு குழு அமைக்கப்பட்டது. அந்த யூதர்களுக்கு இடப்பட்டிருந்த மறைமுகப் பெயர் 'இனக் காவலர்கள்.' இப்படி ஒரு குழுவைத் தேர்ந்தெடுத்தது யூத மதகுருமார்களின் சபை. அவர்கள் அனுப்பப்பட்ட இடம் கான்ஸ்டாண்டிநோபிள். இன்றைய இஸ்தான்புல்தான். துருக்கி யின் தலைநகரம். எல்லாவற்றுக்கும் பின்னால் ஒரு திட்டம் இருந்தது.

கான்ஸ்டாண்டிநோபிள் அன்று கலைஞர்களின் சொர்க்கபுரி யாகத் திகழ்ந்தது.

அவர்கள் யூதக் கலைஞர்களை இரு கரம் நீட்டி, வாய் நிறைய புன்னகையுடன் வரவேற்றனர். அங்கே யூதக் குடியிருப்புகள் உருவாயின.

1512-ல் பாலஸ்தீன் துருக்கிய முஸ்லிம்கள் வசமானது. துருக்கியர் எவ்வளவு மகிழ்ச்சியடைந்தார்களோ அதைவிடப் பல மடங்கு அதிகமாகவே யூதர்கள் மகிழ்ச்சியடைந்தார்கள்.

சிலுவைப் போர்கள் முடிவுக்கு வந்துவிடும் என்றிருந்த சமயத்திலேயே (கி.பி. 1210), யூத நிபுணர்கள் அடங்கிய குழு ஒன்று பாலஸ்தீனுக்குச் சென்று அங்கு மீண்டும் யூதக் குடியிருப்புகளை நிறுவ முடியுமா, அதற்கான சாத்தியங்கள் எவ்வளவு உள்ளன, தாங்கள் இழந்த நிலங்களை மீண்டும் மீட்டெடுக்க முடியுமா என்று ஆராய்ச்சிகள் நடத்தி வந்திருந்தது. முந்நூறு ஆண்டுகள் கடந்திருந்தாலும் அந்தத் தகவல்கள் அன்று கான்ஸ்டாண்டிநோபிளில் இருந்த யூதர்களிடம் பத்திரமாகவே இருந்தது. அந்தத் தகவல்களை வைத்துக் கொண்டு, துருக்கி சுல்தான் பயஸித்திடம் யூதர்கள் பேசச் சென்றனர்.

'பாலஸ்தீனத்தில் யூதக் குடியிருப்புகளை ஏற்படுத்த வேண்டும். அதற்குத் தங்கள் தயை வேண்டும்.'

'அதற்கென்ன, தாராளமாக ஏற்படுத்திக் கொள்ளுங்கள்' என்று சுல்தான் சுலபத்தில் தலையசைத்துவிட்டார்.

எத்தனை ஆண்டுகள் ஆகிவிட்டன. நாம் மீண்டும் ஜெருச லேத்துக்குப் போகப் போகிறோமா! கடவுள் நமக்குக்

கொடுத்த புனித மண்ணுக்கே சென்று அவரை வழிபடப்போகிறோமா! நம் முன்னோர்கள், கடவுளின் தூதர்கள் வாழ்ந்து மறைந்த ஜெருசலேத்துக்குச் செல்லும் பாக்கியம் நமக்கும் கிடைத்துவிட்டதா!

ஒவ்வொரு யூதரின் கண்களிலும் ஆனந்தக் கண்ணீர் பெருகியது. தாமதிக்கவே இல்லை. மூட்டை, முடிச்சுகளோடு கான்ஸ்டாண்டிநோபிளில் இருந்து, ஜெருசலேம் நோக்கிக் கிளம்பினார்கள். வழியெல்லாம் தேவதூதர்கள் அவர்களை எக்காளம் முழங்கி வரவேற்பதுபோலவே சந்தோஷப்பட்டார்கள்.

முதன் முறையாக ஜெருசலேம் மண்ணை மிதித்த அந்தத் தலைமுறை யூதர்கள், ஏதோ காலம் காலமாக அந்த மண்ணில் வாழ்ந்து, பின்பு நீண்ட காலம் பிரிந்து இருந்து, மீண்டும் வந்தது போலத்தான் உணர்ந்தார்கள். அதுதான் யூதர்கள் பலம். இன பலம். எதிரிகளால் விரட்டியடிக்கப்பட்டு, உலகின் ஏதாவது ஒரு மூலையில் சென்று ஒளிந்திருந்தாலும் யூதர்களின் நினைப்பு எல்லாம் ஜெருசலேத்தின் மீது மட்டுமே குவிந்திருக்கும், என்றும்.

ஒவ்வொரு யூதருக்கும் பார்த்தல், கேட்டல், நுகர்தல், சுவைத்தல், உணருதல் என்ற ஐம்புலன்களின் செயல்களோடு 'ஜெருசலேமை நேசித்தல்' என்பதுவும் பிறப்பிலேயே இயற்கையாக அமைந்து விடும்போல!

ஜெருசலேமுக்கு வந்த யூதர்கள் தோட்ட வேலைகளில் ஈடுபட்டார்கள். கால்நடைகளை வளர்த்து பால் வியாபாரம் செய்தார்கள். எண்ணெய் வித்துக்களைப் பயிரிட்டார்கள். தாங்கள் உண்டு, தங்கள் வேலை உண்டு என்றிருந்தார்கள்.

சில ஆண்டுகளில் ஒட்டுமொத்த பாலஸ்தீனத்தின் காய்கறி, எண்ணெய், பால், பால் பொருள்கள் போன்ற பொருள்களின் வியாபாரம் முழுவதும் யூதர்களை நம்பி மட்டுமே என்ற நிலை உருவானது. ஜெருசலேத்தில் புதிதாக நான்கு யூத தேவாலயங்களைக் (Synagogues) கட்டினார்கள்.

எதற்கும் எந்தப் பிரச்னையும் இல்லை. அப்போது ஜெருசலேத்தை ஆளவில்லையே தவிர, அங்கு வெகு சுதந்தரமாகவே வாழ்ந்து வந்தனர். உயிர் பயமின்றி இரவுகளில் நிம்மதியாகத் தூங்கினார்கள்.

அடுத்ததாக, யூதர்கள் ஓர் ஆயுதத்தைக் கையில் எடுத்தார்கள். அந்த ஆயுதத்தைக் கையில் எடுத்து சரி செய்யவேண்டும் என்ற கட்டாய நிலை யூதர்களுக்கு ஏற்பட்டது. அந்த அளவுக்கு ஆயுதம் கூர் மழுங்கிப் போயிருந்தது. அந்த ஆயுதத்தின் பெயர் ஹீப்ரு. யூதர்களின் புராதன மொழி.

யூதர்களின் மதக் கோட்பாடுகளை விளக்கும் தோரா, தால்மூத் போன்ற அதிமுக்கியமான விஷயங்கள் அனைத்தும் தொன்மை வாய்ந்த ஹீப்ரு மொழியில் எழுதப்பட்டவைதான். காலம் காலமாக உயிருக்குப் பயந்துநாடு நாடாக ஓடிக் கொண்டிருந்த யூதர்களால், ஹீப்ரு மொழியை அதன் தொன்மை மாறாமல் காப்பாற்ற முடியவில்லை. தாங்கள் தஞ்சமடையும் நாடுகளின் மொழிகளையே தங்கள் மொழிகளாக யூதர்கள் பெரும்பாலும் ஏற்றுக்கொண்டிருந்தனர். அப்படியே ஹீப்ரு பேசினாலும், அதில் அந்தந்த நாடுகளின் மொழி வடிவங்கள் கலந்து, வடிவம் சிதைந்துப் போயிருந்தது.

மிகக்குறைவான சனாதன யூதர்கள் மட்டுமே அப்போதும் ஹீப்ருவை அதன் புனிதம் கெடாமல் தெரிந்து வைத்திருந்தனர். அப்படியே விட்டுவிட முடியுமா? எல்லா யூதர்களுக்கும் ஹீப்ருவை அதன் வடிவம் மாறாமல் கற்றுக்கொடுக்க ஆரம்பித்தார்கள்.

பதினாறாம் நூற்றாண்டு தொடங்கியது. கிறிஸ்துவர்களிடையே பிளவு ஏற்பட்டது. சனாதன கிறிஸ்துவர்களிடம் கருத்து வேறுபாடு கொண்டவர்கள் ப்ராட்டஸ்டண்ட் கிறிஸ்துவர்களாக எழுச்சி பெற்றனர். கிறிஸ்துவர்களுக்கும் ப்ராட்டஸ்டண்ட் களுக்கும் இடையே மோதல்கள் நடந்தன. ஐரோப்பாவே ஆடிப் போய்தான் இருந்தது.

ப்ராட்டஸ்டண்ட்களின் தலைவராக மார்ட்டின் லூதர் கிங் சீனியர் விளங்கினார். என்ன காரணம் என்று தெரியவில்லை, லூதர் கிங்குக்குக் கிறிஸ்துவர்களுடன் மோதுவதைவிட, யூதர்களுடன் மோதுவதில் அலாதி ஆர்வம் இருந்தது. எப்படி எப்படி யெல்லாம் யூதர்களை அடக்கலாம், அழித்தொழிக்கலாம் என்பது மட்டுமே அவரது சிந்தனையில் ஓடிக் கொண்டிருந்தது.

யூதர்களுக்கு எதிராக லூதர் கிங் செய்த பிரசாரங்களால் ப்ராட்டஸ்டண்ட் கிறிஸ்துவர்கள், உணர்வுகள் பீறிட, ரத்தம் கொதிக்க நடத்திய தாக்குதல்கள் ஏராளம்.

எதற்கு அப்படி ஒரு வெறுப்பு? சொல்லப்போனால் ப்ராட்டஸ்டண்ட் கிறிஸ்துவர்களின் கொள்ளு, எள்ளு, எள்ளு ஸ்கொயட், எள்ளு க்யூப் தாத்தாக்கள் எல்லாம் யூதர்களாகத்தான் இருந்திருக்க முடியும். கிறிஸ்துவ மதம் உருவானபோது, யூதர்கள் மேல் காட்டிய உச்சகட்ட வெறுப்பைத்தான், கிறிஸ்துவர்களிடமிருந்து பிரிந்தபோது, ப்ராட்டஸ்டண்ட்களும் காட்டினார்கள். புதிதாக ஒரு மதம் தோன்றினால் அவர்களின் முதல் கொள்கையே 'யூதர்களை வெறுக்கவேண்டும்' என்றுதான் இருக்கும்போல! அப்படித்தான் காலம் காலமாக நிகழ்ந்து கொண்டிருந்தது.

லூதர் கிங் எழுதிய ஒரு கடிதம் பற்றிக் குறிப்பிட்டே ஆக வேண்டும். அந்தக் கடிதம், யூதர்கள் மேல் லூதர் கிங்குக்கு இருந்த உச்சபட்ச வெறுப்பை அப்படியே அதன் சூடு மாறாமல் பிரதிபலித்தது. அந்தக் கடிதத்தால் யூதர்கள் அனுபவித்த கொடுமைகள் கொஞ்ச நஞ்சமல்ல. அன்று அந்தக் கடிதம் மூலம் லூதர் கிங் பற்ற வைத்த வன்முறை நெருப்பு, அடுத்த சில நூற்றாண்டுகள் தொடர்ந்து எரிந்து கொண்டே இருந்தது.

1543-ல் 'Of the Jews and Their Lies' என்ற தலைப்பில் லூதர் கிங், ப்ராட்டஸ்டண்ட்களுக்கு எழுதிய கடிதத்தின் சுருக்கம் இதுதான்.

'யூதர்கள் வழிபட தேவாலயங்கள் இருக்கவே கூடாது. எரித்து விடுங்கள். அல்லது இருந்த இடமே தெரியாத அளவு சிதைத்து விடுங்கள். இது பாவம் அல்ல. வன்முறை அல்ல. நம் கடவுளுக்காக நாம் செய்யும் புனித காரியம். தம் சமூகத்தையும் கடவுளையும் மட்டும் உயர்த்தி வீண் தம்பட்டம் அடித்துவரும் யூதர்களுக்கு, நாம் கற்பிக்கும் பாடம் இதுதான்.

தேவாலயங்களை இழந்த யூதர்கள், தங்கள் வீடுகளில் வழிபாடு களைத் தொடர நினைக்கலாம். விடக்கூடாது. ஒவ்வொரு யூதனின் வீடுகளையும் இடித்துவிடுங்கள். வீடுகள் இன்றி அவர்கள் நாடோடியாக அலையட்டும். அப்போதுதான் அவர் களின் தலைக்கனம் குறையும்.

தோரா, தால்மூத் இந்த இரண்டு யூத மத நூல்களில் இருந்துதான் அவர்கள் பொய்ப் பிரசாரங்களை உற்பத்தி செய்கிறார்கள். அந்த இரண்டு நூல்களும் இனி யூதர்களின் கையில் இருக்கவே கூடாது. கிடைக்கவே கூடாது. எரித்துவிடுங்கள்.

யூத மதபோதகர்கள், குருமார்கள் (Rabbi) - இவர்களை அடக்கி வைக்கவேண்டும். பேச விடாமல் செய்யவேண்டும். மீறினால், உயிரை எடுத்துவிடலாம்.

நாடு விட்டு நாடு நகர்ந்துகொண்டே இருக்கிறார்கள். அவர்களின் பாஸ்போர்ட்களை பறிமுதல் செய்யவேண்டும். எங்கேயும் தப்பிச்செல்ல முடியாதபடி அவர்களை ஓரிடத்திலேயே முடக்கி வைக்கவேண்டும்.

யூதர்கள் நம்மை ஏமாற்றி, நம்மிடமிருந்து கொள்ளையடித்து, வழிப்பறி செய்து ஏகப்பட்ட சொத்துகள், நகைகள், பணம் சேர்த்து வைத்திருக்கிறார்கள். அவற்றைப் பறிமுதல் செய்வது நம் உரிமை. கடமை.

இவ்வளவு செய்தும் அவர்கள் நமக்கு அடங்காவிட்டால், நம் குடும்பத்தினருக்கோ, சொந்தக்காரர்களுக்கோ தீங்கு செய்ய முயன்றால் தாராளமாக அவர்களை அடித்துத் துரத்தி விடுங்கள். பல ஐரோப்பிய நாடுகள் அதைத்தான் இப்போது செய்து கொண்டிருக்கின்றன.'

இப்படி லூதர் கிங்கின் கடிதத்தில் வரிக்கு வரி, வார்த்தைக்கு வார்த்தை யூத எதிர்ப்பு உணர்வு பீறிட்டது. ஐரோப்பிய தேசங்களில் வாழ்ந்த யூதர்கள், நொடிக்கு நொடி உயிருக்குப் பயந்தே வாழும் நிலையில்தான் இருந்தார்கள். தம் உடைக்குள் எப்போதும் ஓர் ஆயுதத்தை மறைத்து வைத்தபடிதான் பொழுதைக் கழித்தார்கள். ஐரோப்பிய நாடுகளிலிருந்து எப்படித் தப்பித்து வெளியேறலாம் என்பதைத்தான் சதா சிந்தித்துக் கொண்டிருந்தனர். கிறிஸ்துவர்களின் நடமாட்டம் இல்லாத பாதுகாப்பான நாடு ஏதும் கிடைக்குமா என்று ஏங்கிக் கொண்டிருந்தனர்.

இந்த நேரத்தில் அவர்களுக்கு மிகவும் விருப்பமான பாலஸ்தீனத்திலேயே வாழ்வதற்கேற்ற சூழ்நிலை இருக்கிறது என்று தெரிந்ததும் குதூகலம் அடைந்தார்கள். வரிசை வரிசையாக, பாலஸ்தீனத்தை நோக்கிக் கிளம்பினார்கள். ஜெருசலேம் மண்ணை மிதிக்க முடிகிறதோ இல்லையோ, பாலஸ்தீனத்தை அடைய முடிகிறதோ இல்லையோ, குறைந்தபட்சம் துருக்கிப் பேரரசின் எல்லைக்குள்ளாவது நுழைந்துவிட வேண்டுமென்ற எண்ணம்தான் யூதர்களிடையே இருந்தது.

பதினாறாம் நூற்றாண்டு முழுவதும் யூதர்களின் இந்த இடம் பெயரல் நிகழ்ந்துகொண்டே இருந்தது. பதினேழாம் நூற்றாண்டில், பாலஸ்தீனை நோக்கி வந்த யூதர்களின் எண்ணிக்கை, பல மடங்காக உயர்ந்துகொண்டே போனது.

13. பாவதூதன்

பைபிள் காலமோ, வரலாற்றுக் காலமோ ஒரு குறிப்பிட்ட இடைவேளைக்கு ஒருமுறை யூதர்களுக்கு எதிராகக் குரூரமாகச் செயல்படும் யாராவது ஒரு சாத்தான் தோன்றிக் கொண்டேதான் இருந்திருக்கிறார்.

கி.பி. 1648-லும் ஒருவர் யூதர்களுக்குச் சாத்தானாக முளைத்தார். அவர் பெயர் பொக்டான் ஷெமீயில்நிகி (Bogdan Chmielnicki). இவர் கொசாக்குகள் என்றழைக்கப்பட்ட கிழக்கு ஐரோப்பிய புரட்சியாளர்களின் தலைவர். யூதர்களை நினைத்தாலே போதும். ரத்தக் காட்டேரியாக மாறிவிடுவார்.

'ஒவ்வொரு கிறிஸ்துவனும் ஆண்டவருக்குக் குறைந்தபட்சம் ஒரு யூதனையாவது பலி கொடுங்கள். அப்போதுதான் பரலோக ராஜ்ஜியம் கிடைக்கும்.'

இந்த ரீதியில்தான், பொக்டானின் பிரசாரங்கள் இருந்தன. கொசாக்குகள் கொத்துக் கொத்தாக யூதர்களைக் கொன்றார்கள். அதுவும் விதவிதமாக. எப்படியெல்லாம் சித்திரவதை செய்து கொல்லலாம் என்று உட்கார்ந்து யோசித்து, திட்டம் தீட்டிக்

கொன்றார்கள். கொல்லைப் பக்கம் சென்றுவருவதுபோல வெகு சாதாரணமாகக் கொலை செய்துவிட்டு வந்தனர். பெண்கள், குழந்தைகள், வயதானவர்கள் என்று பாரபட்சம் பார்க்கவில்லை. 'யூதன்' என்ற குறைந்தபட்ச இனத்தகுதியே கொலை செய்யப் போதுமானதாக இருந்தது.

தப்பிப்பிழைத்த சில யூதர்கள், அருகிலிருந்த ஹாலந்துக்கும் ஜெர்மனிக்கும் தப்பி ஓடினர். அங்கு கிறிஸ்துவர்களால், சில யூதர்கள் கட்டாய மதமாற்றம் செய்யப்பட்ட சம்பவங்களும் உண்டு.

மூச்சிரைக்க பாலஸ்தீனுக்கு ஓடி வந்த யூதர்கள், ஏற்கெனவே அங்கிருந்த தம் இனத்தினரோடு சங்கமமாகிவிட்டார்கள். அமைதியாக நிகழ்ந்து கொண்டிருந்த ஹீப்ரு மொழிப் புரட்சியில் தம்மை இணைத்துக் கொண்டனர்.

இந்த நிலையில் யூதர்கள் மத்தியில் ஒரு காய்ச்சல் பரவி இருந் தது. அந்தக் காய்ச்சலுக்கு 'இஜ்வி' என்று பெயர் சொல்லலாம்.

ஷபாத்தி இஜ்வி. இருபத்திரண்டு வயது இளைஞர். அந்த இளம் வயதிலேயே 'ரபி'யாக மாறியிருந்தார். ஏதாவது செய்து தன்னை விளம்பரப்படுத்திக் கொள்ள வேண்டும், அதன் மூலம் யூதர்களின் தலைவராகத் தன்னை ஆக்கிக்கொள்ளவேண்டும் என்பதுதான் அவரது நினைப்பு.

எதைச் சொன்னால் யூதர்கள் கலவரமடைவார்கள், தன்னைத் திரும்பிப் பார்ப்பார்கள், ஒரு தலைவராக ஒப்புக் கொள்வார்கள் என்று யோசித்து மிகச் சரியாகத் திட்டமிட்டார். யூதர்களின் அடிப்படை நம்பிக்கையிலேயே கை வைத்தார்.

'ஒரு தேவதூதர் என்னிடம் பேசினார். அவர் என்னைத்தான் உங்கள் தலைவனாகக் கூறியுள்ளார். நானே யூத குலத்தை மீட்க வந்துள்ள தேவதூதன். என் சொல்படி நடந்து கொள்ளுங்கள். நான் ஜெருசலேத்தில் யூதர்களின் ஆட்சியை அமைப்பேன்.'

இஜ்வி இப்படி ஓர் அறிக்கை விட்டார். வெலவெலத்துப் போனது ஜெருசலேம் யூத குருமார்களின் சபை. இன்னொரு தேவ தூதர் வருவாரா, நம்மை மீட்பாரா என்றுதானே அத்தனை யூதர்களும் காலம் காலமாகக் காத்துக் கிடந்தனர். இஜ்வி தன்னை தேவதூதர் என்று சொல்வது ஒருவேளை உண்மையாக

இருக்குமோ? பெரும்பான்மையான யூதர்கள், இஜ்வி மேல் நம்பிக்கை வைக்க ஆரம்பித்தனர்.

‘அட, நம் திட்டம் பலித்துவிட்டதே’ இஜ்விக்குள் சந்தோஷம். நாடகத்தைத் தொடரலாம் என்று அடுத்தடுத்த திட்டங்களைப் போட்டார். மோசஸும் இயேசுவும் இறை தூதுவர்களாக வலம் வந்தபோது, நாகரிகம் ஏதும் வளரவில்லை. தங்களை நிரூபிப்பதற்கு அவர்கள் அற்புதச் செயல்கள் எல்லாம் செய்ய வேண்டியதிருந்தது. ஆனால், இஜ்வி தன்னை இறைத்தூதராக அறிவித்துக் கொண்டது. பதினேழாம் நூற்றாண்டில். நாகரிகம், கல்வி, கலாசாரம், பண்பாடு எல்லாம் நன்கு வளர்ந்திருந்த காலம். ஆனாலும் அற்புதங்கள் ஏதும் செய்யாமலேயே, தன் வாய் வார்த்தைகளின் மூலம் யூதர்களைக் கவர்ந்து ஒரு தலைவராக உருவெடுத்திருந்தார் இஜ்வி.

‘யெவ்’ (YHVH) என்று தோராவில் பல இடங்களில் வரும் நான்கெழுத்து, இறைவனின் பெயரை இஜ்வி அடிக்கடி உச்சரித்தார். பொதுவாக மூத்த யூத குருமார்களே மிக அரிதாகப் பயன்படுத்தும் சொல் அது. பொதுமக்களெல்லாம் புனிதம் கருதி உச்சரிக்கவே மாட்டார்கள். இஜ்வி எந்தவிதத் தயக்கமும் இன்றிக் கூற, யூத மக்களின் பகுத்தறிவு சுத்தமாக மழுங்கிப் போனது.

‘சாலமோன் தேவாலயத்தை இடிக்கப்பட்ட நினைவு தினத்தில் துக்கம் அனுஷ்டிக்காதீர்கள். அன்றுதான் உங்கள் தேவதூதனாகிய என் பிறந்த நாள். அதைக் கொண்டாடுங்கள்’ என்று உத்தரவு போட்டார் இஜ்வி.

அடுத்ததாக இஜ்வி ‘தோரா’வைத் திருமணம் செய்துகொண்டு துறவியானார். கிரீஸ், இத்தாலி, துருக்கி என்று சில நாடுகளுக்கு பயணம் மேற்கொண்டார். அங்கெல்லாம் தன்னை ஒரு தேவதூதனாகவே பதிய வைத்தார்.

ஆனால் யூத மதகுருமார்களின் சபையினர் மட்டும் இஜ்வியை சந்தேகக் கண் கொண்டு மட்டுமே பார்த்தனர். அவரைச் சோதிக்க வேண்டும் என்று சொல்லி, ஜெருசலேத்துக்கு அழைத்தனர். ‘நான் ஒரு தேவதூதன். என்னைப் பரீட்சித்துப் பார்க்கக் கூடாது. அதற்கான தகுதி யாருக்கும் இல்லை’ என்று வார்த்தைகளால் வாயை அடைத்துவிட்டார் இஜ்வி.

ஏதோ அதிசயம் நடக்கப்போகிறது. இஜ்வி நம்மைக் கைவிட மாட்டார் என்று உலகில் பெரும்பாலான யூதர்கள் நினைக்க ஆரம்பித்த வேளையில், இஜ்வி ஓர் அறிக்கையை வெளியிட்டார்.

'கி.பி. 1666-ம் ஆண்டில் நான் ஜெருசலேம் செல்வேன். அதுவும் ஒரு சிங்கத்தின் மேலேறி செல்வேன். அப்போது ஜெருசலேம் நம்முடைய மண்ணாக இருக்கும்.'

இஜ்வி அடித்த இத்தனைக் கூத்துக்களையும் இவ்வளவு நாள்கள் பொறுமையாகக் கவனித்துக் கொண்டிருந்த துருக்கி சுல்தான், இதற்கு மேலும் காத்திருந்தால் தவறாகிவிடும் என்று படையோடு கிளம்பிவிட்டார்.

இஜ்வி என்ன தளபதியா? போர்வீரரா? ஒன்றுமில்லை. துருக்கி ராணுவத்திடம் துளிகூட எதிர்ப்பைக் காட்டாமல் சரணடைந்துவிட்டார். இஸ்தான்புல் சிறைச்சாலையில் அடைக்கப்பட்டார்.

இஜ்விக்கு இரண்டே வாய்ப்புகள் வழங்கப்பட்டன. ஒன்று இஸ்லாமியராக மாறுவது அல்லது இறந்து போவது. எவ்வித தயக்கமும் இன்றி இஜ்வி, மேமத் எஃபெண்டி என்று பெயர் மாற்றிக் கொண்டு, இஸ்லாமியராக மாறிவிட்டார்.

இஜ்வி ஏதோ அதிசயங்கள் நிகழ்த்தப் போகிறார், துருக்கியர்களை ஓட ஓட விரட்டப் போகிறார் என்றெல்லாம் மாய பிம்பங்களை உருவாக்கி வந்திருந்த யூதர்களுக்கு, அப்போதுதான் அந்த மாயை விலகியது. இத்தனை நாள்கள் தேவதூதர் என்று ஒரு பாவ தூதனை நம்பி ஏகத்துக்கும் ஏமாந்திருக்கிறோமே என்று கூனிக் குறுகிப் போயினர். உள்ளுக்குள்ளேயே நொந்து புலம்பினர்.

ஆனால் இஜ்வியே இஸ்லாமியராக மாறிவிட்டாரே என்று மதம் மாறிய ஒரு சில யூத இஜ்வி வெறியர்களும் உண்டு.

கிட்டத்தட்ட நானூறு வருடங்கள் (கி.பி. 1517-1917) துருக்கிப் பேரரசின் ஆட்சியில் கீழ்தான் பாலஸ்தீன் இருந்தது. இடையில் 1831-ல் மட்டும் மாபெரும் வீரரான முகம்மது அலி என்ற சக்கரவர்த்தி, பாலஸ்தீனைக் கைப்பற்றி எகிப்தியப் பேரரசில் இணைத்தார்.

ஆனால் அடுத்த ஐந்தாறு வருடங்களில் துருக்கி சுல்தான், பாலஸ்தீனை மீட்டெடுத்துக்கொண்டார். ஏனென்றால் அரசர்கள் எல்லோரும் வேறு எந்தப் பகுதியை இழந்தாலும்கூட அவ்வளவு வருத்தப்பட மாட்டார்கள். திரும்பப் போரிட்டு மீட்க அவ்வளவு மெனக்கெட மாட்டார்கள். ஆனால் பாலஸ்தீனை இழந்து விட்டால் மட்டும் துடித்துப் போய்விடுவார்கள். அதைத் திரும்ப தம் வசப்படுத்தும் வரை உணவு, உறக்கமின்றித் தவிப்பார்கள். காலம் காலமாக இப்படித்தான் நிகழ்ந்துகொண்டு வந்திருக்கிறது.

ஏனென்றால் வறண்ட பாலைவனமாக மட்டுமே இருந்தாலும் பாலஸ்தீன் வெறும் தேசமல்ல. ஜெருசலேம் என்ற ஒவ்வோர் இனத்தவர்களின் நம்பிக்கைகளும் மத உணர்வுகளும் புராதன சின்னங்களும் பின்னிப் பிணைந்து நிற்கும் புனித பூமி. விட்டுக் கொடுத்து விடுவார்களா என்ன!

ஆரம்பத்தில் பாலஸ்தீன் எல்லைக்குள் தஞ்சம் புகுந்த யூதர் களுக்கு வாழ்க்கை ஒன்றும் பிரச்னையாக இல்லை. உயிர் பயமின்றியே வாழ்ந்தனர். ஆனால் ஆண்டுகள் ஆக ஆக, பாலஸ்தீன் வாழ் யூதர்களின் எண்ணிக்கை அதிகரித்துக் கொண்டே சென்றது. பதினெட்டாம் நூற்றாண்டின் மத்தியில் கிட்டத்தட்ட பன்னிரண்டாயிரம் யூதர்கள் பாலஸ்தீனில் வசித்தார்கள்.

எல்லா யூதர்களுமே நல்ல வசதிகளுடன்தான் வாழ்ந்தனர். மற்றவர்களுக்கு வட்டிக்குப் பணம் கொடுக்குமளவுக்குத் தங்கள் வியாபாரத்தை வெற்றிகரமாக நடத்திக்கொண்டிருந்தனர். இதுதான் யூதர்களின் பலம். கிடைத்த வாய்ப்பை வெற்றிகர மாகப் பயன்படுத்தி, தான் மட்டுமன்றி, தன் இனத்தையே வாழ வைக்கும் திறன், புத்திக்கூர்மை, சாமர்த்தியம் எல்லா யூதர்களுக்கும் வாய்த்திருந்ததுதான் ஆச்சர்யம்.

ஆனால் தங்கள் சொந்த நாடாகவே இருந்தாலும் அரேபியர் களின் நிலை அப்படி இல்லை. ஏழைமை சூழ்ந்திருந்தது. தாங்கள் யூதர்களால் ஏமாற்றப்படுவதாக உணர்ந்தனர். நாளடை வில் யூதர்களை வெளிப்படையாகவே எதிர்க்கத் தொடங்கினர். அதற்கு அரேபியர்கள் சொன்ன ஒவ்வொரு காரணத்திலும் ஆழமான நியாயங்கள் இருந்தன.

'யூதர்கள் வட்டிக்குப் பணம் கொடுக்கிறார்கள். ஆனால் அவர்கள் சொல்லும் வட்டி விகிதம் ஒன்றும் புரியவில்லை. வாங்கிய கடனைத் திருப்பிக் கட்ட போதிய கால அவகாசம் ஏதும் கொடுக்காமல், பணத்துக்குப் பதிலாக எங்கள் நிலங்களையோ, சொத்துகளையோ எழுதி வாங்கி விடுகிறார்கள்.

நாம் புனிதராக மதித்து வழிபடும் முகம்மது நபியை அவர்கள் வெகு இழிவாகப் பேசுகிறார்கள். யூத மதம் ஒன்றுதான் உயர்ந்தது என்ற அகந்தையுடன் நடந்து கொள்கிறார்கள். முக்கியமாக யூத மதகுருமார்கள் பிற இனத்தவரிடம் ஆணவத்துடனே நடந்து கொள்கிறார்கள்.

ஏழைமையில் வாடும் அரேபியச் சிறுவர், சிறுமியர்களை வீட்டு வேலைக்கு வைத்துக்கொள்கிறார்கள். அடிமைபோல நடத்து கிறார்கள். எங்களின் ஏழைமையைப் பயன்படுத்தி அடிமையாக்க முயற்சிக்கிறார்கள்.

இஸ்லாமியப் பண்டிகைகளின்போது, யூதர்கள் தங்கள் வீட்டுக் கதவுகளை மூடி வைத்து, துக்க தினம்போல் அனுஷ்டித்து, எங்களை அவமானப்படுத்துகிறார்கள். இஸ்லாமியர்களை, தொழில் போட்டியில் சூழ்ச்சி செய்து கவிழ்க்கிறார்கள்.'

இந்தக் குற்றச்சாட்டுகள் அனைத்தும் உண்மையே! யூதர்கள் அப்படித்தான் நடந்துகொண்டார்கள். மரத்தினுள் இருந்து கொண்டு கொஞ்சம் கொஞ்சமாக அரித்துக்கொண்டே வரும் கரையான்கள்போல, எங்காவது ஒதுங்குவதற்குச் சிறிய இடம் கிடைத்தால், அந்தச் சிறிய இடத்தைச் சொந்தமாக்கிக் கொண்டு, அக்கம் பக்கத்து இடங்களை, தம் இனத்தவர்களுக்குச் சொந்த மாக்கிக் கொடுக்கும் வல்லமை பெற்றிருந்தனர். அப்படி ஒரு மௌனப் புரட்சியையே செய்து, பல இடங்களில் தங்கள் வலிமையைப் பெருக்கியிருந்தனர்.

14. தேசம் வாங்க ஒரு திட்டம்

பதினேழாம், பதினெட்டாம் நூற்றாண்டுகளில் யூதர்களுக்கெதிரான வன்முறைகள், படுகொலைகள் எங்கும் பெரிய அளவில் நடக்கவில்லை. ஆனால் பத்தொன்பதாம் நூற்றாண்டின் இறுதிகளில் ரஷ்யாவில் யூதப் படுகொலைகள் அரங்கேறின.

ஏன்?

கி.பி. 1772-ல் தொடங்கி, 1815-க்குள் போலந்து, லித்துவேனியா போன்ற சில ஐரோப்பிய நாடுகள், ரஷ்ய ஜார் என்ற ஒரு வம்ச மன்னர்களின் கட்டுப்பாட்டில் வந்தன.

அன்றைய ரஷ்யாவின் இளவரசர் பொட்ம்கின் (Potemkin) யூத ஆதரவு நிலை எடுத்து, ஓர் அறிவிப்பு செய்தார்.

'ஐரோப்பிய நாடுகளில் வாழ முடியாத யூதர்கள், ரஷ்யாவுக்கு வரலாம். ரஷ்யாவின் தென் பகுதிகளில் வாழலாம்.'

இது யூதர்களே சற்றும் எதிர்பாராத அறிவிப்பு. யாரும் கூப்பிடாமலே கூட்டம் கூட்டமாகச் சென்று பழகியவர்கள், வெற்றிலை, பாக்கு வைத்து

அழைத்த பின் செல்லாமல் இருப்பார்களா! மூட்டை, முடிச்சு களுடன் சென்று குடியிருப்புகளை உருவாக்கினர்.

அடுத்ததாக இளவரசர், துருக்கியுடன் போர் புரியப் போவதாகச் சொன்னார். ரஷ்யப் படையில் யூதர்கள் பிரிவை உருவாக்கினார். யூதர்களை மயக்கும் விதத்தில் அந்தப் பிரிவுக்கு 'Izraelovsky', அதாவது இஸ்ரவேலர்களின் படைப்பிரிவு என்று பொருள்வரும் படி பெயரிட்டார். யூதர்களுக்கு உச்சி குளிர்ந்து போயிற்று.

ரஷ்யாவுக்கும் துருக்கிக்கும் இடையே இரண்டு நீண்ட யுத்தங்கள் *(1768-1774, 1787-1792)* நடந்தன. ரஷ்யாவால் வெல்ல முடிய வில்லை. பாலஸ்தீன் அரேபியர்களுக்கு யூதர்கள் மேல் தோன்றியிருந்த வெறுப்பின் அளவு கூடியது.

கி.பி. *1795*-ல் ரஷ்யாவிலிருந்து போலந்து பிரிந்தது. அப்போது ரஷ்ய-போலந்து எல்லைகள் சரியாகப் பிரிக்கப்படவில்லை. இருக்க இடம் கொடுத்தால் படுக்க பாயை, தானே எடுத்துக் கொள்ளும் குணம், யூதர்களுடையதாயிற்றே. அங்கு வசித்துக் கொண்டிருந்த யூதர்கள் அப்போது அதைத்தான் செய்தார்கள்.

இந்தப் பிரிவினைச் சூழலைத் தமக்குச் சாதமாக்கிக் கொண்டு, மளமளவென நிலங்களை வளைத்துப் போட்டார்கள். அங்கே குடியிருப்புகளை உருவாக்கினார்கள். பயிரிட ஆரம்பித்தனர். நொந்துபோன ரஷ்ய விவசாயிகள், ரஷ்ய அதிகாரிகளிடம் புகார்கள் கொடுத்தனர். அந்தப் புகார்கள் செல்லும் முன்பே அதிகாரிகளுக்கு யூதர்களின் லஞ்சப் பணம் சென்றிருந்ததால் நடவடிக்கைகள் எதுவும் எடுக்கப்படவில்லை.

பெரும்பாலும் யூதர்கள் ரஷ்யாவின் நகர்ப்புறங்களிலேயே இருந்தார்கள். ஆனால் பிரிவினையின்போது வளைத்துப் போட்ட நிலங்கள் யாவும் கிராமப்புறங்களில் இருந்தன. கிராமப்புறங்களில் தினக்கூலி விவசாயிகள்தான் வாழ்ந்து கொண்டிருந்தனர்.

ஆனால் யூதர்கள், தங்கள் வயல்களில் ரஷ்ய விவசாயிகளை வேலை பார்க்க அனுமதிக்கவில்லை. மாறாக, தினமும் நகரங்களிலிருந்து வாகனங்களில் யூதர்களை வயல் வேலைக்கு அழைத்து வந்தார்கள். வேலை முடிந்ததும் வாகனங்களிலேயே திருப்பிக் கொண்டுபோய்விட்டனர். பல ஆண்டுகள் இதேபோல நடந்திருக்கிறது.

நாளடைவில் யூதர்களின் சுயநலம், ரஷ்யர்களின் வெறுப்பைப் பலமடங்கு உயர்த்தியது. அந்த வெறுப்பு, யூதர்களுக்கெதிரான கலகங்களாக வெடித்தன.

யூதர்கள், ரஷ்யர்களை மதம் மாற்ற முயற்சி செய்கின்றனர் என்ற (பொய்க்) குற்றச்சாட்டுகள் எழுந்தன. 'நாங்கள் மதம் மாறச் சொல்லமாட்டோம், அது எங்கள் மதத்துக்கு விரோதமான செயல்' என்று யூதர்கள் எதிர்க்குரல் கொடுத்தாலும் எதிர்ப்பு அதிகரித்துக் கொண்டேதான் போனது.

கி.பி. 1802-ல் அலெக்சாண்டர் 1 என்ற ஜார் மன்னர் பதவி ஏற்றார். அவர் யூத எதிர்ப்பு நடவடிக்கைகளில் முழு மூச்சுடன் செயல் பட்டார். அவரது அடியொற்றி, என் கடன் யூதர்களை அடித்து விரட்டுவதே என்று ஒவ்வொரு ரஷ்யக் குடிமகனும் களத்தில் இறங்கினான். யூதர்கள் மீதான கட்டுப்பாடுகள் அதிகரிக்கப் பட்டன. வரிகள் உயர்த்தப்பட்டன. யூதப் பள்ளிகள் மூடப் பட்டன. நிலங்கள் கையகப்படுத்தப்பட்டன.

அந்தக் காலங்களில் அடுத்த நாட்டைப் பார்ப்போம் என்று காலி செய்து கிளம்பிய யூதர்களும் உண்டு. எல்லாவற்றையும் சகித்துக் கொண்டு, சமாளித்து ரஷ்யாவிலேயே டேரா போட்ட யூதர்களும் உண்டு.

கி.பி. 1881. எந்தப் புண்ணியவானோ ஏதோ சில அரசியல் காரணங்களுக்காக அலெக்ஸாண்டர் 2 என்ற ஜார் மன்னரை படுகொலை செய்துவிட்டான். ஆனால், பழி யூதர்கள் மேல் விழுந்தது.

போதாதா? ஒட்டுமொத்த ரஷ்யாவும் கொலைவெறியோடு யூதர்களைத் துரத்த ஆரம்பித்தது.

தம் கண்ணில் பட்ட யூதர்களையெல்லாம் ரஷ்யர்கள் வெட்டினர். யூதர்களின் குடியிருப்புகளை மொத்தமாகத் தீயிட்டுக் கொளுத்தி னார்கள். யூத தேவாலயங்கள், கட்டடங்கள், பள்ளிகள், வர்த்தக ஸ்தலங்கள் என்று யூத லேபிளோடு எது இருந்தாலும் அவற்றை உருத்தெரியாமல் சிதைத்தனர்.

யூதர்களின் ரத்தத்தைப் பார்க்கப் பார்க்க ரஷ்யர்களுக்கு வெறி தாறுமாறாக ஏறியது. உயிருக்குப் பயந்து, ஓட முடியாமல் எங்கெங்கோ ஒளிந்து கொண்டிருந்த யூதர்களை எல்லாம் தேடிப்

பிடித்து இழுத்து வந்து, வரிசையாக நிற்க வைத்து தலையைச் சீவிக் கொன்றார்கள். ரஷ்யா முழுவதும் யூதர்களின் பிணக் குவியல்களால் நிரம்பியிருந்தது.

ஒட்டுமொத்த ஐரோப்பாவும் யூத எதிர்ப்பு நடவடிக்கைகளை மேற்கொண்டு வந்த சமயத்தில், அதன் சக்கரவர்த்தி நெப்போலியன் (மாவீரன் நெப்போலியன்தான்) வெகு கவனமாகப் பேசிய வார்த்தைகள், யூதர்களின் வயிற்றில் பாலை வார்த்தது.

'ஆண்டாண்டு காலமாக யூதர்கள் ஐரோப்பாவில் வசித்து வருகின்றனர். அதற்காக அவர்கள் தேசத்தின் அரசியல் சாசன உரிமையிலோ, வளமையிலோ பெரிய அளவில் சொந்தம் கொண்டாட முடியாது. பாலஸ்தீனத்திலிருந்து வந்தவர்கள் என்கிற அளவில் அவர்களது குடியேற்ற உரிமைகள் பாதுகாக்கப் படும். இருப்பு அங்கீகரிக்கப்படும். அவ்வளவே!'

நெப்போலியன், யூதர்கள் எதற்கும் சொந்தம் கொண்டாடி விடக்கூடாது என்று எச்சரிக்கையாக இப்படிப் பலமுறை பேசினார். ஆனால் 'பாலஸ்தீனத்திலிருந்து வந்தவர்கள்' என்ற அங்கீகாரம், நெப்போலியன் என்ற சக்கரவர்த்தியின் வாயி லிருந்து வெளிவந்ததால், யூதர்கள் பெருமகிழ்ச்சி அடைந்தனர்.

'மாபெரும் சக்கரவர்த்தியே சொல்லிவிட்டார். உலக மக்களே... இப்போதாவது புரிந்து கொள்ளுங்கள். பாலஸ்தீன் யூதர்களுக்குத் தான் சொந்தம்' - என்று சந்தோஷப்பட்டனர். எல்லா ஐரோப்பியர்களும் அடித்து உதைத்து துரத்தும்போது, வாழ இடம் கேட்டு வந்தவர்கள் என்ற ரீதியில் நெப்போலியன் நம்மை மதிக்கிறாரே என்று உள்ளுக்குள் நினைத்து மகிழ்ந்தனர்.

கி.பி. 1799-ல் நெப்போலியன் எகிப்திலிருந்து சிரியா நோக்கி படைகளோடு சென்று கொண்டிருந்தார். அவரது அப்போதைய நோக்கம் (அன்று) பாலஸ்தீனிலிருந்த ஏக்ர் கோட்டையைப் பிடிப்பதேயாகும்.

போகும் வழியில் பாலஸ்தீனத்தின் ரமல்லா என்ற இடத்தில் தங்கியிருந்த நெப்போலியன், ஒரு ராஜதந்திரம் செய்தார். அதாவது அங்கிருந்த யூதர்களைத் திரட்டி 'நீதி கேட்கும் ஊர்வலம்' ஒன்றை நடத்தினார்.

'அருமை யூதர்களே, இந்தப் போரில் துருக்கியர்களை நாங்கள் வெற்றி கொள்ள நீங்கள் உதவ வேண்டும். செய்தீர்கள் என்றால் நான் ஜெருசலேத்தை அவர்களிடமிருந்து மீட்டு, உங்களிடமே தந்துவிடுகிறேன்' என்று ஊர்வலத்தில் உரையாற்றினார் நெப்போலியன்.

அவ்வளவுதான். அங்கிருந்த யூதர்கள், நெப்போலியன் படையில் இணைந்துவிட்டார்கள். ஏக்ர் கோட்டை, நெப்போலியன் படையினரால் முற்றுகை இடப்பட்டது. ஆனால் அப்போது துருக்கிக்கு, பிரிட்டன் படைகளின் ஆதரவிருந்தது. நெப்போலியனுக்குத் தோல்வி முகமே கிட்டியது.

'ராஜதந்திரியின் பேச்சு, போர் முடிஞ்சா போச்சு' என்பதுபோல அதன்பின் நெப்போலியன் யூதர்களுக்கு உதவ முன் வரவில்லை. மாறாக, யூத எதிர்ப்பு நடவடிக்கைகளை ஆரம்பித்தார். தன் ஆளுகைக்குக் கீழிருந்த யூதர்கள் மீது ஏராளமான கட்டுப்பாடு களை விதித்தார். யூத வியாபாரிகள் மேல் ஏராளமான வரிகள் சுமத்தப்பட்டன.

நாளடைவில் பிற ஐரோப்பிய ஆட்சியாளர்களைப்போல் நெப்போலியனும் யூத எதிர்ப்பு நடவடிக்கைகளில் முழுமையாக ஈடுபடத் தொடங்கினார்.

●

வெட்ட வெட்ட முளைக்கும் குரோட்டன்ஸ் செடிகள்போல, ஐரோப்பியர்கள் தங்களை விரட்டினாலும் கொன்றாலும் யூதர்கள் முளைத்துக்கொண்டேதான் இருந்தனர். நாகரிகம் நன்கு வளர்ந்துவிட்ட காலம். பல நூற்றாண்டுகளுக்கு முன்பு யாரோ ஒரு யூதன், இயேசு நாதரைக் காட்டிக்கொடுத்ததற்காக, நாம் இன்றுவரை யூதர்களைப் பழிவாங்கிக்கொண்டிருக்க வேண்டுமா என்றெல்லாம் எந்த ஐரோப்பியனும் நின்று நிதானித்து யோசிக்கவில்லை. அந்த ஆதி வெறுப்பின் மேல் பல புதிய காரணங்கள் சேர்ந்து சேர்ந்து, அது விஸ்வரூபம் எடுத்துக் கொண்டேதான் போனது.

கொலை செய்யப்பட்டாலும், துரத்தி அடிக்கப்பட்டாலும் அதே இடத்துக்கு மீண்டும் வந்து வாழ்வதற்கு யூதர்கள் தயங்க வில்லை. தங்களின் தேவாலயங்கள் இடிக்கப்பட்ட போது, மறைவிடங்களில் பிரார்த்தனை செய்தனர். பள்ளிகள் இழுத்து

மூடப்பட்டபோது, வீடுகளில் இருந்தே படித்தனர். வியாபாரம் முடக்கப்பட்டபோது, புதிய வியாபாரங்களைச் செய்தனர். தங்களின் இன நலனுக்காக, எந்தவிதக் காரியங்களிலும் ஈடுபடத் தயாராக இருந்தார்கள் யூதர்கள்.

உலகமெங்கும் பரவி, தங்கள் வியாபாரத்தை நெட்வொர்க் பரப்பிச் செய்தவர்கள் யூதர்களே! அதாவது மல்டி லெவல் மார்க்கெட்டிங்கை யூதர்கள் பதினேழாம் நூற்றாண்டிலேயே ஆரம்பித்துவிட்டனர்.

வியாபாரத்தைத் தொடர்ந்து நடத்த எந்தவித குறுக்கு வழிகளிலும் ஈடுபடத் தயாராக இருந்தனர். ஆனால், தங்கள் வாடிக்கையாளர்களைச் சிறிதளவுகூட ஏமாற்ற நினைத்ததில்லை. யூதக் கடைகளில் நியாயமான விலைகளில் பொருள்கள் கிடைக்கும் என்று நம்பி வாங்கும்படி இருந்தது.

எவ்வளவுக்கு எவ்வளவு தான் முன்னேறுகிறோமோ அதே அளவு தம் இனமும் முன்னேற வேண்டும் என்பதில் யூதர்கள் உறுதியாக இருந்தார்கள். தம் இனத்தில் யாராவது ஒருவர், ஏதாவது ஒரு துறையில் திறமை வாய்ந்தவராக இருந்தால், அவர் அதே துறையில் உச்சாணிக் கொம்பை அடைவதற்கான எல்லா உதவிகளையும் மற்ற யூதர்கள் செய்வர். அது எந்தத் துறையாக இருந்தாலும் சரி. அப்படி ஓர் இனப்பாசம்.

•

1839-ல் ஈரானின் கிழக்குப் பகுதியிலுள்ள மெஷாத் (Meshed) என்ற இடத்தில் யூத தேவாலயம் முஸ்லிம்களால் தீ வைத்துக் கொளுத்தப்பட்டது. அங்கே பற்ற வைத்த கலவரத் தீ, அதன் இயல்போடு பரவியது. 'இஸ்லாமியனாக மாறு, இல்லை இறந்து போ' இதுதான் யூதர்களுக்குக் கொடுக்கப்பட்ட வாய்ப்புகள்.

பல அரேபிய நாடுகளில் இருந்த யூதர்களும் இதே நிலைமைக்குத் தான் ஆளாக்கப்பட்டார்கள். முஸ்லிம்களாக மாறினார்கள். தோற்ற அளவில் மட்டுமே! மனத்தளவில் யூதர்களாக வாழ்ந்தார்கள். கட்டாயத்தின் பெயரில் மெக்காவுக்கெல்லாம் சென்றார்கள். ஆனால் அவர்களது மனம் ஜெருசலேமை நோக்கித்தான் பிரார்த்தனைச் செய்துகொண்டிருந்தது.

அதுவரை யூதர்கள் மேல் பரிவுடன் நடந்துகொண்ட ஒட்டமான் துருக்கிப் பேரரசுகூட, மெஷாத் கலவரத்துக்குப் பின், யூதர்கள்

மேல் அதிருப்தி கொண்டது. முஸ்லிம்கள் நடத்திய யூத எதிர்ப்புக் கலவரங்களை அமைதியாக வேடிக்கை பார்த்துக்கொண்டு இருந்தது.

1840-ல் டெமஸ்கஸில் இருந்து ஒரு வதந்தி உற்பத்தியானது. 'யூதர்கள் ஒரு கிறிஸ்துவப் பாதிரியாரையும் அவரது முஸ்லிம் உதவியாளர்களையும் கொன்று, அவர்களது ரத்தத்தைத் தொட்டுத் தொட்டு ரொட்டி சாப்பிட்டார்கள்.'

வதந்தீ. பரவியது. யூதர்கள் மீது தாக்குதல்கள் நடத்தப்பட்டன. சந்தேகத்தின் பெயரில் கைது செய்யப்பட்ட சில யூதர்கள் விசாரணையில் இறந்துபோனார்கள். சில ஐரோப்பிய நாடுகளில் யூதர்கள், துருக்கி அரசைக் கண்டித்து, அடையாள எதிர்ப்பு ஊர்வலங்களை நடத்தினார்கள். அதுவும் கிறிஸ்துவர்களின் ஆதரவோடு என்பதுதான் ஆச்சரியம்.

அந்தக் காலகட்டத்தில் கிறிஸ்துவர்களிடையே இருந்த யூத எதிர்ப்பு நிறையவே குறைந்திருந்தது. ஆனால் முஸ்லிம்கள் கடும் வெறுப்பில் இருந்தார்கள். கிறிஸ்துவர்கள் அடித்து விரட்டிய போதெல்லாம் ஆதரித்தவர்கள் முஸ்லிம்கள்தான். இருந்தாலும் யூதர்கள், முஸ்லிம்களை தம்மைவிடக் குறை வானவர்களாக நினைத்துத்தான் நடந்துகொண்டார்கள்.

•

பத்தொன்பதாம் நூற்றாண்டின் மத்தியில் பல ஐரோப்பிய தேசங்களில் ஜனநாயகம் மலரத் தொடங்கியிருந்தது. எவ்வாறு ஒவ்வொரு தேசத்திலும் தங்கள் இருப்பை நிலைப்படுத்த யூதர்கள் முயற்சித்தார்களோ, அதேபோல, ஜனநாயக நாடுகளில் தங்களின் உரிமையைப் பெற, உரிய பதவிகளைப் பெற கடும் முயற்சி செய்தனர்.

1848-ல் ஃபிரான்ஸில் நடந்த தேர்தலில் ஒரு யூதர் வெற்றி பெற்று, நாடாளுமன்றப் பிரதிநிதியானார்.

1870-ல் பெஞ்சமின் டி'ஸ்ரேலி (Benjamin D'Israeli) என்ற யூதர் தேர்தலில் நின்று வெற்றி பெற்று பிரிட்டனின் பிரதமராகவே ஆனார். பெஞ்சமினின் முன்னோர்கள் இத்தாலியைச் சேர்ந்தவர்கள். சில நூற்றாண்டுகளுக்கு முன்பு பிரிட்டனுக்கு அகதிகளாக வந்தவர்கள்.

பிரிட்டனின் பிரதமரே ஒரு யூதர். அப்புறமென்ன, யூதர்கள் அதுவரை தாங்கள் அனுபவித்திராத சுகங்களை அனுபவித்தனர். பல துறைகளில் வளர்ச்சி அடைந்தனர். இதுவரை எட்டாத உயரங்களைத் தொட்டனர். பள்ளி, கல்லூரி, பல்கலைக் கழகங்களில் யூதர்களும் சம அளவு உரிமைகள் பெற்றனர்.

பல துறைகளில் வேலை வாய்ப்புகள் பெற்றனர். எல்லாவற்றை யும்விட முக்கியமானது, மரியாதையாகவும் நடத்தப்பட்டனர். இவையெல்லாம் நிகழ்ந்தது பத்தொன்பதாம் நூற்றாண்டின் இறுதியில்.

அப்போது நெப்போலியன் உயிருடன் இல்லை. ஜெர்மனி, போலந்து போன்ற நாடுகளில் அதுவரை ஓரளவு பிரச்னைகள் இல்லாமல் வாழ்ந்துகொண்டிருந்த யூதர்கள் பெரும் பிரச்னை களைச் சந்திக்க வேண்டியதிருந்தது. கட்டாய மதமாற்றத்துக்கு உள்பட்டனர். 'மதம் மாறு அல்லது மடிந்து போ' - இதுதான் நிலை.

ஒரே வழி. எங்கெல்லாம் உயிருக்கு ஆபத்தில்லையோ அங்கெல் லாம் சென்று வாழத் தொடங்கினார்கள். பல நூற்றாண்டுகள் செய்துகொண்டிருந்த அதே காரியம்தான். எவ்வளவுதான் நாகரிகம், பண்பாடு, கலாசாரம் எல்லாம் அனைத்து இனங் களிலும் வளர்ந்திருந்தாலும், யூதர்களை விரட்டும் பழக்கம் மட்டும் பாரம்பரியமாகத் தொடர்ந்தது.

பிரிட்டனில் சாதகமான சூழ்நிலை நிலவியதால் யூதக் குடி யிருப்புகளின் எண்ணிக்கை பல மடங்கு உயர்ந்தது.

ஜார் மன்னர் இரண்டாம் அலெக்ஸாண்டர் படுகொலைக்குப் பிறகு, ரஷ்யாவில் யூத ஒழிப்பு நடவடிக்கை ஜுரம்போல் அதிகரித்துக் கொண்டே சென்றது.

ரஷ்யாவில் நிகழ்ந்த கொடுமைகள் சில ஆயிரம் யூதர்களின் மனத்தில் நெருப்பை மூட்டியிருந்தது. 'எப்படியாவது ரஷ்யாவில் ஜார் மன்னர்களின் ஆட்சியை ஒழித்துவிட வேண்டும்.'

அந்தப் புரட்சிகர யூத இளைஞர்கள், ரஷ்யாவின் எல்லையோரப் பகுதிகளில் தலைமறைவு வாழ்க்கை வாழ்ந்தனர். சிலர் தங்கள் யூத அடையாளங்களை முற்றிலும் மறைத்துக்கொண்டு ரஷ்யர்கள்போல மாறி, நாட்டினுள் சென்று வசித்து வந்தனர்.

அச்சமயத்தில் ஜார் மன்னர்களுக்கு எதிராக கம்யூனிஸ்ட்டுகள் புரட்சிக் கொடி தூக்கியிருந்தார்கள். கார்ல் மார்க்ஸின் சித்தாந்தங் கள் கனல் மூட்டிக் கொண்டிருந்த சமயம் அது. இது யூத இளைஞர்களுக்கு வசதியாக இருந்தது. அவர்களோடு தம்மை யும் இணைத்துக்கொண்டனர். ஜார் மன்னர்களுக்கு எதிராக வீதி நாடகங்கள் நடத்தினர். பிரசாரங்கள் செய்தனர். துண்டுப் பிரசுரங்கள் விநியோகித்தனர்.

இப்படிப்பட்ட புரட்சிகர நடவடிக்கைகள் எதிலும் தம்மை ஈடுபடுத்திக்கொள்ளாத சில நூறு யூதர்கள், மௌனமாக யோசித்துக் கொண்டிருந்தனர்.

என்னவாக இருக்கும்? யூதர்கள் திட்டம் போடுகிறார்கள் என்றால் அது பாலஸ்தீனை அடைவதைப் பற்றித்தானே இருக்க முடியும்.

ரஷ்யாவில் மட்டுமல்ல, ஜெர்மனி, ஃப்ரான்ஸிலிருந்த யூதர்கள் சிலரும் மிகவும் தீவிரமாக இதுபற்றிச் சிந்தித்துக் கொண்டிருந் தார்கள்.

நமக்குத் தேவை வாழ்வதற்கு ஒரு நிரந்தர தேசம். யூதர்களுக்கான தேசம். எத்தனைக் காலம் தான் இப்படி ஓடிக் கொண்டே இருப்பது? கிறிஸ்துவர்கள் காலம் காலமாக வெறுக்கிறார்கள். இஸ்லாமியர்களுடன் ஒத்துப் போவதற்கு வாய்ப்பே இல்லை. உலகில் பெரும்பான்மையான இனத்தவர்களுக்கு வாழ்வதற் கேற்ற நிரந்தர தேசங்கள் இருக்கின்றன. நமக்கு மட்டும் ஏன் இல்லை?

ஏன் இல்லை, அதான் பாலஸ்தீன் இருக்கிறதே! கடவுள் நமக்காக பிரத்தியேகமாக ஆசீர்வதித்துக் கொடுத்த பூமி! என்ன செய்ய லாம்? பாலஸ்தீனை மீண்டும் யூதர்களின் பூமியாக ஆக்குவதற்கு என்ன செய்யலாம்? பாலஸ்தீன் இப்போதும் ஒட்டமான் துருக்கிப் பேரரசின் கீழ்தான் இருக்கிறது. அந்தப் பேரரசில் யூதர்கள் ஓரளவுக்குப் பிரச்னைகள் இன்றித்தான் வாழ்கின்றனர். அங்கு சென்று வாழலாம். ஆனால் பாலஸ்தீனையே சொந்த மாக்கிக் கொள்வது எப்படி?

இதைத்தான் அவர்கள் யோசித்தார்கள். சிறு சிறு குழுக்களாகக் கூடிப் பேசினார்கள். எல்லாமே ரகசியக் கூட்டங்கள். சுற்றி

யிருந்த சுவர்களில் தப்பித் தவறிக்கூட ஒரு வார்த்தைகூட எதிரொலித்து விடாத அளவுக்கு ரகசியமாகப் பேசினார்கள்.

அவர்களுள் தியோடர் ஹெசில்* என்ற யூதரும் உண்டு. ஜெர்மனியில் வசித்துக்கொண்டிருந்தார். தான் ஒரு யூதன் என்கிற அடையாளங்களை முற்றிலும் தொலைத்துவிட்டு வாழ்ந்து கொண்டிருந்த ஜெர்மானிய யூதர்களில் அவரும் ஒருவர். ஹெசில் வெறுமனே யோசிக்க மட்டும் செய்யவில்லை, அடுத்து யூதர்கள் என்ன செய்ய வேண்டும், பாலஸ்தீனத்தைக் கைப்பற்ற என்ன வழி என்று ஒரு நீண்ட செயல்திட்டமே போட்டு முடித் திருந்தார்.

எந்தத் திட்டமானாலும் செயல்படுத்தப் பணம் வேண்டுமே? யூதர்களில் பணக்காரர்களுக்கா பஞ்சம்! ஜெர்மனியிலிருந்த ஆறு பணக்கார யூதர்களைத் தேர்ந்தெடுத்தார். பணக்காரர்கள் என்பதை விட, பண முதலைகள் என்றே சொல்லலாம். வட்டித் தொழில் மூலம் பணத்தைப் பல குட்டிகள் போடச் செய்த பண முதலைகள்.

ஹெசில் ஒவ்வொருத்தரையும் நேரில் சென்று சந்தித்தார்.

'யூதர்களின் நலனுக்காக, பாலஸ்தீனை மீட்டெடுக்க என்னிடம் ஒரு திட்டம் இருக்கிறது. ரகசியமாகப் பேசவேண்டும். இந்த இடத்துக்கு வர முடியுமா?'

எவ்வளவு பெரிய பணக்காரர்களாக இருந்தால் என்ன! யூத இனப் பாசம் ஒன்று போதுமே! ஹெசில் அழைத்த ரகசிய இடத்துக்கு ஆறு பணக்கார யூதர்களும் சென்றார்கள்.

'எவ்வளவு நாள்தான் நாம் இப்படியே கஷ்டப்பட்டுக் கொண்டிருப்பது? ஆளாளுக்குத் திட்டங்கள் தீட்டி என்ன பயன்? என்னிடம் ஒரு திட்டமிருக்கிறது. நான் நினைத்தபடி திட்டம் நிறைவேறினால் பாலஸ்தீனை நம் வசம் ஆக்கிக் கொள்ளலாம். பணம் அதிகம் தேவைப்படும். நீங்கள்தான் உதவி செய்ய வேண்டும்.'

---

* Theoder Herzl - 1860-ம் ஆண்டு புடாபெஸ்டில் பிறந்த யூதர். ஜெர்மானிய ஆதிக்கத்தில் வளர்ந்தவர். அதனால் ஜெர்மன் மொழிப்புலமை பெற்றவர். சட்டப்படிப்பு படித்த இவர், முழுநேர எழுத்தாளர். பத்திரிகையாளராகவும் நாடக ஆசிரியராகவும் இருந்திருக்கிறார்.

ஹெசில், அந்த ஆறு பணக்காரர்களோடு பலமுறை ரகசியப் பேச்சுவார்த்தைகள் நடத்தினார். ஹெசிலின் அந்தத் திட்டத்தின் பெயர் ஜியோனிசம் (Zionism).

முதலில் யூதர்களை ஒருங்கிணைக்க வேண்டும். மனத்தளவில். பின்பு செயலளவில். மிகப் பிரும்மாண்டமான நெட் ஒர்க் ஒன்றை அமைக்க வேண்டும். மிக ரகசியமாக. உலகில் யூதர்கள் எங்கு வாழ்ந்துகொண்டிருந்தாலும், என்ன கடினமான சூழ்நிலையில் வாழ்ந்துகொண்டிருந்தாலும் அவர்களது எண்ணங்கள் எல்லாம் ஒரே புள்ளியை நோக்கித்தான் குவிய வேண்டும். அந்தப் புள்ளி பாலஸ்தீன். அதை யூதர்களின் தேசமாக்குவது. அது ஒன்றுதான் நம் குறிக்கோள். அதனை அடைய எத்தனைப் பெரிய இழப்பையும் சந்திக்கத் தயாராக இருக்கவேண்டும்.

சுருக்கமாகச் சொல்வதென்றால் ஜியோனிசத்தின் அர்த்தம், கொள்கை, நோக்கம் எல்லாம் இதுதான்.

இந்த ஜியோனிசம், 1875-களில் மிகத் தீவிரமாக, மிக ரகசியமாக யூதர்களிடம் பரவிக் கொண்டிருந்தது. ரபிக்கள் ஜியோனிசம் பற்றி யூத மக்களிடம் விரிவாக, ஆழமாக, அழுத்தந்திருத்தமாக எடுத்துரைத்தனர். ஹெசில் தன் ரகசியக் கூட்டங்களில் என்ன வெல்லாம் செய்யப்படவேண்டும் என்பது குறித்து விரிவாகவே பேசினார்.

'யூத மக்களிடையே இந்த எண்ணத்தை ஆழமாக விதைக்க வேண்டும். யூத தேசிய உணர்வை அவர்களுக்குள் தூண்ட வேண்டும். நமக்கு நாடு வேண்டுமென்றால் நாம்தான் அதற்கு உழைக்கவேண்டும். எத்தனையோ பார்த்தாயிற்று. யாரும் நமக்கென தனியாக ஒரு நாட்டைத் தூக்கிக் கையில் எடுத்துக் கொடுத்துவிடப் போவதில்லை. அதற்காக விட்டுவிட முடியுமா என்ன!

நாடு என்றால் என்ன? ஒரு நிலப்பரப்பு. நிலப்பரப்பு என்றால் என்ன? குடியிருப்புகள், வணிக நிறுவனங்கள், வயல்வெளிகள் தோட்டங்கள் அடங்கியது. அவ்வளவுதானே. நாம் வாங்குவோம். வீடுகளை வாங்குவோம். வணிகம் செய்ய இடங்களை வாங்குவோம். பயிர் செய்ய வயல்களை, தோட்டங்களை வாங்குவோம். வாங்கி வாங்கி யூதர்களுக்கே உரியதாகச் சேர்ப்போம். சேர்த்துக்கொண்டே போவோம். இப்படிச் செய்து கொண்டே இருந்தால், ஒரு கட்டத்தில் ஒரு பெரும் நிலப்

பரப்பையே நாம் காசு கொடுத்து வாங்கியிருப்போம். ஒரு தேசமே யூதர்களுக்குச் சொந்தமானதாக இருக்கும். அந்த நிலப்பரப்பு பாலஸ்தீனாக இருக்கட்டும். அதுதானே நம் கனவு. பல நூற்றாண்டுக் கனவு.'

ஹெசிலின் திட்டம் அந்த ஆறு பணக்காரர்களையும் சிலிர்த்திட வைத்தது. எவ்வளவு பணம் வேண்டுமானாலும் தருவதற்குத் தயாராக இருந்தார்கள்.

ஹெசிலின் திட்டம் கொஞ்சம் கொஞ்சமாக, ரகசியம் ரகசியமாக உலகெங்கிலும் உள்ள யூதர்களுக்குத் தெரிவிக்கப்பட்டது. எப்போது? பத்தொன்பதாம் நூற்றாண்டின் இறுதியில். எந்தவித தொடர்பு வசதிகளும் வளர்ச்சிப் பெறாத அந்தக் காலத்தில். ஆனால் யூதர்கள் மட்டும் செய்திகளைச் செவ்வனே பரிமாறிக் கொண்டார்கள். எந்தவிதக் குழப்பமும் அவர்களுக்கு ஏற்பட வில்லை.

இதன் முதல் கட்டமாக 1896-ல் 'உலக யூதர் காங்கிரஸ்' என்ற அமைப்பு உருவாக்கப்பட்டது. அதன் முதல் மாநாடு ரகசியமோ ரகசியமாக சுவிட்சர்லாந்தில் ஒரு சில தலைகள் மட்டும் பங்கேற்க, குசுகுசுவென நடந்தது.

The Grand Plan என்ற நூறு பக்க அறிக்கை ஒன்றை ஹெசில் தயாரித்து வைத்திருந்தார். அதனை வாசித்தார். அதுதான் திட்டம். ஆபரேஷன் பாலஸ்தீன் என்றுகூட சொல்லலாம். யூதர்கள் என்ன செய்யவேண்டும், எப்படி எல்லாம் செய்யவேண்டும், என்ன வெல்லாம் செய்யக்கூடாது என்று எல்லாம் தெள்ளத் தெளிவாக, விளக்கப்பட்ட திட்ட அறிக்கை அது. சுருக்கமாகப் பார்க்கலாம்.

'யூதர்களுக்காக ஒரு தேசம். அதுவே குறிக்கோள். எப்பாடு பட்டாவது நிறைவேற்றியாக வேண்டிய குறிக்கோள். எந்தச் சூழ்நிலையிலும் பின்வாங்கி விடக்கூடாது.

இயேசுவைக் கொன்றவர்கள் என்று இன்றும் நம் மீது பழி தொடர்ந்து கொண்டுதான் வருகிறது. பல நூற்றாண்டுப் பழி. இதனை உடனே அழித்துவிடமுடியாது. சாமர்த்தியமாகத்தான் சமாளிக்க வேண்டும்.

ஐரோப்பாவில் மிக அதிகமாக வாழ்பவர்கள் கிறிஸ்துவர்கள் தான். அவர்கள் நம் பகைவர்களே. இப்போது அது முக்கியமல்ல.

கிறிஸ்துவர்களுடன் நட்புணர்வு கொள்ளவேண்டும். அவர்கள் மனத்திலிருந்து நம் மீதான பகையை மறக்கச் செய்யவேண்டும்.

யூதர்களே வந்து வாழ்ந்து கொள்ளுங்கள் என்று மற்ற நாட்டவர் கள் அடைக்கலம்தான் கொடுப்பார்கள். நாட்டையே தட்டில் வைத்துக் கொடுத்துவிட மாட்டார்கள். கொஞ்சம் தந்திரமாகத் தான் நமக்குரிய நாட்டை நாம் பெற்றுக் கொள்ள வேண்டும். வேறுவழியில்லை. கொஞ்சம் கொஞ்சமாக விலை கொடுத்து வாங்கிவிடலாம். இது உடனடியாக நிறைவேறிவிடக்கூடிய திட்டமல்ல. பல ஆண்டுகள் பொறுமையாக உழைப்பதன் மூலம் நிறைவேறக்கூடிய திட்டம்.

திட்டத்தை நிறைவேற்ற பணம் அதிகம் தேவை. அதற்காக ஒரு வங்கி உருவாக்கப்படும். அதன் பெயர் 'யூத தேசிய வங்கி'. யூதர்கள் நிலம் வாங்குவதற்குரிய அனைத்து உதவிகளையும் அந்த வங்கி செய்யும்.

நமக்கொரு தேசிய கீதம் வேண்டும். Hatikvah (நம்பிக்கை என்று பொருள்). நமக்கென்று ஒரு கொடி வேண்டும். அதன் நடுவில் தாவீதின் நட்சத்திரம் (Star of David - இஸ்ரேலிய மன்னர் தாவீதின் பெயரால் குறிக்கப்பட்ட ஆறு முனைகளைக் கொண்ட நட்சத்திரம்) இருக்க வேண்டும். வெண்மையும் நீலமும் கலந்தது அந்தக் கொடி. யூதர்களின் கொடி. நம் அடையாளம்.

நமக்கான திட்டங்கள் மிகவும் ரகசியமாகப் பாதுகாக்கப் படவேண்டும். துளி விஷயம்கூட வெளியே பரவி விடக்கூடாது. ஏனெனில் நாம் அடையப் போவது பாலஸ்தீன் என்ற கடவுள் நமக்களித்த தேசம். இதைத் தூக்கத்திலும், ஏன் மரணத்தில்கூட மறக்கக் கூடாது.'

ஹெஸிலின் இந்தத் தொலைநோக்குத் திட்டம், அனைத்து யூத மக்களிடையேயும் ரகசியமாக, ஆனால் மிகத் தெளிவாகப் பரப்பப்பட்டது. பாலஸ்தீனை அடைவதற்கான திட்டமல்லவா, ஒவ்வொரு யூதரும் உற்சாகமாக உழைக்கத் தொடங்கினர். ஹெஸில் கூறியது படியே யூத வங்கி தொடங்கப்படுவதற்கு முன் நில வங்கி (Land Bank) என்ற வங்கி அமைக்கப்பட்டது.

இந்த வங்கியில் யூதர்கள், நிலம் வாங்குவதற்காகப் பணம் சேர்த்துவைக்க ஆரம்பித்தனர். ஆரம்பித்த சில மாதங்களிலேயே

லட்சம் லட்சமாகப் பணம் புரளத் தொடங்கியது. ஏனென்றால் யூதர்கள்தான் எந்தத் தொழில் செய்தாலும் அதில் புலிகளாக விளங்கினார்களே! அது போக தாமாகவே முன் வந்து பல யூதப் பணக்காரர்கள் பெருந்தொகையை வங்கிக்குக் கொடுத்தனர். உலக யூதர்கள் ஒவ்வொருவரும் தங்கள் பணத்தை வங்கியில் போட்டனர்.

சரி, வங்கியின் வேலை என்ன? யாரெல்லாம் நிலம் வாங்க நினைக்கிறார்களோ அவர்கள் முன் ஆஜராகி, 'இந்தாருங்கள். கடன். நிலம் வாங்கிக் கொள்ளுங்கள்' என்று கொடுக்க வேண்டும். அவர்கள் ஐரோப்பியர்களாக இருந்தாலும் சரி, அரேபியர்களாக இருந்தாலும் சரி. கடன் கேட்க நினைத்தால் கூட போதுமானது. கடன் கொடுத்துவிடலாம். பதிலுக்கு அவர்களது நிலப் பத்திரங்களை மட்டும் மறக்காமல் வாங்கி வங்கியில் அடமானமாக வைத்துக்கொள்ள வேண்டும்.

குறிப்பிட்ட கால அவகாசம் கொடுக்கவேண்டும். உரிய காலத்தில் கடன் தொகை வட்டியோடு திருப்பிச் செலுத்தப்படா விட்டால், அந்த நிலம் வங்கிக்குச் சொந்தமாகிவிடும். வங்கி, அந்த நிலங்களை கையகப்படுத்தி விடலாம்.

அடுத்து உடனே செய்யப்பட வேண்டிய காரியம், கையகப் படுத்தப்பட்ட இடத்தில் யூதக் குடியிருப்பை ஏற்படுத்தி விட வேண்டும். அந்தக் குடியிருப்பில் வாழும் யூதர்களின் பாதுகாப்புக்கு வங்கியே உத்தரவாதம் கொடுக்கும்.

அடுத்ததாக யூத வங்கி நேரடியாக நிலங்களை வாங்கும். அதாவது நேரடி நிலக் கொள்முதல். அப்படி தேர்ந்தெடுக்கப் பட்ட நிலங்களை வங்கியே எவ்வளவு தொகை கொடுத்து வேண்டுமானாலும் வாங்கும். அந்த இடங்களில் யூதர்கள் மட்டுமே வாழும்படி குடியிருப்புகள் ஏற்படுத்தப்படும்.

சரி உலகமெங்கும் யூத வங்கிகள் ஏற்படுத்துவதில் பிரச்னை இல்லை. நிலம் வாங்க கடன் கொடுப்பதில் பிரச்னை இல்லை. நிலங்களை எங்கே வாங்குவது என்பதில் ஏகப்பட்ட விவாதங்கள் நடந்தன.

கென்யா, அர்ஜென்டைனா, சிலி, அமெரிக்காவின் நெப் ராஸ்கா மாகாணம் இவற்றில் எங்காவது நிலங்களை வாங்க லாமா என்று பல நாள்கள் விவாதங்கள் நடந்தன. யாரும்

ஐரோப்பிய தேசங்களை மட்டும் சொல்லவே இல்லை. ஆனால் பெரும்பான்மையான யூதர்கள், பாலஸ்தீனத்தைத்தான் தேர்ந்தெடுத்தார்கள்.

1897-ல் கூடிய உலக யூதர் காங்கிரஸ் மாநாட்டில் ஹெஸில் அதிகாரபூர்வமாக அறிவித்தார்.

'நாம் ஏற்கெனவே திட்டமிட்டபடி நம் இலக்கு பாலஸ்தீன்தான். யூத வங்கிகளின் மூலம் அங்கேயே நிலங்களை வாங்குவோம். குடியிருப்புகளை உருவாக்குவோம். பாலஸ்தீனை நமதாக்கு வோம்.'

பிற நாட்டிலிருந்த யூதர்கள் மெல்ல மெல்ல பாலஸ்தீனை நோக்கி நகரத் தொடங்கினார்கள். பாலஸ்தீன யூதர்கள் மௌனமாக அந்தப் புரட்சிக்குத் தயாராகிக் கொண்டிருந்தார்கள்.

பாகம் 3

இருபதாம் நூற்றாண்டு

15. சிறு நிலம் பெரும் தேசம்

இருபதாம் நூற்றாண்டு பிறந்தபோது, பாலஸ் தீனில் இருந்த மொத்த யூதர்களின் எண்ணிக்கை கிட்டத்தட்ட ஒரு லட்சம்.

மெல்ல மெல்ல பாலஸ்தீனத்தில் யூத நில வங்கிகள் முளைத்தன.

'சொந்தமாக வீடுகட்ட ஆசைப்படுகிறீர்களா? நிலம் வாங்க ஆசைப்படுகிறீர்களா? பணத்துக்குக் கவலைப் படாதீர்கள். நாங்கள் கடன் தருகிறோம். வட்டி யெல்லாம் மிக மிகக் குறைவே!'

மனிதராகப் பிறந்த எல்லாருக்குமே தனக்கென்று சொந்தமாக ஒரு காணி நிலம் வேண்டுமென்ற ஆசை இருக்கத்தானே செய்யும். பிற இனத்தவர் கள், முக்கியமாக அரேபியர்கள் யூத வங்கிகளின் வலையில் வந்து விழுந்தார்கள்.

'உங்களிடம் உபயோகிக்கப்படாத பாழ் நிலங்கள் இருக்கிறதா? எங்கள் வங்கி மூலமே நீங்கள் நிலங்களை விற்கலாம். நாங்களே அதிகப் பணம் கொடுத்து வாங்கிக் கொள்கிறோம்.'

பாலஸ்தீன் பாலைவன பூமிதான். விவசாயம் என்றெல்லாம் பிரமாதமாக ஒன்றும் நடந்து கொண்டிருக்கவில்லை. ஒன்றுக்கும் உதவாத நிலங்களை வைத்துக்கொண்டு என்ன செய்வது, விற்றுக் காசாக்கிக் கொள்ளலாமே என்று படிப்பறிவில்லாத அரேபியர்கள், யூத வங்கிகளைத் தேடி வந்தார்கள். வங்கிகள் மிக மரியாதையாக அதிகப் பணம் கொடுத்து நிலங்களை வாங்கிக் கொண்டன.

'அடடா, இந்த வீணாகப் போன நிலத்துக்கு இவ்வளவு பணமா! இன்னும் கொஞ்சம் நிலம் இருந்தால்கூட விற்கலாமே!' என்றுதான் யோசித்தார்களே தவிர, அதன்பின் உள்ள சூட்சுமங்கள் என்ன, ஏன் இவர்கள் திடீரென முளைத்து வந்து, ஒன்றுக்கும் உதவாத நிலங்களை நல்ல விலைக்கு வாங்க வேண்டும் என்றெல்லாம் அரேபியர்களுக்கு யோசிக்கத் தோன்றவேயில்லை.

அரேபியர்கள் யோசித்ததெல்லாம் ஒன்றுதான். இன்னும் எவ்வளவு அதிகமாக விலை சொல்லலாம். சொன்னார்கள். தரிசு நிலங்களுக்குத் தாறுமாறாக விலை சொன்னார்கள். எவ்வளவாக இருந்தால் என்ன, வாங்கிப் போடு என்று யூத வங்கிகள் நிலங்களை மளமளவென்று பெருக்கிக் கொண்டே இருந்தன.

இன்னொரு புறம் உலகெங்கிலும் இருந்த யூதர்கள், தங்கள் பணத்தை நன்கொடையாக இந்த வங்கிக்கு அளித்துக் கொண்டே இருந்தார்கள். பணமில்லாத யூதர்கள் துண்டேந்தி நன்கொடை வசூல் செய்தார்கள். கலைநிகழ்ச்சிகள் நடத்தினார்கள், புத்தகம் விற்றுப் பணம் சேர்த்தார்கள், இன்னபிற விதங்களில் பணம் சேர்த்தார்கள். வங்கிக்கு அனுப்பினார்கள்.

தரிசு நிலங்களுக்கு அடுத்தபடியாக, உள்ளூர் அரேபியர்களுக்கு நிலம் வாங்க, கடன் கொடுக்க ஆரம்பித்தார்கள். எளிய வட்டி விகிதம் என்று இனிக்க இனிக்கச் சொல்லி கடன் கொடுத்தார்கள். அரேபியர்களும் அதை நம்பி, நிலம் வாங்க கடன் வாங்கினார்கள். அதன் பின் வங்கிகள் சொன்ன கடன் வட்டி விகிதங்கள் படிப்பறிவில்லாத அரேபியர்களுக்குப் புரிந்திருக்க வாய்ப்பே இல்லை.

விழி பிதுங்கினார்கள் அரேபியர்கள். கடனை வட்டியோடு, குட்டி போட்ட வட்டியோடு திருப்பிச் செலுத்துவதற்கெல்லாம் வங்கிகள் கால அவகாசம் கொடுக்கவே இல்லை. நேரே சென்று

நிலங்களைக் கையகப்படுத்திக் கொண்டார்கள். தங்களுக்குத் தேவை பாலஸ்தீனின் நிலம்தானே தவிர, அரேபியர்களின் பணமல்ல என்பதில் யூத வங்கிகள் மிகத் தெளிவாக இருந்தன.

கையகப்படுத்தப்பட்ட நிலங்களில் எல்லாம் யூதக் குடி யிருப்புகள் முளைத்துக்கொண்டே இருந்தன. வேறு வேறு நாடு களில் சுபிட்சமாக வாழ்ந்துகொண்டிருந்த யூதர்கள்கூட, தமக்கு அங்கிருந்த சொத்துகளை விற்றுவிட்டு, சுகங்களை விட்டு விட்டு, பாலஸ்தீனத்தை நோக்கிப் பெட்டிப் படுக்கைகளுடன் வந்து கொண்டே இருந்தனர்.

அரேபியர்கள் எது பற்றியும் யோசிக்காமல் இருந்தார்கள். அல்லது யோசிக்கத் தெரியாமல். கவனக்குறைவாக இருந்தது உண்மை. அதைவிட முக்கியம், ஒவ்வொரு யூதரும் தங்கள் திட்டம் பற்றிய ரகசியம் இம்மியளவுகூட வெளிவராமல் பாதுகாத்தது. ஒரு யூதக் கொசுகூட இன்னொரு இன கொசுவிடம் இந்தத் திட்டம் குறித்து வாய் திறந்து பேசவில்லை!

நாளடைவில் அரேபியப் பண்ணையார்கள் வாழ்ந்து கொண் டிருந்த இடங்களில் எல்லாம் யூதப் பண்ணையார்கள் செழிப் புடன் வாழ ஆரம்பித்தனர்.

அதுவரை பணிவாக ஏமாற்றி நிலங்களை வாங்கிய முறை யூத வங்கிகளுக்குச் சலித்துவிட்டதுபோல! அதன்பின் மிரட்டல் தொனியில் இறங்கினார்கள். வங்கிக்காரர்கள் ஒரு வண்டியை எடுத்துக் கொண்டு கிராமப்புறங்களையும் நகர்ப்புறங்களையும் சுற்றி வருவார்கள். எவையெல்லாம் வங்கியின் நிலங்கள் என்று பார்ப்பார்கள். யூதர்களின் நிலங்களுக்கிடையே யாரா வது அரேபியரின் நிலம் இருந்தால்போதும். அவரைத் தேடிச் செல்வார்கள்.

'நாங்க யூத நில வங்கியில் இருந்து வருகிறோம். உங்கள் நிலத்தை எங்களிடம் விற்று விடுங்கள்.'

ஆரம்பம் இப்படித்தான் இருக்கும். அந்த அரேபியர் மறுக்கும் பட்சத்தில் 'என்ன மரியாதையா நிலத்தை விற்கப் போறியா, இல்லையா?' குரல் உயர்த்தி, குரல்வளையில் கைவைத்துக் கேட்க ஆரம்பித்தார்கள். சமயங்களில் ஆள்களைக் கடத்தி, மிரட்டி, அடி(த்துப்)பணிய வைத்த சம்பவங்கள் எல்லாம் நடை பெற்றிருக்கின்றன. இந்த உருட்டல் மிரட்டல் வேலைகளைச்

செய்வதற்காக, சமூக நல அமைப்பு என்ற லேபிளோடு யூத தாதாக்கள் இருந்தனர்.

இரண்டே ஆண்டுகளில் பாலஸ்தீன் அரேபியர்களின் நாலரை சதவிகித நிலம், யூதர்களின் கைகளுக்கு மாறியிருந்தது. அதுவரை யூதர்கள் இரண்டடி பாய்ந்திருந்தார்கள் என்றால், அடுத்தடுத்த ஆண்டுகளில் இருநூறு அடி பாய்ந்தார்கள் என்பதே உண்மை.

ஆண்டாண்டு காலம் ஓடும் மெகா சீரியல் என்றாலும் என்றாவது ஒருநாள் கடைசி எபிசோட் வைத்துத்தானே ஆகவேண்டும். அரேபியர்கள் மிக மிக சாவகாசமாகத்தான் விழித்துக் கொண்டார்கள். ஆனால் அவர்களுக்குக் கிட்டத்தட்ட கண் கெட்டுப் போயிருந்தது.

அதாவது ஏழைமையில் வாடும் அரேபிய முஸ்லிம்களை யூதப் பண்ணையார்கள் வேலை கொடுக்கிறேன் என்ற பெயரில் அடிமைகளாக வைத்திருந்தார்கள். சொந்த நாட்டிலேயே அடிமையாக வாழ்வதா? அகதிபோல் வந்தவர்கள் ஆட்சி செய்கிறார்களே? நம்மை ஏமாற்றி நிலங்களை எல்லாம் அபகரித்து விட்டார்களே? அரேபிய முஸ்லிம்கள் எதிர்ப்பு நிலை காட்ட ஆரம்பித்தபோது, பாலஸ்தீனில் மீண்டும் கலவர காண்டம் ஆரம்பமானது.

எப்படி யூதர்களை அடக்கலாம், இழந்ததை மீட்கலாம் என்று அரேபிய முஸ்லிம்கள் கூடிப் பேசிய நேரத்தில், இன்னும் மிச்சமிருக்கும் நிலங்களை எப்படி அபகரிக்கலாம் என்று யூதர்கள் திட்டம் போட்டுக் கொண்டிருந்தனர்.

'யூத தேசிய நிதி' என்ற பெயரில் ஜியோனிச இயக்கத்துக்காக உலக யூதர்களிடம் இருந்து பணம், பேரல் பேரலாகக் குவிந்து கொண்டிருந்தது. யூதர்களின் பொருளாதார பலம் என்பது படு சுபிட்சமாக இருந்தது. சமுதாய அளவிலும் அவர்கள் பல முக்கியப் பொறுப்புகளில் ஆட்சியாளர்களுக்குத் தேவையான வர்களாக மாறியிருந்தார்கள். பண பலம் இருக்கிறது. எதையும் சாதிக்கலாம் என்ற தைரியம் அவர்களுக்கு இருக்கிறது. தாராளமாக லஞ்சத்தைப் புழங்கவிட்டார்கள். காரியம் சாதித்துக் கொண்டார்கள்.

பாலஸ்தீனில் மட்டுமல்ல, இங்கிலாந்துபோன்ற பல மேல்நாடு களின் உயர்அதிகாரிகளுடனான நட்பை, பணத்தால் பலப்படுத்தி இருந்தார்கள்.

1902-க்குள் ஹெசில் ஆறு யூத தேசிய காங்கிரஸ் மாநாடுகளை மிக ரகசியமாக நடத்தி முடித்திருந்தார். ஐரோப்பிய நாடுகள் எதிர்த்தாலும், அரேபிய முஸ்லிம்கள் கொதித்தெழுந்தாலும் யூத நிலவங்கிகள், ஹெசிலின் வழிகாட்டுதலின்படி கருமமே கண்ணாக நில வேட்டையைத் தொடர்ந்து கொண்டிருந்தன.

அரேபிய முஸ்லிம்களின் கிளர்ச்சி அதிகரித்தபோது, யூதர்களுக்காகப் பாலஸ்தீன் என்ற கோரிக்கையோடு ஹெசில், சில நாடுகளின் ஆட்சியாளர்களைச் சென்று சந்தித்தார். ஜெர்மானிய சக்கரவர்த்தி கெய்ஸர் வில்லியம் 2, துருக்கி சுல்தான் மெஹ்ரூத் வாதிதீன் இருவரும் உதட்டைப் பிதுக்கினர்.

ஹெசில் பிரிட்டன் சென்றார். பிரிட்டனின் காலனிகளை நிர்வகித்துக் கொண்டிருந்த மூத்த அமைச்சர் ஜோசப் சேம்பர் லெனினைச் சந்தித்தார். அவர் ஹெசில் வார்த்தைகளுக்குக் காது கொடுத்தார். நிதானமாக யோசித்தார். ஆனால் யூதர்களுக்குப் பாலஸ்தீன் சாத்தியமில்லை என்று அப்போதிருந்த யதார்த்த நிலையை வெளிப்படையாகச் சொன்னார். வேண்டுமென்றால் கிழக்கு ஆப்பிரிக்காவின் உகாண்டாவில் யூத நாடு அமைக்கலாம் என்று யோசனையும் கூறினார்.

ஹெசிலுக்கு உள்ளூர வருத்தமே. பிரிட்டனிடம் காண்பிக்க முடியுமா? 'யோசித்துவிட்டுச் சொல்கிறேன்' என்று கூறிவிட்டுக் கிளம்பினார்.

முதல் உலகப் போருக்கான அறிகுறிகள் தோன்ற ஆரம்பித்தன. அந்நேரத்தில் ரஷ்யாவில் யூதர்களின் நிலை படுமோசமாகப் போனது. ஹெசில் யோசித்தார்.

எத்தனை நூற்றாண்டுகளாகத்தான் ஓடிக்கொண்டே இருப்பது. நமக்கென்று பாலஸ்தீன் வாங்கிவிடலாம் என்று திட்டம் தீட்டி, அந்தத் திட்டமும் ஓரளவு வெற்றிகரமான இலக்கை நோக்கித் தான் சென்றுகொண்டிருக்கிறது. ஆனால் இன்னொருபுறம் நமக்கு எதிரான வன்முறைகள் அதிகரித்துக்கொண்டே செல்கின்றன. தீர்வு தனிநாடுதான். பிரிட்டனின் யோசனைப்படி உகாண்டாவை ஏற்றுக்கொண்டால் என்ன! ஒரு தாற்காலிகத் தீர்வு கிடைக்குமே! பாலஸ்தீனைப் பிறகு பார்த்துக்கொள்ளலாம்.

இந்த யோசனையைத்தான் ஹெசில், ஆறாவது யூதர் காங்கிரஸ் மாநாட்டில் முன் வைத்தார். அவ்வளவுதான். ஹெசில் தடம்

மாறிவிட்டார். பித்துப் பிடித்துப் பேசுகிறார். பாலஸ்தீன் கனவை கைவிடச் சொல்கிறார். பிரிட்டனிடம் விலைபோய்விட்டார். இப்படி பல விமரிசனங்களுக்கு ஆளானார்.

யாருக்காகப் பாடுபட்டோமோ அந்த மக்களே இப்படித் தூற்றுகிறார்களே என்று உடைந்துபோனார் ஹெசில். படுத்த படுக்கையானார். *1904*-ம் ஆண்டு இறந்தார். அதன்பின்னரே ஹெசிலின் வார்த்தைகளில் இருந்த உண்மையையும், தங்கள் வார்த்தைகளில் இருந்த விஷத் தன்மையையும் யூதர்கள் புரிந்து கொண்டனர். ஹெசிலிடம் மானசீகமாக மன்னிப்புக் கேட்டுக் கொண்டனர்.

•

சிறு பொறிதானே பரபரவென்று தீயாகப் பரவி, காட்டையே கபளீகரம் செய்கிறது. முதல் உலகப்போரும் அப்படித்தான் ஆரம்பித்தது.

ஓர் ஆஸ்திரிய இளவரசர் ஒரு செர்பிய இளைஞனால் சுட்டுக் கொல்லப்பட்டார். ஆஸ்திரியா ஜெர்மனியின் உதவியோடு, செர்பியா மீது போர் தொடுத்தது. செர்பியாவுக்கு உதவ ரஷ்யா வந்தது. *1914*, ஜுலை *28*-ல் அந்த யுத்தம் ஆரம்பமானது. ஜெர்மனி மேல் பெரும்பகையோடு இருந்த ஃப்ரான்ஸ், இதைச் சாக்காக வைத்துக்கொண்டு, போரில் குதித்தது. ஜெர்மனியும் பெல்ஜியம் வழியே ஃப்ரான்ஸுக்குப் படைகள் அனுப்பியது.

பிரச்னை என்னவென்றால், பெல்ஜியம் அப்போது நடுநிலைமை வகித்துக்கொண்டிருந்தது. ஜெர்மனி செய்வது தவறு என்று சொல்லிவிட்டு அதற்கு எதிராக பிரிட்டன் போரில் குதித்தது. ஜெர்மனியைப் பிடிக்காத ஜப்பானும் பிரிட்டனோடு சேர்ந்து கொண்டது. சீனாவும் பிரிட்டனை ஆதரிக்க, ஜெர்மனிக்கு ஆதரவாக பல்கேரியாவும் களமிறங்கியது.

அப்போது பாலஸ்தீனை ஆண்டுகொண்டிருந்த துருக்கி, ஜெர்மனியின் அணியில் இருந்தது. இருக்கட்டும். யூதர்கள் என்ன செய்தார்கள்?

அதுவரை செய்யாத காரியத்தைச் செய்தார்கள். பல நூற்றாண்டு களாக, பலப்பல நாடுகளில் வாழ்ந்து வந்தாலும், யூதர்கள் என்ற அடையாளத்தை ஒருபோதும் இழக்காமல், தனியே வாழ்ந்து

வந்தவர்கள் அவர்கள். ஆனால் முதல் உலகப் போரில் யூதர்கள், தாம் வசிக்கும் நாடுகள் என்ன நிலை எடுத்திருக்கிறார்களோ அந்த நிலையை ஆதரித்தார்கள். தாங்கள் வசிக்கும் நாடுகள் போர்க்களத்தில் இருந்தால், அந்த நாடுகளின் படைகளோடு தம்மை இணைத்துக் கொண்டார்கள். சில நாடுகள் தங்கள் ராணுவத்தில் யூதப் படைப்பிரிவு ஒன்றை ஏற்படுத்தினர்.

ஓர் அணியில் உள்ள யூதப் படையினர், எதிரணியில் உள்ள நாடுகளின் யூதப் படையினரோடே மோதவேண்டிய சூழல் ஏற்பட்டது. முதன் முறையாக யூதனை யூதனே வெட்டிக் கொல்ல வேண்டிய கட்டாய நிலை. செய்தார்கள்.

காரணம் ஒன்றே ஒன்று மட்டும்தான். யுத்தத்தில் ஏதோ ஓர் அணி ஜெயிக்கப் போகிறது. அந்த அணியினர் வெற்றி கிடைக்க காரணமாக இருந்த யூதர்களைப்பற்றியும் யோசிப்பார்கள். யூதர்களுக்கு ஏதாவது செய்யவேண்டும் என்று நினைப்பார்கள். தனிநாடு கொடுத்துவிடலாம் என்று முடிவெடுப்பார்கள். அது பாலஸ்தீனாகவேகூட இருக்கலாம்.

முதல் உலகப் போரில் யூதர்களை யூதர்களே கொன்றதுகூட இன நலன் கருதி மட்டுமே! போரில் மட்டும் கலந்துகொள்ளாமல், அதற்கு ஏராளமான நிதி உதவிகள் செய்தார்கள். யூதர்கள்தான் பல துறை வல்லுநர்கள் ஆயிற்றே! தத்தம் நாடுகளின் மேல்மட்டப் பிரதிநிதிகளுடன் போர் ஆலோசனைகள் செய்தனர். போர்த் திட்டங்கள் தீட்டிக் கொடுத்தனர். புதிய மருந்துகளைக் கண்டு பிடித்துக் கொடுத்தனர். புதிய ஆயுதங்களை வடிவமைத்துக் கொடுத்தனர். போரில் ஜெர்மனி பயன்படுத்திய விஷவாயு ஆயுதங்களைத் தயாரித்துக் கொடுத்தவர் ஃப்ரிட்ஸ் ஹேபர் என்ற ஒரு யூதர்தான்.

எல்லாவற்றையும் வைத்துப் பார்த்தால், முதல் உலகப் போரின் எல்லா அம்சங்களிலும் யூதர்கள் நிறைந்து இருந்திருக்கிறார்கள். ஆனால் ஒவ்வொரு யூதருக்குள்ளும் இருந்த கனவு, இஸ்ரேல் என்ற தனி தேசம் மட்டுமே!

போர் முடிவில் கொல்லப்பட்ட யூதர்களைப் பார்த்தால் சற்று அதிர்ச்சியாகத்தான் இருக்கும். ஒரு லட்சம் ரஷ்ய யூதர்கள், நாற்பதாயிரம் ஆஸ்திரிய யூதர்கள், பன்னிரண்டாயிரம் ஜெர்மானிய யூதர்கள், ஒன்பதாயிரம் ஃப்ரான்ஸ் யூதர்கள்,

எட்டாயிரத்து சொச்ச பிரிட்டிஷ் யூதர்கள். காயமடைந்திருந்த யூதர்கள் பல லட்சம்.

பாலஸ்தீனில்? ஐரோப்பாவுக்குச் சம்பந்தமே இன்றி, பாலஸ்தீன் வாழ் யூதர்களும் போரில் பங்குபெற பிரிட்டன் சென்றிருக்கிறார்கள். ஆனால் இவர்கள் எல்லோரும் துருக்கி அரசால் நாடு கடத்தப்பட்டவர்கள் என்று இஸ்ரேல் அரசின் போர்க்கால அறிக்கை தெரிவிக்கிறது. ஆனால் இது சம்பந்தமாக ஆதாரங்கள் ஏதும் இல்லை. பாதுகாப்புக் காரணங்களுக்காகச் சில நூறு பாலஸ்தீன் யூதர்கள் மட்டும் நாடு கடத்தப்பட்டிருக்கிறார்கள். அவ்வளவே!

போர் முடியப் போகும் சமயத்தில் பிரிட்டனின் கை ஓங்குவதைக் கணித்துவிட்டார்கள் அந்நாட்டு யூதர்கள். உடனே பிரிட்டனின் மேல்மட்ட அதிகாரிகளுடன் உறவை மேலும் சுமுகமாக்கிக் கொண்டு, யூத இனம் பிரிட்டனுக்காக என்னவெல்லாம் செய்தது, இனி என்னவெல்லாம் செய்யக்கூடும் என்று பட்டிய லிட ஆரம்பித்துவிட்டார்கள். தனி நாடு கோரிக்கையை சற்று அழுத்தியே உச்சரித்தார்கள். பலனாக, பல கட்டப் பேச்சு வார்த்தைகள் நடைபெற்றன.

யூதர்களின் கோரிக்கை பிரிட்டனுக்கும் நியாயமாகத்தான் பட்டது. காரணம், ஃப்ரான்ஸ், ஜெர்மனி, பிரிட்டன் என்ற மூன்று தேசங்களை பின்னுக்குத் தள்ளிவிட்டு, அமெரிக்கா வல்லரசாகி விடுமோ என்ற பயம் அதற்கு இருந்தது. இப்போது யூதர்களுக்காக இஸ்ரேல் என்ற தேசத்தை உருவாக்கிக் கொடுத்தால், பின்னாள்களில் தனக்கு மத்திய கிழக்கு நாடுகளில் ஒரு வலுவான ஆதரவுக் கிடைக்கும் என்று மனக்கணக்குப் போட்டது.

பிரிட்டன் வாழ் யூதர்கள் தூபம் போட்டுக்கொண்டே இருந்தார்கள். பிரிட்டனும் பல்வேறு கட்டங்களில் யோசித்துக் கொண்டுதான் இருந்தது.

அதற்கு பலன் கிடைத்தது. ஒரு பிரகடன வடிவில். அதன் பெயர் பால்ஃபர் பிரகடனம்.

16. பால் வார்த்த பால்ஃபர்

மத்திய கிழக்கில் எப்படிக் கால் ஊன்றலாம் என்று கணக்குப் போட்டுக் கொண்டிருந்தது பிரிட்டன். ஐரோப்பிய தேசங்களுள் ஒன்றாக இருந்தாலும் துருக்கி, ஒட்டாமல் தாமரை இலை நீர் போலத்தான் இருந்தது. அதன் நட்பு மத்திய கிழக்கு தேசங் களுடன் மட்டும்தான் இருந்தது. இதைப் பயன் படுத்தி, பிரிட்டன், தம் படைகளை அனுப்பியது.

ஒட்டமான் சாம்ராஜ்ஜியம் பூஜ்யமானது. பிற ஐரோப்பிய தேசங்கள், எதிர்வீட்டுக்காரரைக்கூட கண்டுகொள்ளாத நகர அபார்ட்மெண்ட்வாசிகள் போல இருந்துவிட்டனர்.

1917, டிசம்பர் 9-ல் பிரிட்டன் அலன்பே (Allenby) என்ற தளபதியின் தலைமையில் தன் படைகளை ஜெருசலேத்துக்கு அனுப்பியது. இன்னொருபுறம், சிரியாவை பிரெஞ்சுப் படைகள் ஆக்கிரமித்தன. கணநேரத்தில் பாலஸ்தீன் பிரிட்டனின் கட்டுப் பாட்டுக்குள்ளும், சிரியா பிரெஞ்சுக் காலனியாக வும் மாறிப் போனது.

அப்போது இங்கிலாந்தில் அதன் வெளி விவகாரத் துறைச் செயலாளர் பால்ஃபர் ஒரு பிரகடனத்தை வெளியிட்டார்.

'பாலஸ்தீனில் யூதர்களுக்கான தனி நிலப்பகுதி ஒன்றை உருவாக்கியாக வேண்டும்.

இப்போது பாலஸ்தீனில் வசிக்கும் யூதர் அல்லாதோரின் உரிமைகளுக்கோ, மத உரிமைகளுக்கோ பங்கம் வராது.'

பால்ஃபர் பிரகடனத்தின் சுருக்கம் இதுதான். இன்றைய இஸ்ரேல்-பாலஸ்தீன் விவகாரங்கள் அனைத்துக்கும் 'ஆதாம்-ஏவாள்' காரணம் என்றால், அது இந்தப் பிரகடனம்தான். இன்றைக்கும் சரித்திர ஆசிரியர்கள் இந்தப் பிரகடனத்தைப் பற்றிச் சொல்வதென்றால், ஒற்றை வார்த்தையில் 'அயோக்கியத் தனம்' என்பார்கள்.

பிரிட்டன் ஏன் திடீரென்று யூதர்களுக்கு ஆதரவாக இப்படி ஒரு காரியத்தை மேற்கொண்டது என்று யோசிக்கலாம். பதில் இதுதான். யூதர்கள் தங்களால் இயன்ற அளவு குறுக்கு வழி களைப் பயன்படுத்தி, ராஜதந்திரமாகப் பிரிட்டனை தம் கைக்குள் போட்டுக்கொண்டார்கள். ஒரு நாட்டையே இன்ஸ்டால் மெண்டில் பணம் கட்டி வாங்குவதுபோல வாங்கியவர்களால், பிரிட்டனை மயக்குவதா கஷ்டம்?

அவ்வளவு படிப்பறிவு இல்லாத அரேபியர்களால் என்ன நடக்கிறது என்றே உணர்ந்துகொள்ள முடியவில்லை. பாலஸ் தீன் எப்படி யூதர்களுக்குச் சொந்த மண்ணோ, அதேபோல, அரேபியர்களுக்கும் சொந்த மண்தான். அந்தக் காலமோ, போர்களால் நொந்த காலமோ, எந்தக் காலமும் அரேபியர்கள் பாலஸ்தீனைவிட்டு நகர்ந்ததே இல்லை. ஆனால் பல நூற் றாண்டுச் சரித்திரத்தை மொத்தமாக வைத்துப் பார்க்கும்போது, யூதர்கள் ஏதோ சத்திரத்தில் வந்து தங்கிச் செல்வது போலத்தான் அடிக்கடி பாலஸ்தீன் மண்ணில் தங்கியிருக்கிறார்கள். ஆனால் பால்ஃபர் பிரகடனம், அரேபியர்களை 'யூதர் அல்லாதோர்' என்று சொல்லி, அவர்களின் உரிமைகளை பாலைவன மண்ணில் ஆழத் தோண்டி புதைத்துவிட்டது.

பாலஸ்தீன் மண்ணில் நிறுவப்படும் இஸ்ரேல் என்கிற தேசத்தில், அரேபியர்களுக்கு அரசியல் உரிமைகள் எதுவும் கிடையாது. சிவில் உரிமைகளைப் பயன்படுத்தி ஓட்டு வேண்டுமானால் போடலாம். இனி ஹீப்ருதான் தேசிய மொழி. தேர்தலில் நிற்கவோ, ஆட்சியில் உட்காரவோ எல்லாம் முடியாது. பாலஸ் தீனில் வாழ இஷ்டமிருந்தால், இரண்டாம்தரக் குடிமக்களாக

வாழலாம். இல்லாவிட்டால் கிளம்பிப் போய்க் கொண்டே இருக் கலாம். இப்படி ஆகிப் போனது அரேபிய முஸ்லிம்களின் நிலைமை, அதாவது சொந்த மண்ணிலேயே அகதிகளின் நிலைமை!

அலன்பே, முதலில் போர்க்காலத்தில் ஏற்பட்டிருந்த உணவுப் பிரச்னையைத் தீர்த்தார். அதன்பின் நோய்க்கிருமிகள் பரவாமல் இருக்க நடவடிக்கைகள் எடுத்தார். கடந்த நூறு ஆண்டுகளாக யூதர்கள் புழங்கிக்கொண்டிருக்கும் இடமாயிற்றே. எல்லா இடங்களிலும் ஊழல் தன் விழுதுகளைப் பரப்பியிருந்தது. அதனைச் சரி செய்ய ஆரம்பித்தார். முக்கியமாக பாலஸ்தீன் வாழ் மக்கள் அனைவருமே பிரிட்டன் விசுவாசிகளாக நடந்து கொள்ளும்படி பார்த்துக் கொண்டார்.

முதல் உலகப் போர் முடிவுக்கு வந்தது. போர் நிறுத்தத்தை உறுதி செய்யும் வகையில் வெர்ஸெயில்ஸ் ஒப்பந்தம் கையெழுத் தானது. அதன்படி, பாலஸ்தீன் பிரிட்டன் வசமென்பது உறுதி படுத்தப்பட்டது.

யூதர்கள், முஸ்லிம்கள், கிறிஸ்துவர்கள் - மூவருக்குமே ஒரே இடம் புனிதத்தலமாக இருக்க முடியுமா? வியந்துபோன அலன்பே, ஜெருசலேத்தில் தொல்பொருள் ஆராய்ச்சிகளை நடத்த உத்தரவிட்டார்.

கந்த சஷ்டி நாள்களில் முருகர் கோயில்களுக்கு பக்தர்கள் பாத யாத்திரை வருவதுபோல, யூதர்கள் நடந்தும், கிடைத்த வாகனங் களில் எல்லாம் ஏறியும் பாலஸ்தீன் யாத்திரை வந்தார்கள். கும்பிடுவதற்கு அல்ல, குடியேறுவதற்காக.

பாஸ்போர்ட், விசா என்று எந்தக் குறுக்கீடுகளும் கிடையாது. 'யூதனா? சரி, உள்ளே வா...' என்று ஏஜெண்டுகள் எல்லா இடங் களிலிருந்து வந்து பாலஸ்தீன் எல்லையோரம் காத்திருக்கும் யூதர்களை, ஏஜெண்டுகள் கும்பல் கும்பலாக உள்ளே அழைத்துச் சென்றனர். யூத வங்கிகள் மூலம் கைப்பற்றப்பட்டிருந்த நிலங் களில் யூதக் குடியிருப்புகள் ஜரூராக ஏற்படுத்தப்பட்டன. அது தவிர, யூதர்கள் புதிதாக நிலங்களை வாங்கி வீடு கட்டவும் ஆரம்பித்தார்கள்.

இத்தாலியில் தேசங்களின் கூட்டமைப்பு (League of Nations) மாநாடு நடந்தது. அதில் எடுக்கப்பட்ட முடிவின்படி, இன்றைய

இஸ்ரேலின் அனைத்துப் பகுதிகள் தவிர காஸா, மேற்குக் கரை, ஜோர்டானின் முழு நிலப்பரப்பு, கோலன் குன்றுப் பகுதிகளின் ஒரு பாகம் இவை அனைத்தும் பிரிட்டனுக்குச் சொந்தம் என்று அறிவிக்கப்பட்டது.

1922, ஜூனில் பாலஸ்தீன் ஆட்சியதிகாரம் தொடர்பான இறுதித் திட்ட வரைவு, தேசங்களின் கூட்டமைப்பால் வெளியிடப் பட்டது. 'பாலஸ்தீனுக்குள் ஒரு யூத தேசத்தை நிறுவுவது, மற்ற மக்களின் சிவில், மத உரிமைகளைப் பாதுகாப்பது' என்ற பிரிட்டனின் வேண்டுகோள் நிறைவேற்றப்பட்டது.

நிறைவேற்றப்பட்ட அந்த இறுதித் திட்ட வரைவு, யூதர்களுக்கு ஒரு சதவிகிதம்கூட பாதகமாக அமைந்துவிடக்கூடாது, அவர்கள் குடியுரிமை பெறுவதிலோ, வாழ்வதிலோ எந்தவித சிறு இடையூறும் வந்துவிடக்கூடாது என்று தெளிவாக இருந்தது.

அப்போது அங்கு வசித்து வந்தவர்களில், யூதர்கள் வெறும் பதி னொரு சதவிகிதம்தான். பெரும்பான்மையாக அரேபிய முஸ்லிம் களே இருந்தாலும் அவர்களால், தங்களைச் சுற்றி என்ன நிகழ் கிறது என்றே புரிந்துகொள்ள முடியவில்லை. ஒட்டுமொத்த மாகச் சேர்ந்து குரல் கொடுக்கவும் தெரியவில்லை. அவர்களை ஒன்றுபடுத்தவும் தலைவர் என்று ஒருவர் இல்லை. மைனாரிட்டி யூதர்களுக்குக் கட்டுப்பட்டு, மெஜாரிட்டி அரேபிய முஸ்லிம்கள் வாழவேண்டிய விநோதமான சூழல்.

'மீண்டும் பாலஸ்தீனை நம் வசமாக்கிவிட்டோம். இஸ்ரேல் என்றொரு யூத தேசம் மலரப் போகிறது. இன்னும் தேவதூதர் வர வேண்டியது மட்டும்தான் பாக்கி. வந்துவிட்டால், சாலமோன் தேவாலயத்தையும் புதிதாகக் கட்டிவிடலாம்.' இப்படித்தான் எல்லா யூதர்களும் கனவு கண்டுகொண்டிருந்தார்கள்.

எந்த நூற்றாண்டிலும், எல்லா நேரமும் அதிர்ஷ்டக் காற்று யூதர்களின் பக்கம் தொடர்ந்து வீசியதே இல்லையே. ஐரோப்பிய யூதர்கள் பாலஸ்தீன் நோக்கி வருவதைத் தடுத்து நிறுத்த ஒரு சக்தி வந்தது. ஐரோப்பாவைத் தான் ஆள வேண்டும், தன் ஆளு கைக்குக் கீழ் யூதர்கள் வாழ்ந்த அடையாளங்கள்கூட இல்லாமல் அழிந்து போகவேண்டும். இந்த இரண்டும்தான் அந்த அசுர சக்தியின் வாழ்நாள் லட்சியமே!

ஆம். ஹிட்லர்தான்!

17. ஹிட்லராட்டம்!

ஜெர்மனிக்கும் யூதர்களுக்கும் கிட்டத்தட்ட 1600 ஆண்டு கால உறவு இருந்தது. அதாவது பிற ஐரோப்பிய நாடுகள்போல, ஜெர்மனியிலும் யூதர்கள் வந்தேறிகளாகத்தான் இருந்தனர். பாலஸ்தீன் தான் நம் தாய்மண் என்ற நினைப்புடனேயே பரம்பரை பரம்பரையாக ஜெர்மனியில் காலம் தள்ளி வந்தனர். பெரிய அளவில் பிரச்னைகள் எதுவும் இல்லை. எல்லா இடங்களிலும் இருந்தது போல் கிறிஸ்துவர்களின் எதிர்ப்பு மட்டும் அவ்வப்போது படுத்தியது. ஒரு சில படுகொலைச் சம்பங்களும் நடந்தன. ஆனால் ஹிட்லர் வந்தபின்...

சில விஷயங்களைத் துல்லியமாக எடுத்துரைக்க வார்த்தைகள் கிடைக்காது என்பார்கள். அப்படிப்பட்ட ஒரு விஷயம்தான் யூதர்கள் மீது நாஜிப் படையினர் கொண்டிருந்த வெறுப்பு. விவரிப்புக்கு அப்பாற்பட்டது.

1933, ஜனவரி 30, அதாவது இரண்டாவது உலக யுத்தம் தொடங்குவதற்கு ஆறு ஆண்டுகள் முன்பு, ஹிட்லர் ஜெர்மனியின் ஆட்சியைப் பிடித்தார். அன்றுதான் உலகுக்கே கிரகணம் பிடித்தது. சில

மணி நேர கிரகணம் அல்ல, அடுத்த பல ஆண்டுகள் நீடித்த கிரகணம் அது. ஆனால் யூதர்களுக்கு மட்டும் கிரகணத்தோடு சேர்ந்து சனியும் பிடித்தது.

தீண்டாமை ஒரு பாவச்செயல், தீண்டாமை ஒரு பெருங்குற்றம், தீண்டாமை ஒரு மனிதத்தன்மையற்ற செயல். ஓஹோ அப்படியா...? முதலில் தீண்டாமையைத் தீவிரமாக்குவோம் என்று களமிறங்கினார் ஹிட்லர். யூதர்களின் குழந்தைகள், பள்ளிகளில் ஜெர்மானியக் குழந்தைகளுடன் உட்காரக் கூடாது என்று உத்தரவிட்டார்.

'யூதர்களைத் தொடாதே... அவர்களின் உடலில் ஓடுவது கெட்ட ரத்தம்' இந்த ரீதியில்தான் ஜெர்மானியக் குழந்தைகளின் மனத்தில் யூத வெறுப்பு ஆழமாக விதைக்கப்பட்டது.

சில நாள்களில் யூதக்குழந்தைகள் பள்ளிகளில் சென்று படிக்க தடை விதிக்கப்பட்டது. அதன்பின் இந்தத் தடை, கல்லூரி களுக்கும் பல்கலைக்கழகங்களுக்கும் சேர்த்து அமுல்படுத்தப் பட்டது. ஒவ்வோர் அலுவலங்களிலிருந்தும் யூதர்கள் வேலை நீக்கம் செய்யப்பட்டனர். எல்லா இடங்களிலும் யூதர்களுக்கு வேலை வாய்ப்பு மறுக்கப்பட்டது. சேவை இல்லங்களில் தொண்டு ஆற்றி வந்த யூதர்கள்கூட வெளியேற்றப்பட்டனர்.

1935-ல் யூதர்களுக்கு எதிரான நடவடிக்கைகள் எல்லாம் ஹிட்லரால் நியூரெம்பெர்க் சட்டங்கள் (Nuremberg Laws) என்ற பெயரில் அதிகாரபூர்வமாக அறிவிக்கப்பட்டன. ஜெர்மனி வாழ் யூதர்கள் அனைவரும் தீண்டத்தகாதவர்களே. இரண்டாம் தரக் குடிமக்களே. எத்தனை தலைமுறைகள் அங்கு வாழ்ந்துவருபவர் களாக இருந்தாலும், இனி அவர்களுக்கு எந்தவித உரிமையும் துளிகூடக் கிடையாது. இவைதான் அந்தச் சட்டங்களின் சுருக்கம்.

இந்தச் சட்டங்களுக்குப் பயந்தோ அல்லது அதற்கு முன்போ மதம் மாறியவர்களாக இருந்தாலும், அவர்கள் யூதராக பிறந் திருந்தால், அல்லது அவர்களில் கொள்ளு, எள்ளுத் தாத்தாக்கள் யூதராக இருந்திருந்தால் - அவர்களும் யூதர்களே!

இந்தச் சட்டவரைவுகளில் ஹிட்லரே கையெழுத்திட்டார். காவல் துறையினருக்கு முழு அதிகாரத்தை வழங்கினார்.

'யூதர்களைக் கைது செய்யுங்கள். சிறையில் அடையுங்கள். விசா ரணை நடத்துங்கள். அதில் விருப்பமில்லையா, கொன்று விடுங் கள். யோசிக்கவெல்லாம் வேண்டாம். யூதர்களைக் கொல்வதே நம் கடமை' - ஹிட்லரின் குட்டி மீசைக்குக் கீழிருந்த குரூர உதடுகள் இதுபோன்ற வார்த்தைகளைத்தான் வெளிப்படுத்தின.

சரி, ஹிட்லரின் யூத வெறுப்புக்குக் காரணம் என்னவாக இருந் திருக்கும்? பக்கம் பக்கமாக விவரித்து எழுதும் அளவுக்கெல்லாம் இல்லை. ஹிட்லரைப் பொறுத்தவரை, ஆரியர்கள் மட்டுமே ஆளப்பிறந்தவர்கள். மற்றவர்கள் எல்லாம் ஆரியர்களிடம் அடிமைப்பட்டு சாகப் பிறந்தவர்கள். இங்கே ஆரியர்கள் என்றால் ஜெர்மானியர்கள், மற்றவர்கள் என்றால் யூதர்கள்.

தான் ஆட்சிக்கு வருவதற்கு பத்துப் பதினைந்து ஆண்டுகளுக்கு முன்பே, ஹிட்லர், தான் ஆட்சிக்கு வந்தால் என்னவெல்லாம் செய்யவேண்டும், முக்கியமாக யூதர்களை எப்படியெல்லாம் சித்ரவதை செய்யவேண்டும் என்று தீவிரமாகத் திட்டமிட்டு வைத்திருந்தார். பதவியேற்றதும் ஒவ்வொன்றாகச் செயல் படுத்தத் தொடங்கினார்.

National Socialist German Workers Party, சுருக்கமாக நாஜி - இதுதான் ஹிட்லரின் கட்சி. அதிலிருந்த அனைவருமே சோஷியலிஸத்தின் அர்த்தம் தெரியாதவர்கள். ஆயுதங்களை மட்டுமே கையாளத் தெரிந்தவர்கள். ஹிட்லரின் சொல்லை நிறைவேற்றுவதற்கே இப்பிறவி என்று செயலாற்றியவர்கள்.

ஹிட் லிஸ்ட் தயார் செய்து யூதர்களை அழிப்பதற்கென்றே, ஹிட்லர் இரண்டு படைகளை உருவாக்கினார். Gestapo - என்ற ரகசிய காவல்படை. SS - என்ற கருப்பு யூனிஃபார்ம் அணிந்த பாது காப்புப் படை.

இந்த இரண்டு படையினரும் ஒரு யூத எறும்பைக்கூட கைது செய்யலாம். வாரண்ட் எதுவும் தேவையில்லை. அவர்கள் வாழ்க்கைக்கு 'வாரண்டி'யும் கொடுக்கவேண்டாம். கொன்று விடலாம். ஒரே ஒரு கண்டிஷன். தப்பித் தவறிகூட எந்த ஜெர்மானியரையும் கைது செய்துவிடக் கூடாது. அவ்வளவே!

அன்று ஜெர்மானியில் வசித்து வந்த யூதர்களின் எண்ணிக்கை கிட்டத்தட்ட பத்து லட்சம். ஹிட்லர் பதவிக்கு வந்த ஐம்பத் தேழாவது நாள், யூதர்களுக்கு நிரந்தர எமகண்டம் ஆரம்பமானது.

அந்தப் படையினர் கண்ணில்பட்ட யூதர்களையெல்லாம் கைது செய்தனர். கொஞ்சம் கொஞ்சமாகத் தங்கள் துப்பாக்கிகளுக்கு வேலை கொடுக்க ஆரம்பித்தனர்.

உஷாரான யூதர்கள் பலர், கையில் கிடைத்த பொருள்களுடன் எங்கெங்கோ தப்பித்து ஓட ஆரம்பித்தார்கள். எங்கு சென்றாவது அகதியாகவோ, இல்லை கைதியாகவோ வாழ்ந்தால்கூட தப்பில்லை, ஆனால் ஜெர்மனியில் செத்துவிடக்கூடாது என்று ஐந்து லட்சம் யூதர்கள் தப்பித்துவிட்டனர்.

மற்றவர்கள்?

சொல்லவேண்டுமா என்ன?

'என்னப்பா நீங்கள்... வேகம் பத்தாது போலிருக்கிறதே. இவ்வளவுதான் கொன்றீர்களா?' என்று ஹிட்லர் பார்வையாலேயே கேட்டார். அவ்வளவுதான். ஒவ்வொருத்தரும் ஒரு நாளைக்கு ஒரு யூதரையாவது கொல்லவேண்டும் என்று கங்கணம் கட்டிக்கொண்டு கொல்ல ஆரம்பித்தார்கள்.

யூதர்களைப் பிடித்து அடைத்துக் கொடுமைப்படுத்துவதற்காகவும் கொல்வதற்காகவும் பிரத்தியேக 'வசதி'களுடன்கூடிய சிறைச்சாலைகள் அமைக்கப்பட்டன. அவை Concentration camps என்று அழைக்கப்பட்டன.

யூதர்களை மட்டுமல்ல, ஹிட்லர் தான் வெறுக்கும் கம்யூனிஸ்டுகள், பாதிரியார்கள், தொழிற்சங்கத் தலைவர்கள், சோஷலிஸ்டுகள் என்று பல்வேறு தரப்பினரை இந்தச் சிறைச்சாலைக்குள் அடைத்தார்.

அவற்றை, சிறைச்சாலைகள் என்று சொல்வதைவிட, கொலைச் சாலைகள் என்றே சொல்ல வேண்டும். இம்மியளவும் வெளிச்சம் புகமுடியாத கான்கிரீட் கல்லறைகள். காற்றால் நிரம்பிய பூமியில் காற்றேயில்லாத இடங்களாக அந்தச் சிறைச்சாலைகள் விளங்கின. தண்ணீர் கிடையாது. உணவின் வாசனைகூட அந்தச் சிறைச்சாலையினுள் புகுந்தது கிடையாது. மற்றபடி தேள், பாம்பு, பல்லி, பூரான் இன்னபிற விஷ ஜந்துக்கள் பரிபூரண சுதந்தரத்துடன் வாழ்ந்த இடம் அது.

கைதிகளை விசாரிக்கும் முறையை நினைத்தாலே நெஞ்சை அடைக்கும். கைதிகளை பெரும்பாலும் நிர்வாணமாக நிற்க

வைத்து தோலை கொஞ்சம் கொஞ்சமாக உறிப்பது, அடித்துக் காயப்படுத்தி, அதன் மேல் வெந்நீர் ஊற்றுவது, உடல் உறுப்புகளை ஒவ்வொன்றாக நறுக்கிப் போடுவது, தீயில் இட்டு வாட்டுவது, பிறப்புறுப்புகளைத் தாக்குவது, வன்புணர்ச்சி, இன்னும் சொல்ல முடியாத பல கொடுமைகள். விட்டால் போதும் என்று உயிர் விட்டனர்.

யாராவது ஒருவர் குடும்பத்தில் இருந்து காணாமல் போனால், அந்த யூதக் குடும்பத்தினர், அவரது ஃபோட்டோவுக்கு பொட்டு வைத்து, மாலை வாங்கி மாட்டிவிட வேண்டியதுதான். நமக்கு சாவு தேதி என்று குறிக்கப்பட்டிருக்கிறது என ஒவ்வொரு யூதரும் மரண பயத்துடனேயே நொடிகளைக் கடத்திக் கொண்டிருந்தார்கள்.

ஹிட்லரின் முதல் ஐந்தாண்டு கால ஆட்சியில், இந்த சித்திர வதைக் கூடங்களில் சுமார் எண்ணூறு யூதர்களும் ஆயிரத்து நானூறு கம்யூனிஸ்டுகளும் கொல்லப்பட்டார்கள் என்று ஒரு புள்ளிவிவரம் தெரிவிக்கிறது.

ஹிட்லரின் நாடுபிடிக்கும் வேட்கையைவிடத் தீவிரமானது அவரது யூத இன ஒழிப்பு வேட்கை.

1938 மார்ச்சில், ஆஸ்திரியா ஹிட்லர் வசமானது. அங்கு கிட்டத் தட்ட ஒரு லட்சத்து எண்பத்தைந்தாயிரம் யூதர்கள் வாழ்ந்து கொண்டிருந்தார்கள். 'அய்யய்யோ, என் ராஜ்ஜியத்தில் இவ் வளவு யூதர்களா? அவமானமாக இருக்கிறது. ஆஸ்திரியாவில் நிறைய சிறைக்கூடங்களை கட்டுங்கள்' என்று உத்தரவிட்டார்.

நாஜிப் படையினர், ஜெர்மானியில் செய்த யூதக் கொடுமைகளை, ஆஸ்திரியாவிலும் செய்ய ஆரம்பித்தனர். ஆஸ்திரியாவும் யூதப் பிணங்களால் நிறைய ஆரம்பித்தது. ஆஸ்திரியாவைக் கைப் பற்றிய இருபதாவது நாளிலேயே ஐநூறு யூதர்கள் கொல்லப் பட்டனர்.

உலகின் ஒட்டுமொத்த யூத இனமே வெலவெலத்துப் போனது. உலக நாடுகள் எல்லாவற்றுக்கும் சில நொடிகள் மூச்சு நின்று போனது. ஹிட்லர் என்ற அசுரனை, பல நாடுகள் மிரண்ட விழிகளுடன் பார்க்கத் தொடங்கியது அப்போதுதான். அவரது குரூரத்தை அடக்கியே ஆக வேண்டும் என்று பிரிட்டன் முடிவெடுத்ததும் அப்போதுதான்.

இரண்டாம் உலகப் போர் விவரங்கள் இந்த இடத்துக்கு அநாவசியம். ஒரு புறம் யுத்தம், மறுபுறம் யூதப் படுகொலைகள். ஹிட்லரின் செயல்திட்டம் இதுதான்.

1941 ஜூன் 22-ம் தேதி ஹிட்லரின் நாஜிப் படைகள் சோவியத் யூனியனைத் தாக்கக் கிளம்பின. யுத்தத்துக்கு நெட் ப்ராக்டிஸ் மாதிரி மூன்று வாரங்களில் ஐம்பதாயிரம் யூதர்களைக் கொன்று குவித்தார்கள். விடாமல் கொன்றார்கள். தோட்டாக்கள் யூத உடல்களைத் துளைத்துக்கொண்டே இருந்தன. இன்னும் பத்து பேரைக் கொன்றால், இன்றைய கணக்கு ஐயாயிரம் முடிந்து விடும் என்று எண்ணி எண்ணிக் கொன்றார்கள். குழந்தைகளை உயரத்திலிருந்து கீழே தள்ளி விட்டார்கள். கீழிருந்து உயரே தூக்கி எறிந்தார்கள். தரையை அடைவதற்குள் பலமுறை சுட்டார்கள். சாத்தானின் புன்னகையைச் சூடிக் கொண்டார்கள்.

‘மூன்று வாரப் படுகொலைகள்’ என்று சரித்திர ஆசிரியர்கள் இதனைக் குறிப்பிடுகின்றனர். ஒரு வாரம்போல ஓய்வெடுத்துக் கொண்டார்கள். துப்பாக்கிகளைத் தட்டிக் கொடுத்து தூங்க வைத்திருந்தார்கள். அந்த நாள்களில் பிணங்களை எல்லாம் சேர்த்து வைத்து எரித்தனர். இன்னும் எவ்வளவுதான் எரிக்க வேண்டும் என்று நெருப்பே சலிப்படையும் அளவுக்கு மொத்த மாக எரித்தார்கள்.

அடுத்த ஒரு வாரம். இன்னொரு ஒன்பதாயிரம் யூதர்களைக் கொன்றார்கள். என்ன இது, வெட்ட வெட்ட முளைக்கும் நகம் போல, யூதர்கள் முளைத்துக்கொண்டே இருக்கிறார்களே என்ற வெறுப்பில், உச்சகட்ட வெறியேறிக் கொல்ல ஆரம்பித்தார்கள்.

யூதர்களைக் கொல்லாத தினங்களில் அவர்களால் இயல்பாக இருக்கமுடியவில்லை. மனநோயாளிகளாக மாறினர். வேறு எப்படியெல்லாம் கொல்லலாம் என்று யோசித்தனர். ஒரு பெரிய மரக் கூடாரத்தைக் கட்டினர். ஒரே சமயத்தில் ஆறாயிரம் பேர் இருந்து ‘இறக்கக்’கூடிய கொள்ளளவு கொண்ட கூடாரம் அது.

அக்கம் பக்கத்துக் கிராமங்களிலிருந்து யூதர்களைப் பிடித்து அடைத்து, சில குழாய்கள் வழியாக விஷவாயுவைச் செலுத்திக் கொன்றனர். முழுவதும் விஷவாயு நிரம்பி அத்தனை பேரும் பிணமாவதற்கு நான்கு நாள்கள் பிடித்தன. இந்தச் சம்பவம், 1941, டிசம்பரில் போலந்தின் எல்லையோர கிராமமொன்றில் நடந்தது.

கொத்துக் கொத்தாகக் கொல்வது இவ்வளவு எளிதாக இருக்கிறதே. யூதர்களைப் பிடித்து வாருங்கள். கொலைக்களம் (செம்னோ என்று பெயர்) காலியாக இருக்கிறது என்று உத்தரவிட்டார்கள்.

அதே முறையில் பத்தாயிரம் யூதர்கள் கொல்லப்பட்டார்கள். ஹிட்லரின் அதிகாரத்துக்குக் கீழ்வரும் இடங்களிலெல்லாம், விஷவாயு செலுத்தும் வசதிகளுடன்கூடிய கொலைக் களங்கள் அமைக்கப்படவேண்டும் என்று ஹிட்லர் தீர்மானம் ஒன்றை நிறைவேற்றினார்.

ஐரோப்பாவிலுள்ள ஒட்டுமொத்த யூதர்களையும் இன்னும் இரண்டே வருடங்களில் அழிக்க இதுதான் சரியான வழி என்று கணக்கிட்டார் ஹிட்லர். ஐரோப்பாவெங்கும் யூத ஹிட் லிஸ்ட்டுகள் தயாரிக்கப்பட்டன. ஹிட்(லிஸ்ட்)லர் அந்த வேலையைத் துரிதமாகச் செய்யுமாறு உத்தரவிட்டார். Final solution of the Jewish question என்று தலைப்பிடப்பட்ட கொலைகார ஃபைல்கள் தயாராகின.

எவ்வளவு பொருள்செலவு ஆனாலும் பரவாயில்லை; கொலைக் கூடங்கள் சகல வசதிகளுடனும் கனகச்சிதமாக இருக்க வேண்டும். உள்ளே அனுப்பப்படுபவர்கள், நேராக மேலே அனுப்பப்படவேண்டும். குற்றுயிரும் குலையுயிருமாக ஒருவர் கூட வெளியில் வந்துவிடக்கூடாது என்று அந்த அரசாங்கத் திட்டத்தை நிறைவேற்றுவதில் அதிக அக்கறை காட்டினார் ஹிட்லர்.

நாஜிப்படையினர் கைப்பற்றிய நாடுகளில் இருந்த யூதர்கள் எல்லாம் சிறைப்பிடிக்கப்பட்டு, பேட்ச் பேட்சாக கூட்ஸ் வண்டிகளில் கொலைக் கூடங்களுக்கு அனுப்பி வைக்கப் பட்டனர். சில யூதர்களுக்கு காற்று, ஒளி புகுவதற்கு மிக மிகச் சிறிய இடைவெளி கொண்ட அந்த கூட்ஸ் வண்டிகளின் பெட்டி களே கல்லறைகளாகின. தப்பித்தவர்கள் விஷப்புகையைச் சுவாசிக்கக் கொண்டு செல்லப்பட்டனர்.

1942-ல் ஆஸ்விச் (Auschwitz) என்ற ஐந்தாவது கொலைக்களம் கட்டப்பட்டது. ஒரு ரொட்டித்துண்டு அளவுக்கு மனிதாபிமான முள்ள கொலைக்களம் அது. அதாவது திடகாத்திரமான யூதர்கள் மட்டுமே அங்கு அனுமதிக்கப்பட்டனர். தினமும் அவர்களுக்கு

ஒரே ஒரு ரொட்டித் துண்டு மட்டும் வழங்கப்பட்டது. அதை மட்டுமே சாப்பிட்டு, நீண்ட நாள்கள் தாக்குப்பிடித்த யூதர்கள், ஜெர்மானியர்களுக்கு அடிமைகளாகப் பல்வேறு வேலைகளில் நியமிக்கப்பட்டனர்.

ஆஸ்விச்சுக்குச் சென்றால் உயிர் பிழைக்கக் கொஞ்சம் வாய்ப்பிருக்கிறது என்று கேள்விப்பட்ட யூதர்கள், ஜெர்மானியக் காவலாளிகளுக்கு ஏராளமான லஞ்சம் கொடுத்தனர். 'எங்களை எப்படியாவது ஆஸ்விச்சுக்கு அனுப்பி வையுங்கள்' என்று கேட்டுக்கொண்டனர்.

நாளடைவில் நோஞ்சான் யூதர்கள், குழந்தைகள், பெண்கள், வயதானவர்கள் என்று ஆஸ்விச்சில் நிறையத் தொடங்கினர். குழம்பிப்போன அந்த கொலைக்கள அதிகாரிகள், 'மற்ற இடங்களிலெல்லாம் யூதர்களின் எண்ணிக்கை அதிகரித்து விட்டதுபோல. அதனால்தான் இங்கு எல்லா வகை மக்களையும் அனுப்புகிறார்கள். கொடுக்கும் ஒரு ரொட்டித் துண்டையும் நிறுத்துங்கள். விஷவாயுவை நிரப்புங்கள்' என்று உத்தர விட்டனர். பின்பு பிணங்களுக்குக் கொள்ளியிட்டனர்.

இரண்டே வருடங்களில் ஆஸ்விச் கொலைக்களத்திலிருந்து பத்து லட்சம் யூதர்களின் உயிர் பிரிந்தது.

பாலஸ்தீன்

அங்கு யூதர்கள் உள்ளூர சந்தோஷத்துடன்தான் இருந்தார்கள். காரணம், பல நாடுகளிலிருந்து வந்து குவிந்த யூதர்கள். ஏற்கெனவே பிரிட்டனின் உதவியுடன் தனி யூத நாடு அமைவதற்கான சூழல் கனிந்துகொண்டிருந்த வேளையில், பாலஸ்தீனின் யூதர்களில் எண்ணிக்கை கட்டுக்கடங்காமல் அதிகரித்தது நல்லதுக்கே என்று நினைத்தனர் யூதவாசிகள்.

மிச்சமுள்ள ஐரோப்பாவையும் ஹிட்லர் அபகரித்துவிட்டால் என்ன ஆகும், மேலும் லட்சக்கணக்கான யூதர்கள் இங்குதானே ஓடிவருவார்கள் என்று கவலைப்பட ஆரம்பித்தனர் பாலஸ்தீன் வாழ் முஸ்லிம்கள். யூதர்கள்மேல் பரிதாபப்படுவதை விட, பாலஸ்தீனை தக்கவைத்துக் கொள்வதுதான் முஸ்லிம்களின் லட்சியமாக இருந்தது. என்ன செய்யலாம்?

ஜெர்மனியைத் தவிர, பெரும்பான்மையான உலக நாடுகள், ஹிட்லரின் குரூரங்களால் யூத ஆதரவு நிலையிலேயே இருந்தனர்.

வேறுவழியின்றி, முஸ்லிம்கள் ஹிட்லரின் உதவியையே எதிர் பார்க்க ஆரம்பித்தனர். யூத எதிர்ப்பு நிலையைத் தெரிவித்தாலே போதும், ஹிட்லர் ஆதரவு தருவார் என்று நினைத்தனர்.

இன்னொருபுறம், பிரிட்டனுக்கு உலக யூதர்களின் ஆதரவு பல்கிப் பெருகியது. பல்லாயிரக்கணக்கான யூதர்கள், வலிய வந்து பிரிட்டனின் படையில் இணைந்து கொண்டனர். ஹிட்லரின் படைகளால் வதைபட்டுச் சாவதைவிட, நெஞ்சு நிமிர்த்தி, எதிர்த்து நின்று சாகலாம் என்பதே அவர்களின் நிலைப்பாடு.

இரண்டாம் உலகப் போர் ஆரம்பித்த முதல் ஒன்றரை ஆண்டுகளுக்கு ஹிட்லரே ஆதிக்கம் செலுத்தினார். முசோலினி தலைமையில் இத்தாலிய ராணுவமும், ஜப்பானியப் படைகளும் சென்ற இடங்களிலெல்லாம் வாகை சூடிக் கொண்டிருந்தனர் இந்த நேரத்தில் பாலஸ்தீன் முஸ்லிம்கள் ஹிட்லர் ஆதரவு நிலையை பகிரங்கமாக அறிவித்தனர்.

ஹிட்லர் என்ற கொடூரமானவரை நம்பி எடுக்கப்பட்ட தவறான முடிவு இது என்று அவர்களால் அப்போது உணர்ந்துகொள்ள முடியவில்லை.

அமெரிக்கா போரில் இறங்கியது. நிலைமை தலைகீழாக மாறத் தொடங்கியது. ஃப்ரான்ஸ், பிரிட்டன், அமெரிக்கப் படைகள், ஜப்பான், இத்தாலி, ஜெர்மானியப் படைகளை துவம்சம் செய்ய ஆரம்பித்தன.

அமெரிக்காவின் பேர்ல் துறைமுகத்தைத் தாக்கியது ஜப்பான். அவ்வளவுதான், ஹிரோஷிமா, நாகசாகி என்ற இரண்டு ஜப்பானிய நகரங்கள் மீது அணுகுண்டு வீசி, தன் புஜ பலத்தை முதன்முறையாக வெளிக்காட்டியது அமெரிக்கா. எதற்கும் அசராத ஹிட்லருக்குள்ளேயே உதறல்.

1944-ம் ஆண்டின் இறுதியில் பிரிட்டன் கூட்டணிப் படைகளின் வெற்றி உறுதியாகிவிட்ட சூழ்நிலையில், பிரிட்டனில் நடந்த கூட்டங்களில் ‘பாலஸ்தீன் யூதர்களுக்குத் தேசம்’ என்ற கோரிக்கையை நிறைவேற்றுவதற்கான எல்லா சாத்தியங்களும் உருவாக்கப்பட்டன.

‘அய்யோ பாவம் யூதர்கள்’ என்று அவர்கள் மேல் ஏற்பட்ட பரிதாபம் விஸ்வரூபம் எடுத்திருந்தது. அப்போது அரேபியர்கள்

பற்றியும் அவர்களின் பூர்வ பாலஸ்தீன்குடிகள் பற்றியும் இதுவரை நடந்த வரலாறு பற்றியும் யாருக்குமே யோசிக்கத் தோன்றவில்லை.

பிறந்ததற்கு அடையாளமாக, பல லட்சம் யூதர்களைக் கொன்று விட்டேன் என்ற திருப்தியோடு 1945, ஏப்ரல் 30 அன்று, ஹிட்லர் தற்கொலை செய்துகொண்டார். இரண்டாம் உலகப்போர் முடிவுக்கு வந்தது.

ஹிட்லரால் கொல்லப்பட்ட இருபது லட்சம் யூதர்கள் மேல் எழுந்த இரக்கம், இஸ்ரேல் என்ற யூத தேசம் உருவாவதற்கான எல்லா வாசல்களையும் திறந்து வைத்தது. ஹிட்லர் இருக்கும் போது யூதர்களின் வாழ்வைக் கெடுத்ததன் மூலம், இறந்தபோது இஸ்ரேல் உருவாவதற்கான வாய்ப்பை தன்னையறியாமலேயே வெகு பிரகாசமாக உருவாக்கி விட்டிருந்தார்.

18. இஸ்ரேல் - இனி நினைவு

சரி, யூதர்களுக்கு ' பாலஸ்தீனில்தான் சொந்த நாடு உருவாக்கிக் கொடுக்கவேண்டுமா? வேறு இடங் களில் கொடுத்தால் ஆகாதா? ஐரோப்பிய தேசங்கள் அதையெல்லாம் நினைக்கவில்லை. யூதர்கள் இனியாவது நிம்மதியாக வாழட்டும். ஏற்கெனவே ஆறு லட்சம் யூதர்கள் பாலஸ்தீனில் நல்லபடி யாகவே வாழ்ந்து கொண்டிருக்கிறார்கள். அதற் கான முறையான உரிமையைக் கொடுப்பதே தங்க ளின் கடமை என்று நினைத்தனர். செயல்பட்டனர்.

போர் முடிந்தபின் பிரிட்டன் தன் உடனடி செயல் திட்டங்களை அறிவித்தது. அதில் இஸ்ரேலைப் பற்றி ஒரு வரி கூட இல்லை.

1917-ல் பால்ஃபர் பிரகடனம், ஞாபகமிருக்கிற தல்லவா? அது அப்போதும் கெட்டுப் போகாமல் அப்படியேதான் இருந்தது. அதைக் கையில் எடுத்துக்கொண்டு பிரிட்டன் முன் போய் நின்றார் கள் யூதர்கள். எதற்கும் இருக்கட்டும், தேவைப் பட்டாலும் தேவைப்படும் என்று ரகசியமாகப் புரட்சிப் படைகள் சிலவற்றை உருவாக்கி, அவற் றுக்கு பாலஸ்தீன் எல்லைப் பகுதிகளில் போர்ப் பயிற்சிகளும் கொடுத்து வந்தனர்.

'இஸ்ரேலை உருவாக்கிக் கொடுங்கள்' என்ற கோஷத்துடன் புரட்சிப் படையினர் கலகங்களில் ஈடுபட ஆரம்பித்தனர். 'எங்கள் இறுதி மூச்சு உள்ளவரை பாலஸ்தீனை விட்டுக்கொடுக்க மாட்டோம்' என்று எதிர்க் கலகங்களில் ஈடுபட்டனர் அரேபிய முஸ்லிம்கள்.

ஆனால் தினமும் கும்பல் கும்பலாக, லாரி, டிரக், ரயில், ஏன் நடந்துகூட வந்து பாலஸ்தீனில் யூதர்கள் நிறைந்து கொண்டிருந் தார்கள். வந்தவர்களுக்கெல்லாம், யூத வங்கிகள் மூலம் ஏற்படுத்தப்பட்டிருந்த குடியிருப்புகளில் வீடுகள் வசதியாக ஒதுக்கிக் கொடுக்கப்பட்டன.

இஸ்ரேலை உருவாக்குவதில் பிரிட்டனால் தன்னிச்சையாக முடிவெடுக்க முடியவில்லை. தனது வலிமையைப் போரில் காண்பித்த அமெரிக்கா, இன்னொருபுறம் மாபெரும் சக்தியாக விளங்கிக் கொண்டிருந்த சோவியத் ரஷ்யா.

அரேபிய தேசங்களின் ஆதரவு தனக்குக் கிடைக்கப்போவ தில்லை, எனவே, மத்திய கிழக்கில் தனக்கு ஆதரவளிக்க ஒரு தேசம் வேண்டுமென்றால், இஸ்ரேலை உருவாக்கிவிடலாம் என்று அமெரிக்கா நினைத்தது.

பாலஸ்தீனில் உள்ளுக்குள்ளேயே வெப்பம் அதிகரித்துக் கொண்டே போனது. யூதர்களுக்குத் தனி தேசம் கொடுத்துவிடும் முடிவை பிரிட்டன் முழு மனத்துடன் எடுத்துவிட்டாலும், அதை எப்படிப் பிரித்துக்கொடுப்பது என்றுதான் குழம்பிக் கொண்டு இருந்தது.

இரண்டாம் உலகப்போருக்கு முன் இருபதாயிரத்துச் சொச்சம் யூதர்கள்தான் பாலஸ்தீனில் இருந்தார்கள். ஆனால், போரின் முடிவில் அவர்களின் எண்ணிக்கை ஆறு லட்சம். ஆனால் அப்போது அரேபிய முஸ்லிம்களின் எண்ணிக்கை நாலரை மடங்கு அதிகம். என்ன செய்யலாம்?

எண்ணிக்கையை வைத்து பிரித்துக் கொடுத்தால், அரேபியர் களுக்கல்லவா அதிக நிலம் ஒதுக்க வேண்டியதிருக்கும். சேச்சே, அப்படிச் செய்யக்கூடாது.

ஜெருசலேம். அதை எப்படிப் பிரிப்பது? மொத்த பாலஸ்தீனை விட்டுக் கொடுத்தாலும் கொடுப்பார்களே தவிர, ஜெருசலேத்தை

விட்டுத் தர யூதர்களோ, அரேபியர்களோ, அவ்வளவு ஏன் மைனாரிட்டி கிறிஸ்துவர்களோகூட முன் வரமாட்டார்களே!

பிரிட்டனால் ஒரு முடிவு எடுக்க முடியவில்லை. ஆனால் எடுக்கும் முடிவு, யூதர்களுக்கு மிகச் சாதகமாக அமைய வேண்டும் என்பதில் அது தெளிவாக இருந்தது. அதாவது எண்ணிக்கையில் பெருமளவு அரேபியர்கள் இருந்தாலும், அதிகப்படியான நிலப்பரப்பை யூதர்களுக்கே அளிக்கவேண்டும், எப்படிக் கொடுப்பது என்று யோசித்துக் கொண்டிருந்தது. யூத வங்கிகளில் நிலத்தை இழந்திருந்த பாலஸ்தீனியர்கள் பலரும், பாலைவனங்களிலேயே கூடாரங்கள் அடித்துத் தங்கியிருந்தனர். பாலஸ்தீனின் மையப்பகுதியில்தான், யூதர்களின் எண்ணிக்கை செறிவுடன் இருந்தது. மற்றபடி எல்லைப்பகுதிகளில், பிற இடங்களில் அரேபியர்களே இருந்தனர்.

இரண்டாகப் பிரிக்கமுடியாது. பாலஸ்தீனத்தின் நடுப்பகுதி மட்டும் இஸ்ரேல் என்றும் சொல்லமுடியாது. பின்னாளில் யூதர்கள் எந்தத் திசையில் அடியெடுத்து வைத்தாலும் விசா பிரச்னைகள் முளைக்கும். இப்படிப் பல நுணுக்கமான பிரச்னை களை யோசிக்க வேண்டியதிருந்தது.

1947, பிப்ரவரி 14-ல் பிரிட்டன், இந்தப் பிரச்னைக்கான தீர்வு காணும் பொறுப்பை ஐக்கிய நாடுகள் சபையிடம் ஒப்படைத்தது. ஒப்புக்குக்கொடுத்தது என்றே சொல்லலாம். ஐ.நா. ஒரு தேசத்தையே உருவாக்கிக் கொடுப்பதற்கேற்ற அளவில் யூதர்கள் இருக்கிறார்களா என்று மட்டும் தலைகளை எண்ணிக் கொண்டது. தன் அறிவிப்பை வெளியிட்டது.

- பாலஸ்தீன் இரண்டாகப் பிரிக்கப்படுகிறது. யூதர்களுக் கென்று தனி நிலப்பகுதி. அந்த தேசத்தின் பெயர் இஸ்ரேல். அதுபோக பூர்வீக அரேபியர்கள் வாழும் பகுதி பாலஸ்தீன் என்றே இருக்கும்.

- இரண்டு தேசங்களிலும் இரண்டு இனத்தவர்களும் வசிக்கலாம். இஸ்ரேலில் இருக்கும் 4,98,000 யூதர் களுடன், 4,07,000 அரேபியர்கள் வசிப்பார்கள். பாலஸ் தீனில் இருக்கும் 7,25,000 அரேபியர்களுடன் பத்தாயிரம் யூதர்கள் வசிப்பார்கள். ஒற்றுமையைக் கட்டிக் காப்பதற் காகவும் புவியியல் ரீதியாகவும் இந்த ஏற்பாடு செய்யப் பட்டுள்ளது.

- ஜெருசலேம் பிரச்னைக்குரிய இடமாகக் கருதப்படுவதால், அது இஸ்ரேல் வசமோ, பாலஸ்தீன் வசமோ ஒப் படைக்கப்படாது. ஐக்கிய நாடுகள் சபையே அதனை நிர்வகிக்கும். ஜெருசலேத்தையும் அதைச் சுற்றியுள்ள பகுதிகளான பெத்லஹேம், பெயித் ஜெல்லா ஆகிய இடங்களில் பெரும்பாலும் அரேபிய கிறிஸ்துவர்கள் வசித்துக் கொண்டிருக்கிறார்கள். மூன்று மதத்தினருக்கும் உரிய புனித இடம். ஆகையால், இனி அவர்களுடன் சேர்ந்து அங்கு 1,05,000 அரேபிய முஸ்லிம்களும், ஒரு லட்சம் யூதர்களும் வசிக்கலாம்.
- கலிலீ மலைப்பகுதியின் மேற்குப் பகுதி முழுவதும் பயிரிடுவதற்கும் விவசாயத்துக்கும் ஏற்றது. அது அரேபியர்களின் வசம் இருக்கும்.
- நெகவ் பாலைவனப்பகுதி, இனி யூதர்களின் வசம் இருக்கும்.

இந்த ஐந்து தீர்மானங்களையும் ஐ.நா., அறிவித்து முடித்த நொடியே, பாலஸ்தீன் கலவரக் காடானது. அரேபியர்கள் ஆயுதங்களோடு வீதிக்கு வந்து போராட ஆரம்பித்தார்கள். நாட்டுத் துப்பாக்கிகள் ஓயாமல் வெடித்தன. 'எங்களின் நாட்டை பிரித்துக்கொடுக்க நீங்கள் யார்?' உச்சபட்ச கோபத்தில் குமுறினார்கள். கண்ணிவெடிகள் வெடித்துக் கொண்டு இருந்தன. கண்ணீரும் கம்பலையுமாகத் தங்கள் கலகத்தைத் தொடர்ந்தனர்.

கலகங்களுக்கிடையில் யூதர்கள் வெற்றிப் புன்னகையுடன் வலம் வந்தார்கள். எத்தனை நூற்றாண்டுக் கனவு இது! கடவுள் நமக் கென்று கொடுத்த தேசம் மீண்டும் நமக்கே கிடைத்திருக்கிறது. மீண்டும் மோசஸே ஐ.நா.வின் வடிவில் தேவதூதராக வந்து, 'இஸ்ரேல் - யூதர்களின் நாடு' என்ற அறிவிப்பை வெளியிட்டிருப் பதாகச் சொல்லிச் சொல்லிக் கொண்டாடினார்கள். ஆனந்தத்தில் அழுது திளைத்தார்கள். வீடுகளை, வீதிகளை அலங்கரித்தார்கள். இனிப்புகளை ஒருவொருக்கொருவர் வாயில் அள்ளித் திணித் தார்கள். இதனை உலக யூதர்கள் எல்லாருமே திருவிழாவாகக் கொண்டாடத் தொடங்கினர்.

1947, நவம்பர் 29 அன்று, ஐ.நா. பொதுக்குழு கூடியது. சிறப்புக் கமிட்டியின் இந்தத் தீர்மானம் மீது வாக்கெடுப்பு நடத்தப்

பட்டதில் முப்பத்து மூன்று ஆதரவு ஓட்டுகள் கிடைத்தன.* இஸ்ரேல் அங்கீகரிக்கப்பட்டது.

மத்திய கிழக்கு நாடுகளில் இருக்கும் எண்ணெய் வளம் பற்றிய தகவல்கள், அப்போதுதான் பல நாடுகளுக்குத் தெரிய வந்திருந்தது. மத்திய கிழக்கில் நல்லுறவோடு ஒரு தேசம் தேவை என்பதைக் கருத்தில் கொண்டே பல ஐரோப்பிய நாடுகள் இஸ்ரேலுக்கு ஆதரவாக வாக்களித்தன.

யூதர்கள் ஆதரவாக வாக்களித்த நாடுகளுக்குத் தூதுவர்களை அனுப்பி நன்றி சொன்னார்கள். நல்லுறவைப் பேண விரும்பு வதாகவும் கூறினர். அரேபியர்கள் செய்வதறியாது கோபத்தில் கனன்று கொண்டிருந்தனர். காரணம், பாலஸ்தீன் பிரிட்டனின் அதிகாரத்தில் கீழ் அப்போதும் இருந்ததால், பிற அரேபிய தேசங்களால் எதிர்ப்பை வார்த்தைகள் அளவில் மட்டுமே காட்ட முடிந்தது.

நாள்கள் ஆக ஆக பாலஸ்தீனத்தில் வன்முறைகள் அதிகரித்துக் கொண்டே போயின. படுகொலைகள், வெடிகுண்டுத் தாக்குதல் கள், சூறையாடல்கள், தீ வைப்புகள் எல்லாம் கட்டுக்கடங் காமல் தொடர்ந்தன.

'யூதர்களை வெறுக்காதீர்கள், அவர்கள் மேல் அன்பு வையுங்கள்' என்று முகம்மது நபியே சொல்லிவிட்டுப் போயிருக்கிறார். அதனால், பல நூற்றாண்டுகளில், பலப் பல தேசங்கள் விரட்டி யடித்த யூதர்களை அரவணைத்தது இஸ்லாமியர்கள் தான். பாலஸ்தீனத்தில் யூதர்களே வாழக்கூடாது என்பது அரேபியர் களின் எண்ணமாக எப்போதும் இருந்ததில்லை. ஆனால் யூதர்கள் பாலஸ்தீனத்தைத் துண்டாடியதுதான் அவர்களைக் கடும் கோபத் தில் தள்ளியது. ரத்தச் சிவப்பான சம்பவங்கள் தொடர்ந்தன.

திடீர் திடீரென அரேபிய தீவிரவாதக் குழுக்கள் முளைத்தன. யூதர்கள் முதலில் தற்காப்பு நடவடிக்கைகளை மட்டுமே மேற் கொண்டனர். தாக்குப்பிடிக்க முடியாது என்று தெரிந்தவுடன் அவர்களும் அரேபிய கிராமங்களைத் தேர்ந்தெடுத்து தாக்கத் தொடங்கினார்கள்.

---

* மத்தியக் கிழக்கு தேசங்கள், இந்தியா, பாகிஸ்தான் ஆகிய நாடுகள் எதிராக வாக்களித்தன.

இந்தச் சமயத்தில் பிரிட்டன் ஓர் அறிவிப்பை வெளியிட்டது.

'1948, மே மாதம் 15-ஆம் தேதியோடு பாலஸ்தீனில் இருக்கும் தனது படைகளை எல்லாம் பிரிட்டன் விலக்கிக் கொள்ளும்.'

அதாவது இரண்டாவது உலகப் போரிலிருந்து தன் காலனி நாடாக இருந்து வரும் பாலஸ்தீனை பிரிட்டன் விடுவிக்கிறது என்பதே இதன் அர்த்தம்.

அவ்வளவுதான். இந்த அறிவிப்பு, எரிகிற கொள்ளியில் பேரல் பேரலாக பெட்ரோலை ஊற்றியதுபோல அரேபியர்களின் கோபத்தை அதிகரித்தது. இஸ்லாமிய நாடுகளில் இருந்தெல்லாம், கிடைத்த ஆயுதங்களை வாங்கிக் குவித்தனர். யூதர்களை கொன்று குவிக்க வேண்டும் என்ற ஒரே நோக்கத்துடன் முழு வெறியோடு கண்மூடித்தனமாகத் தாக்கத் தொடங்கினார்கள்.

ஜெருசலேத்தின் எல்லைகளைச் சூழ்ந்துகொண்டனர். அதனுள்ளும் யாரும் புக முடியாது. அங்கிருந்து வெளியேறவும் முடியாதபடி பார்த்துக் கொண்டனர். பிரிட்டன் படைகளுக்குப் போக்குக் காட்டிவிட்டு, தலைமறைவாகப் பல இடங்களில் பதுங்கிக்கொண்டு, கெரில்லாத் தாக்குதல்களை நடத்தினர்.

அருகிலிருந்த இஸ்லாமிய நாடுகளான சிரியா, எகிப்து, ஈராக் ஆகிய நாடுகளிலிருந்து அரேபியர்களுக்கு ஆதரவாகப் பல நூறு பேர் வந்து சேர்ந்தனர். அவர்கள் ஒவ்வொரு யூத கிராமங்களையும் குறிவைத்துத் தாக்கி தீயிட்டுக் கொளுத்த ஆரம்பித்தனர்.

மார்ச், ஏப்ரல் என்று நாள் நெருங்க நெருங்க நெருப்பும் ரத்தமும் அதிகரித்துக் கொண்டே போனது. ஏப்ரல் 13-ம் தேதி, ஷார் ஈஜன் (Kfar etzion) என்ற யூத கிராமத்தைச் சூழ்ந்த அரேபியர்கள், அங்கிருந்தவர்களில் இருநூறு பேரைக் கொன்றனர். பதிலுக்கு யூதர்களும் இதுபோன்ற கொலைகளைச் செய்யாமலில்லை. ஆனால் சர்வதேச மீடியாக்களில் யூதர்கள் மீதான தாக்குதல்களை மட்டும் பெரிதுபடுத்தி பூதாகரமாகக் காட்டப்பட்டன. அரேபியர்கள் முற்றிலுமாகப் புறக்கணிக்கப்பட்டனர்.

இஸ்ரேல் பிறக்கப் போவதென்பதோ உறுதி ஆகிவிட்டது, ஆனால் அதற்கு முன் எவ்வளவு யூதர்களை பாலஸ்தீனத்தில் இருந்து அடித்து வெளியே துரத்த முடியும் என்று அரேபியர்கள் கணக்குப் போட்டு செயல்பட்டனர். ஆனால் காலம் காலமாக

பலரால் துரத்தியடிக்கப்பட்டு, பாலஸ்தீனைவிட்டு ஓடிய யூதர்கள், இந்த முறை ஓடுவதற்குத் தயாராக இல்லை. மாறாக முழு எதிர்ப்பைக் காட்டினர்.

மே மாதம் பிறந்தது. ஒவ்வொரு நாளும் பல டிகிரி வெப்பம் அதிகரித்துக்கொண்டே போனது. எப்போது பிரிட்டன் முழுவதும் தன் படைகளை விலக்கிக் கொள்கிறதோ, அடுத்த நொடியே யூதர்களின் மேல் கடும் தாக்குதல் நடத்த அரேபியர்கள் தயாராகிக் கொண்டிருந்தனர். துணைக்கு அண்டை நாடுகளான எகிப்து, சிரியா, லெபனான், டிரான்ஸ் ஜோர்டான் ஆகிய நாடுகள் தம் படைகளுடன் எல்லைப் பகுதிகளில் காத்துக்கொண்டிருந்தன.

'மே 14 அன்றே படைகளை விலக்கிக் கொள்வோம்' என்று பிரிட்டன் திடீரென்று அறிவித்தது.

இஸ்ரேலின் அரசியல் குழுத் தலைவர் பென் குரியன், பிற தலைவர்கள், ராணுவ அதிகாரிகளோடு அவசர ஆலோசனைகளில் ஈடுபட்டார். படை பலம், ஆயுத பலம் இன்றி, இருக்கும் வீரர்களை வைத்து அரேபியர்களின் தாக்குதலை எப்படிச் சமாளிப்பது என்று வியூகங்கள் வகுக்கப்பட்டன.

மே 13-க்கு முன்பே பாலஸ்தீனில் இருந்து பெரும்பாலான பிரிட்டன் படைகள் விடைபெற்றுச் சென்று விட்டன.

இன்னும் ஒரே நாள்தான். நாளை சுதந்தரம். இறைவன் அளித்த இஸ்ரேல் உருவாகப் போகிறது. யூதர்கள் நமக்கென்றே ஒரு தேசம். எத்தனை நாள் கனவு. மறைந்த எத்தனைக் கோடி யூதர்களின் ஏக்கம். அவர்கள் மிகவும் உணர்ச்சிகரமான சூழலில் இருந்தார்கள்.

இஸ்ரேல் பிறந்த மறுநொடியே அரேபியர்கள் தாக்கினால் என்ன, இந்த சந்தோஷ உணர்வே நம் மனபலத்தை பலமடங்கு அதிகரித்துள்ளது. சமாளித்துவிடலாம். அப்படியே நம் பகுதிகள் அரேபியர்களால் கைப்பற்றப்பட்டாலும், ஐ.நா. இருக்கிறது. அது பார்த்து மீட்டெடுத்துக் கொடுக்கும் என்று கொண்டாட்டங்களுக்கும் கூடவே தாக்குதல்களை எதிர்கொள்ளவும் யூதர்கள் தயாராகவே இருந்தனர்.

மே 14, பாலஸ்தீனில் போருக்கான அறிகுறிகளுடனேயே விடிந்தது. இறுதியாக, பாலஸ்தீனுக்கான பிரிட்டிஷ் ஹை-கமிஷ்னர்

மட்டும் பெட்டிப் படுக்கையோடு கிளம்பிச் சென்றார். அவருக்கு டாட்டா காண்பித்து விட்டு, பென் குரியன் அவசர அவசரமாக டெல் அவில் நகருக்கு வந்தார். உதடுகள் மகிழ்ச்சியில் துடி துடிக்க, அந்த அறிவிப்பை வெளியிட்டார்.

'இதோ இன்று முதல் யூதர்களின் தேசமாக இஸ்ரேல் பிறக்கிறது.'

அந்த நொடி ஒட்டுமொத்த பாலஸ்தீன் யூதர்களும் உடைந்து அழுதார்கள். உலகிலுள்ள ஒவ்வொரு யூதர்களும் தம் மனத் தளவில் தேவதூதனின் எக்காள முழக்கத்தை உணர்ந்தார்கள். அவர்களின் மனக்கண்களில் மோசஸ் தெரிந்தார்.

மே 15. காலை ஒன்பது மணியளவில் டெல் அவிவில் பாலஸ்தீன் அரேபியர்களின் முதல் குண்டு வந்து விழுந்து, போருக்கான பிள்ளையார் சுழி போட்டது. அக்கம்பக்கத்து இஸ்லாமிய தேசங்கள் அனைத்தும் அப்போது பாலஸ்தீனை ஆதரித்தன. இஸ்ரேல் ஒண்டியாளாக நின்று யுத்தத்தை எதிர்கொண்டது. தேசம் பிறந்த முதல் நாளே யுத்தம்.

பாலஸ்தீன் போராளிகளின் மறைமுகத் தாக்குதல்கள் இஸ்ரேல் ராணுவத்துக்குப் பிடிபடவேயில்லை. தெற்கிலிருந்து எகிப்து படைகள் முன்னேறிக் கொண்டிருந்தன. வடக்கில் சிரியா, லெபனானின் படைகள், மேற்கில் டிரான்ஸ் ஜோர்டான் படைகள், வடமேற்கில் ஈராக்கின் ராணுவம், கிழக்கில் இருந்து மத்திய தரைக்கடல் நாடுகளின் ராணுவம் என்று இஸ்ரேலுக்கு எதிராக ஏராளமான படைகள்.

ஆனால் இஸ்ரேல் பதறாமல், சிதறாமல் முதலில் தற்காப்பு நடவடிக்கைகளை மட்டுமே எடுத்தது. எல்லையைப் பாதுகாக்க ராணுவத்தின் ஒரு பிரிவு அனுப்பப்பட்டது. இன்னொரு பிரிவு டெல் அவிலைப் பாதுகாத்தது. இவைபோக மீதியிருந்த ராணுவ வீரர்களே தாக்குதலுக்கு அனுப்பப்பட்டனர்.

உலக அளவில் இஸ்ரேல் என்றொரு தேசம் பிறந்திருக்கிறது, அதைச் சாதாரணமாக எண்ணக்கூடாது என்ற நினைப்பை ஏற்படுத்த வேண்டும் என்று பென் குரியன் விரும்பினார். அவரது ஆலோசனைகளின்படி, இஸ்ரேலின் ராணுவம் மிகவும் கட்டுக் கோப்பாக நடந்துகொண்டது.

பாலஸ்தீன் போராளிகள் அதிக உயிர்ச் சேதத்தை ஏற்படுத்த வேண்டும் என்ற ஒரே நோக்குடன் மூர்க்கமான தாக்குதல்களில் ஈடுபட்டனர். எகிப்தின் மிகக் கட்டுக்கோப்பான ராணுவம் இஸ்ரேலை வெலவெலக்கச் செய்தது.

ஈராக் ராணுவத்தினர் கண்மூடித்தனமான தாக்குதல்களை மேற்கொண்டனர். சிரியா, லெபனான், ஜோர்டான் படையினர் குறிவைத்தது டெல் அவில் நகரைத்தான். அதை நோக்கியே அவர்கள் முன்னேறிக் கொண்டிருந்தனர்.

யூதர்கள் புத்திசாலியல்லவா. உலகப் போர்களிலேயே அவர்களின் மூளைதான் பல ஆயுதங்களைத் தயாரித்திருக்கிறது. இப்போது விடுவார்களா என்ன, குறிப்பிட்ட நாள்களுக்கு தற்காப்பு யுத்தம் செய்தனர். அதற்குள் மிகத் துல்லியமாக வியூகங்கள் வகுத்து, எதிரிப் படையினரைத் தாக்கப் புகுந்து புறப்பட்டனர். அடித்து நொறுக்கினர்.

பாலஸ்தீன் பிரிவினையில் புதிதாக முளைத்த எல்லைகளெல்லாம் இல்லாமல் போயின. நேற்று பிறந்த குழந்தை, ராணுவ வீரன் போல் போர்க்களத்தில் புகுந்து ரணகளப்படுத்தியதைக் கண்ட அரேபிய தேசங்கள் அரண்டுபோயின. ஒன்றுமே புரியாமல் விழித்தன. போர் உக்கிரமடைந்துகொண்டே போனது. பாலஸ்தீன் போராளிகளின் கை கொஞ்சம் தளர்ந்துதான் போயிருந்தது.

திடீரென்று ஒரு நல்ல நாள் பார்த்துத் தொண்டையைச் செருமிக் கொண்டு ஐ.நா. பேசியது. 'போரை நிறுத்துங்கள். அமைதி ஒப்பந்தம் செய்துகொள்ளலாம்.'

இஸ்ரேல் வேகமாகத் தலையாட்டியது. பாலஸ்தீன் போராளிகளுக்குப் போரை நிறுத்துவதில் விருப்பமில்லை என்றாலும், ஐ.நா. அமைதி ஒப்பந்தம் என்று புதிய வார்த்தைகளையெல்லாம் உபயோகிக்கிறதே என்று பொறுமை காத்தனர்.

போர் நிறுத்தம் என்று ஏற்பட்டால், அதை இரு தரப்பினரும் ஒப்புக்கொள்ளும் பட்சத்தில், அந்த நிமிடத்தில் அவர்கள் எதுவரை முன்னேறி வந்திருக்கிறார்களோ, அந்த இடம் வரை சம்பந்தப்பட்ட தேசத்துக்குச் சொந்தமாகி விடும் என்பதுதான் உலக மகா யுத்த விதி.

பாலஸ்தீன் போராளிகள் அதைப் பற்றிய அறிவெல்லாம் இன்றி ஒப்பந்தத்துக்குச் சம்மதித்தனர்.

யுத்தத்தில் எகிப்து, காஸா பகுதி வரை முன்னேறி வந்திருந்த தால், அப்பகுதி அதற்குச் சொந்தமானது. மேற்குக் கரை முழுவதிலும் டிரான்ஸ் ஜோர்டான் கால் பதித்திருந்ததால், அவை அதற்குச் சொந்தமானது. இஸ்ரேலின் எல்லை தாண்டி பாலஸ் தீனின் பல பகுதிகளின் இஸ்ரேல் ராணுவம் முன்னேறி வந்திருந்தது. அந்தப் பகுதிகள் இஸ்ரேலுக்குச் சொந்தமானது.

மீதி. என்ன இருக்கிறது? அதுதான் எல்லாம் போய்விட்டதே. ஒட்டுமொத்த பாலஸ்தீனத்தையும் இழந்து ஓட்டாண்டிகளாக நின்று கொண்டிருந்தனர் பாலஸ்தீன் போராளிகள்.

பாலஸ்தீன் அரேபியர்களுக்குக் கைகொடுக்க வந்த பிற அரபு தேசங் கள் எல்லாம், நடுவழியில் அவர்களைக் கைவிட்டு விட்டு, வந்த வரை லாபம் எனச் சுருட்டிக்கொண்டு திரும்பிப் போய்விட்டார் கள். அதாவது அவர்கள், ஏதோ உணர்ச்சி வேகத்தில் கிளம்பி போருக்கு வந்து விட்டார்கள். வந்த பின்னரே தெரிந்தது, இஸ் ரேலை ஆதரிக்காவிட்டாலும் பரவாயில்லை, பாலஸ்தீனை ஆதரித் தால், அமெரிக்கா, சோவியத் ரஷ்யா, பிரிட்டன் ஆகிய மூன்று பெரியண்ணன்களும் சேர்ந்து கழுத்தை நெரிப்பார்கள் என்று.

தெருவுக்கு வந்த பாலஸ்தீன் போராளிகள், போரை முடித்திருந் தாலும், போராட்டத்தைக் கைவிடவில்லை.

பென் குரியன், அரபு நாடுகளுடன் நல்லுறவை ஏற்படுத்தும் முயற்சிகளில் தீவிரமாக இறங்கினார்.

யுத்தத்தின் இறுதியில் வெஸ்ட் பேங்க் என்றழைக்கப்படும் ஜோர்டான் நதியின் மேற்குக் கரைப் பகுதி முழுவதையும் ஜோர்டான் கைப்பற்றியிருந்தது. அதில் ஒரு பகுதி ஜெருசலேம் நகரின் கிழக்குப் பகுதி வரை நீண்டிருந்தது. மீதியிருந்த மேற்கு ஜெருசலேமை, இஸ்ரேல் கைப்பற்றியிருந்தது.

இதனால் ஜோர்டான் உடனான அமைதி ஒப்பந்தத்தில் இஸ்ரேல் மிகத் தெளிவாகக் குறிப்பிட்டது. அதாவது, இரு தரப்பு மக்களும் ஜெருசலேமுக்கு வருகை தருவதிலோ, ஆலயங்களில் வழிபாடு நடத்துவதிலோ, எந்த அரசும் எந்த விதப் பிரச்னையும் செய்யக் கூடாது.

சாலமோன் தேவாலயத்தின் உடைந்த பெருஞ்சுவர் போக, இஸ்ரேலும் ஜோர்டானும் ஜெருசலேமில் இன்னொரு பெருஞ் சுவரை மானசீகமாக எழுப்பிக் கொண்டன.

பிரச்னையும் எழும்பியது. என்ன இருந்தாலும், அமைதி ஒப்பந்தமெல்லாம் தெளிவாகச் செய்துகொண்டாலும் ஜோர்டான் இஸ்லாமிய தேசமாயிற்றே. பிரச்னைகள் மத வழிபாட்டில் தான் முளைத்தன.

ஜோர்டானிய இஸ்லாமியர்கள் ஜெருசலேமிலிருந்த சில யூதக் கல்லறைகளுக்கு வந்து வழிபட யூதர்களுக்குத் தடை விதித்தனர். அந்தக் கல்லறைகளை அழிக்கவும் திட்டமிட்டார்கள். என்ன இருந்தாலும், பல நூற்றாண்டு இனப் பகையாயிற்றே. ஒப்பந்தமாவது, மண்ணாங்கட்டியாவது.

தன் எல்லைக்குள் வாழும் யூதர்கள் அனைவரும் வெளியேற வேண்டுமென ஜோர்டான் அறிவித்தது. அந்த யூதர்கள் இஸ்ரேலில் தஞ்சம் புகுந்தனர்.

பிற அரபு தேசங்களும் தங்களது நடவடிக்கைகள் மூலம் யூத வெறுப்பை வெளிப்படுத்தின. யூதர்களை வெளியேற்றின. அவர்களும் முடிந்த அளவு இஸ்ரேலுக்குள் வந்து விழுந்தார்கள். இயலாத பட்சத்தில், மொராக்கோ, ஈரான் என்று எங்கெல்லாம் இயலுகிறதோ அங்கெல்லாம் போனார்கள்.

பதிலுக்கு இஸ்ரேல் அரசு அரேபியர்களைப் பழி வாங்கியது. ஒரு அரேபியரையும், அவர்களின் புனிதத் தலமான ஜெருசலேமுக் குள் வந்து வழிபட அனுமதிக்கவில்லை. துரத்தி அடித்தனர்.

இஸ்ரேல், பிற அரபு தேசங்களின் அமைதி ஒப்பந்த மீறல்கள், யூத எதிர்ப்பு நடவடிக்கைகள் பற்றி ஐ.நா.வின் கவனத்துக்குக் கொண்டு சென்றது.

ஜோர்டான், எகிப்து உள்பட எல்லா அரபு தேசங்களும் தம் எல்லைக்குள்பட்ட பகுதிகளில் யூதர்களை வெளியேற்றத் தொடங்கின.

யூதர்கள் வேறு எங்கே செல்ல முடியும்? இஸ்ரேல் ஒன்றுதான் கதி. ஆனால் அங்கும் இடம் வேண்டுமே! சிரியா கதவுகளை மூடிக்கொண்டது. மொராக்கோ, மதம் மாறினால் உள்ளே வரலாம் என்ற நிபந்தனையோடு கதவுகளைத் திறந்து வைத்தது. அகதியாக நின்றிருந்த யூதர்கள் திணறிப் போனார்கள்.

பாலஸ்தீனத்தைத் தொலைத்த அகதிகள் எங்கு செல்வது என்று திக்குத் தெரியாமல் திணறிக் கொண்டிருந்தனர். பிற அரபு

நாடுகளும் செய்வதறியாது நின்றன. காரணம், இடப் பற்றாக் குறை. பொருளாதார நிலை.

போரில் இஸ்ரேல் அபகரித்தப் பகுதிகளைத் திருப்பிக் கொடுத்தல் பிரச்னைகள் தீர வாய்ப்பிருக்கிறது என்று சர்வதேச அரசியல் வல்லுநர்கள் ஆலோசனை கூறினர். ஒரு பொட்டு நிலத்தைக் கூடத் திருப்பிக்கொடுக்க முடியாது என்று பென் குரியன் பட்டென்று சொல்லிவிட்டார்.

'உலகெங்கிலுமிருந்து வரும் யூதர்களை நாங்கள் எப்படி ஏற்றுக் கொள்கிறோமோ, பிற நாடுகளிலிருந்து வரும் எல்லா இன மக்களையும் அமெரிக்கா எப்படி ஏற்றுக் கொள்கிறதோ, அதே போலத்தான், பாலஸ்தீன அரேபியர்களையும் அரபு தேசங்கள்தான் ஏற்று ஆதரவு கொடுக்க வேண்டும்.'

இதுதான் இஸ்ரேலின் பதில். அதில், தான் 'அமெரிக்கா விரும்பி' என்பதையும் இலவச இணைப்பாகச் சேர்த்துக் கூறிவிட்டது. தனக்கு எந்நேரமும் உதவக்கூடிய தேசமாக அமெரிக்கா இருக்கும் என்று கருதிய இஸ்ரேல், சமயம் கிடைக்கும் போதெல்லாம் அமெரிக்காவைப் புகழ்ந்து பாடியது. அமெரிக்கா என்ன வேண்டாம் என்றா சொல்லப்போகிறது, மத்திய கிழக்கு நாடுகளின் எண்ணெய் வளத்தில் மூழ்கித் திளைக்க ஒரு வாசல் வேண்டுமே!

நீண்ட விவாதங்கள், அரபு தேசங்களின் பல கட்டப் பேச்சு வார்த்தைகளுக்குப் பிறகு ஓர் அறிவிப்பு வெளியிடப்பட்டது.

'யாரெல்லாம் குறைந்தபட்சம் இரண்டு வருடங்களாவது பாலஸ்தீனில் வாழ்ந்திருக்கிறார்களோ அவர்கள் மீண்டும் அங்கே வரலாம்.'

பாலஸ்தீன அகதிகள், இல்லாமல் போன தங்கள் நாட்டுக்குத் திரும்ப ஆரம்பித்தார்கள்.

19. நித்தம் யுத்தம் ரத்தம்

அரேபியர்களிடம் ஒற்றுமை இல்லை. அவர்களை ஒருங்கிணைக்க, வழி நடத்திச் செல்ல ஒரு நல்ல தலைமை இல்லை. நம் பாடு கவலை இல்லை என்றுதான் இஸ்ரேல் உள்ளுக்குள் நினைத்துக் கொண்டிருந்தது. தப்புக் கணக்குப் போடாதீர்கள், நான் இருக்கிறேன் என்று இஸ்ரேலுக்குத் தலைவலி யாக வந்து உதித்தார் ஒருவர்.

அவர் பெயர் யாசிர் அரஃபாத்.*

ஐம்பதுகளின் தொடக்கத்தில் அரஃபாத் தொடங்கிய விடுதலைக் குழுவின் பெயர், அல்-ஃபத்தா (Al Fatah). யாரெல்லாம் எந்த தேசமெல்லாம் இஸ்ரேலை

---

* அரஃபாத்தின் தாய்வீடு பாலஸ்தீன் இல்லை, எகிப்திலுள்ள கெய்ரோ. அவரது அப்பாவுக்கும் எகிப்துதான். அம்மாவுக்குச் சொந்த நகரம் ஜெருசலேம். அரஃபாத் 1929, ஆகஸ்டில் பிறந்தார் என்று நம்பப்படுகிறது. தகுந்த ஆதாரங்கள் இல்லை. அரஃபாத் தன் இளமைக் காலத்தில், ஜெருச லேத்தில் வளர்ந்தபோது, பாலஸ்தீனியர்களுக்கு எதிரான சம்பவங்களைக் கண்டார். மனத்தளவில் பாதிக்கப்பட்டார். அவரது நோக்கம் பாலஸ்தீன் விடுதலையாக மட்டுமே இருந்தது.

175

ஆதரித்துப் பேசுகிறார்களோ, அவர்களை ரத்தம் பார்க்க வைப்பதே அல் - ஃபத்தாவின் பணி.

அல் - ஃபத்தா போல, பல போராளி இயக்கங்கள் இஸ்ரேலுக்கு எதிராக முளைத்தன.

தொடர்ந்து முறுக்கிக் கொண்டிருந்தால் சரிவராது, பாலஸ்தீன் அரேபியர்களைச் சமாளிக்க வேண்டுமெனில், அண்டை அரபு நாடுகளுடன் ஓரளவு சுமுக உறவுடன் இருப்பதே தமக்கு நல்லது என்று இஸ்ரேல் உணர்ந்தது. ஆனால் ஜோர்டான், இஸ்ரேலுக் கெதிரான மனநிலையில் மட்டுமே இருந்தது.

1952-ல் எகிப்தில் மன்னராட்சிக்கு எதிராக ஒரு ராணுவப் புரட்சி நடந்தது. அதைத் தலைமை தாங்கி நடத்திய ராணுவத் தளபதி கமால் அப்துல் நாசரே, அதன்பின் எகிப்தின் சர்வாதிகாரி ஆனார்.

எகிப்தை வளம்பெறச் செய்ய, ஏற்கெனவே தான் தீட்டி வைத்த திட்டங்களைச் செயல்படுத்த ஆரம்பித்தார். அதன்படி, நீர்த்தேக் கங்களைப் பெருக்கி, விவசாயத்தை வளம்பெறச் செய்வதற்காக, நம் தேசத்தில் எல்லைக்குள்பட்ட அகபா வளைகுடா, சூயஸ் கால்வாய்* இரண்டையும் இழுத்து மூடினார்.

நாசரின் இந்த அதிரடி நடவடிக்கை, பல நாடுகளை ஸ்தம்பிக்கச் செய்தது. இஸ்ரேல் அலறியது. காரணம், சூயஸ் கால்வாயை நம்பித்தான் இஸ்ரேலின் கப்பல் போக்குவரத்தே இருந்தது. இது சம்பந்தமாகக் குவிந்த எதிர்ப்பு அறிக்கைகளை, நாசர் இடது கையால் தள்ளினார்.

குளுகுளுவென ஓடிக்கொண்டிருந்த சூயஸ் கால்வாயை அடைத்த தன் மூலம், திகுதிகுவென ஒரு போருக்கு அடிகோலினார் நாசர்.

ஃப்ரான்ஸ், பிரிட்டன், இஸ்ரேல் மூன்றும் இணைந்து எகிப்துடன் போரிடக் கிளம்பின. எகிப்து திணறித்தான் போனது. இஸ்ரேல் இந்தப் போரைச் சாக்காக வைத்துக் கொண்டு, தன்னால்

---

* சூயஸ் கால்வாய் என்பது மத்திய தரைக்கடலையும் செங்கடலையும் இணைப்பதற்காக உருவாக்கப்பட்டது. எகிப்து மட்டும் இதைச் செய்யவில்லை, சில நாடுகள், பல அமைப்புகள் காசு போட்டு, 1867-ல் கட்டி முடித்த கால்வாய்தான் இது.

எகிப்தின் சில பகுதிகளையும் தன் வசமாக்கிக் கொள்ள நினைத்துச் செயல்பட்டது.

காஸா இஸ்ரேல் வசமானது. நாசரால் சமாளிக்க முடியவில்லை. இஸ்ரேலின் அடுத்த குறி சினாய். ஞாபகமிருக்கிறதல்லவா, மோசஸ் என்ற தேவதூதர் இஸ்ரவேலர்கள் என்ற யூதர்களை எகிப்தியர்களிடமிருந்து மீட்டுக்கொண்டு வந்து தங்க வைத்திருந்த பகுதி. கடவுள் மோசஸுக்குப் பத்துக் கட்டளை களை வழங்கிய சினாய் குன்றுகள். பாலைநிலம்தான்.

அய்யோ! எவ்வளவு புனிதமான குன்று அது! எத்தனையோ நூற்றாண்டுகள் கழித்து, அதனை மீண்டும் கைப்பற்ற வாய்ப்புக் கிடைத்தால் யூதர்கள் விடுவார்களா என்ன. கைப்பற்றினார்கள்.

இன்னொரு புறம் ஃப்ரான்ஸும் பிரிட்டனும் நடத்திய வான் வழித் தாக்குதல்களைத் தொடர, நாசர் அசராமல், நீர் வழித் தாக்குதல் நடத்தி, எதிர் படையினரின் நாற்பது கப்பல்களை மூழ்கடித்தார். கொந்தளித்த கூட்டணிப் படைகள், எகிப்தை அடிபணிய வைத்தன. சூயஸ் கால்வாய், கூட்டணிப் படை யினரின் கட்டுப்பாட்டில் வந்தது.

கூட்டணிப் படையினருக்குப் பின்னணியில் அமெரிக்காவின் சி.ஐ.ஏ. ஆதரவு இருப்பதைத் தெரிந்துகொண்ட சோவியத் ரஷ்யா, கடும் கோபம் அடைந்தது. எகிப்துக்குத் துணையாக யுத்தத்தில் குதிக்கப் போவதாகச் சொன்னது. ரஷ்யா இறங்கி னால், அதை எதிர்த்து அமெரிக்கா களமிறங்கக் கூடிய அபாயம் இருந்தது. இன்னொரு பெரும் போர் மூளக்கூடிய சூழலே நிலவியது.

ஆனால் அமெரிக்கா, போரை நிறுத்தச் சொல்லி பிரிட்டனிடமும் ஃப்ரான்ஸிடமும் பஞ்சாயத்து, பேச ஆரம்பித்தது. ஒரு கட்டத்தில் பிரிட்டனை மிரட்டவே செய்தது. சர்வதேச அளவில் பல காய் நகர்த்தல்களுக்குப் பிறகு, சூயஸ்கால்வாய் எல்லா தேசங்களுக்கும் பொதுவானதாக இருப்பதன் பொருட்டு, ஐ.நா.வே ஓர் அமைதிப் படையை தேவையான ஆயுதங்களுடன் அனுப்பியது.

போரில் மண்ணைக் கவ்வினாலும், தன் அதிரடிகளால் சர்வதேச அளவில் அதிர்வை ஏற்படுத்திய நாசர், அடுத்த அறிவிப்பை வெளியிட்டார்.

'எகிப்தின் எல்லைக்குள் ஒரு யூதர்கூட இருக்கக் கூடாது. ஓடிப் போய்விடுங்கள்.'

எகிப்திலிருந்து வெளியேறிய இருபத்தைந்தாயிரம் யூதர்களை இஸ்ரேல் ஏற்றுக்கொண்டது. வேறு வழியில்லாமல்தான். ஆனால், சோவியத் ரஷ்யாவின் ஆதரவு தனக்கு ஒரு போதும் கிடைக்கப் போவதில்லை என்று தெளிவாகப் புரிந்துகொண்ட இஸ்ரேல், அமெரிக்க சார்பு நிலையை அதிகரித்துக் கொண்டே போனது.

'என்றைக்கிருந்தாலும் பிரச்னைதான். சின்ன துண்டு நிலப்பரப்பு தானே. சினாய் பகுதியிலிருந்து படைகளை விலக்கிக் கொள்ளுங் கள்' என்று அமெரிக்கா, இஸ்ரேலின் காதில் கிசுகிசுத்தது. 'அதற்கென்ன, அழகாகச் செய்துவிடலாம்' என்று சினாயை விட்டு தன் படைகளை விலக்கியது இஸ்ரேல்.

1964, ஜூன் 2-ல், பாலஸ்தீனில் முளைத்த சில்லரைப் போராளி இயக்கங்கள் எல்லாம் ஒன்றாக இணைந்து, பி.எல்.ஓ என்ற Palestine Liberation Organisation உருவானது. 1968-ல் பி.எல்.ஓ.வின் முதல் பகிரங்க அறிக்கை வெளியிடப்பட்டது. அதன் நோக்கத்தை வெளிப்படுத்தும் ஒற்றை வரி இதுதான்.

'இஸ்ரேல் ஓர் ஒழிக்கப்படவேண்டிய நாடு.'

நேரடித் தாக்குதல் நடவடிக்கைகள் தொடங்கின. பி.எல்.ஓ. அமைப்பினர், இஸ்ரேல் ராணுவம், பாதுகாப்புப் படை இரண்டையும் குறிவைத்துத் தாக்கினர். குண்டுவெடிப்பு, துப்பாக்கிச் சூடு போன்றவை இஸ்ரேலின் தினசரி செய்திகளாக ஆரம்பித்தன. இஸ்ரேலின் மீடியா, சின்னச் சின்ன சம்பவங் களைப் பூதாகரப்படுத்தி தனக்கான ஆதரவைப் பெருக்கிக் கொள்ள பாடுபட்டது.

1967 ஏப்ரல் மத்தியில் இஸ்ரேல் தன்னைச் சுற்றி போர் மேகங்கள் சூழும் சூழலை உருவாக்கியது.

இஸ்ரேல், சூயஸ் கால்வாய் யுத்தத்தில் கைப்பற்றிய சினாயை, அமெரிக்காவைப் பகைத்துக் கொள்ளக் கூடாது என்ற ஒரே ஒரு காரணத்தினால் மட்டுமே, விட்டுக் கொடுத்தது. இருந்தாலும் அது அதன் மனத்தில் உறுத்திக்கொண்டே இருந்தது. நாளடை

வில் இஸ்ரேலில் எல்லை நாடுகளான ஜோர்டான், எகிப்து, சிரியா ஆகியவற்றின் ஒற்றுமை அதிகரித்துக் கொண்டே போனது இஸ்ரேலின் வயிற்றில் என்னென்னமோ கரைக்கச் செய்தது. எந்த தேசத்தை யார் தாக்கினாலும் அடுத்தவர் உடனே உதவுவதற்கு ஓடி வரவேண்டுமென சிரியாவும் எகிப்தும் 1966-ல் ஓர் ராணுவ உடன்படிக்கையைச் செய்துகொண்டன. ஜோர்டானுடன் மேற்குக் கரைப் பிரச்னை அவ்வப்போது சிறு சிறு உரசல்களை ஏற்படுத்திக் கொண்டே இருந்தது. இஸ்ரேலின் தவித்த வாய்க்கு தண்ணீர் கொடுக்கக் கூடாது என்று சிரியா முடிவு செய்து ஒரு திட்டம் தீட்டியது. அதாவது சிரியாவிலிருந்து இஸ்ரேல் வழியாகச் சென்று கலிலீ கடலில் கலந்து கொண்டிருந்த பனியாஸ், டான் நதிகளை திசை மாற்றி விட்டு, ஜோர்டான் நதியில் கலக்க வைக்கும் திட்டம் அது. திட்டத்தைத் தெரிந்துகொண்ட இஸ்ரேல், பொறுமையை முற்றிலும் இழந்தது. போருக்கான காரணங்கள் இவைதான்.

இஸ்ரேல்தான் முதலில் எல்லை தாண்டி சிரியாவின் கோலன் குன்றுப் பகுதிகளில் சென்று தாக்க ஆரம்பித்தது. சிறிய அளவில் மோதல்கள் தொடர்ந்து கொண்டேயிருந்தன.

நாசர்தான் இஸ்ரேலுக்கு எதிராகச் சேர்ந்து போர் தொடுப்பது தொடர்பாக சிரியா, ஜோர்டானிடம் பேசினார். இஸ்ரேலின் பிரதான கப்பல் போக்குவரத்து வழியாக இருந்த திரன் ஜலசந்தியை மூடிவிட்டுக் காத்திருந்தார் நாசர்.

இதற்கு மேலும் பொறுக்க முடியாது என்று வெகுண்டெழுந்தது இஸ்ரேல். 1967, ஜூன் மாதம், அந்தப் போர் ஆரம்பித்தது. இஸ்ரேலுக்கு எதிராக ஜோர்டா - சிரியா - எகிப்து ஆகிய நாடுகள் கூட்டுசேர்ந்து களமிறங்கின. ஆறு நாள் யுத்தம் (Six day war) என்றழைக்கப்பட்ட அந்த யுத்தத்தில் இஸ்ரேல், தான் திட்டமிட்ட நேர்த்தியான தாக்குதல்களால், எதிரணிப் படைகளை அடித்துத் துவம்சம் செய்தது.

சினாய், கோலன் குன்றுகள், மேற்குக் கரை, காஸா, கிழக்கு ஜெருசலேம் என ஏற்கெனவே இழந்த பகுதிகள் அனைத்தையும் இஸ்ரேல் மீண்டும் தன் வசமாக்கிக்கொண்டது. இதன் மூலம் பழைய ஜெருசலேம் நகரிலுள்ள புராதன புனிதச் சுவரும் டெம்பிள் மௌண்ட் என்றழைக்கப்படும் புராதன புண்ணியத் தலம் ஒன்றும் இஸ்ரேல் கையில் வந்தன.

போரில் ஜோர்டான் வசமிருந்த ஜெருசலேத்தின் சில பகுதிகள் எல்லாம் இஸ்ரேல் வசமானதால் அரேபிய முஸ்லிம்கள் பெரும் அதிர்ச்சிக்குள்ளாயினர். இஸ்ரேலின் பரப்பளவு முன்பிருந்ததை விட மூன்று மடங்கு அதிகரித்தது. அந்த எல்லைக்குள் வாழ்ந்து கொண்டிருந்த அரேபியர்களின் எண்ணிக்கை பத்து லட்சம். அவர்கள் இஸ்ரேலின் ஆட்சியின் கீழ் வந்தார்கள். இந்த யுத்தத்தின் பின்னணியில் அமெரிக்க சி.ஐ.ஏ.வின் உதவி இஸ்ரேலுக்கு மறைமுகமாகக் கிடைத்ததாக, சில வருடங்கள் கழித்து தெரிய வந்தது.

அது மட்டும்தானா? இல்லை. பிறந்து பத்தொன்பதே வருடங் களான இஸ்ரேல், அதுவரை தான் பங்குபெற்ற ஒவ்வொரு யுத்தத்திலும் வெற்றி பெற இன்னொரு முக்கியக் காரணம், மொஸாட். Ha-Mossad le-Nodiin ule-Tafkidim Meyuhadim என்ற நீண்ட பெயரைக் கொண்ட இஸ்ரேலின் உளவு அமைப்பு.

உலகில் மூன்றாவது பெரிய உளவு அமைப்பு என்று சொல்லப் படும் மொஸாட், தேவைப்பட்டால் அரசியல் கொலைகளைச் செய்வதற்குக்கூட அதிகாரம் பெற்ற ஓர் உளவு அமைப்பு. ஆட்சிக்கு இடையூறு விளைவிப்பவர்கள் பற்றிய தகவல்களைச் சேகரித்தல், அரபு நாடுகள், உலகிலுள்ள அனைத்து அரபு அமைப்புகளின் நடவடிக்கைகளைக் கண்காணித்தல், யுத்தங் களுக்கான வியூகங்களை அமைத்துக் கொடுத்து வழி நடத்துதல் - இவையெல்லாம் மொஸாட் செய்துகொண்டிருந்த வேலைகள்.

மொஸாட் அமைப்புக்கு இஸ்ரேல் விதித்திருந்த ஒரே ஒரு நிபந்தனை, எக்காரணம் கொண்டும் எந்தவொரு யூதரையும் கொல்லக்கூடாது என்பது மட்டுமே.

இஸ்ரேலின் முதல் பிரதம மந்திரியான பென் குரியன்தான், 1951-ல் மொஸாட்டைத் தோற்றுவித்தார். பாலஸ்தீன் போராளிகளைக் கண்காணிப்பதெற்கென்றே உருவாக்கப்பட்ட மொஸாட், இன்று மிகப் பெரும் அளவில் தன் கிளைகளை மிக ரகசியமாகப் பரப்பியுள்ளது. மொஸாட்டின் அடையாள அட்டையைக் கழுத்தில் தொங்கப் போட்டுக்கொண்டு அதன் அலுவலகத்தில் வேலை பார்க்கும் ஊழியர்கள் இரண்டாயிரத்து சொச்சம் என்றாலும், உலக அளவில் ரகசியமாகப் பரவியிருக் கும் ஏஜெண்டுகளின் எண்ணிக்கை பல்லாயிரக்கணக்கில் இருக்கும்.

யூதராக இருப்பவர்கள், சில சோதனைகளுக்குப் பிறகு மொஸாட்டில் பணியாற்ற வாய்ப்பைப் பெறலாம். யூதர் அல்லாதவர்களும் அதில் பணியாற்ற முடியும். ஆனால் அதற்கு மொஸாட் வைக்கும் தேர்வுகளைத் தாண்டி வருவதற்குள் நாக்கு தள்ளி விடும். அவ்வளவு கடினமான தேர்வு முறைகள், பயிற்சி முறைகள். சி.ஐ.ஏ.வால் கூட கண்டுபிடிக்க முடியாத தகவல்கள் அவை.

இஸ்ரேல் அரசு ஆண்டுதோறும் பட்ஜெட்டில், நான்கில் ஒரு பங்கு நிதியை மொஸாட்டுக்காகவே ஒதுக்குகிறது. இஸ்ரேல் ராணுவ அளவில், அதி நவீன ஆயுதங்களைக் கொண்டிருந்தாலும், அந்த ராணுவத்தை இயக்கும் மூளை, இதயம், முதுகெலும்பு எல்லாம் மொஸாட்தான்.

●

இஸ்ரேலின் கட்டுக்கோப்பான வளர்ச்சி, வெற்றி, அரபு நாடுகளின் இயலாமை எல்லாம் சேர்ந்து, பாலஸ்தீன் அரேபியர்களைச் சிந்திக்கச் செய்தது. யாசிர் அரஃபாத், 1969-ல் பி.எல்.ஓ.வின் தலைவரானார். அவரும் இழந்ததை மீட்க கையில் ஆயுதத்தைத்தான் எடுத்தார். இன்னொரு பக்கம் ஹமாஸ் பிறந்து வளர்ந்து போரிடத் தொடங்கியது. இஸ்ரேலியர்களுக்கெதிரான பாலஸ்தீன அரேபியர்களின் யுத்தம் என்பது அன்று தொடங்கி, இன்றுவரை விளம்பர இடைவேளை கூட இல்லாமல் தொடர்ந்துகொண்டுதான் இருக்கிறது.

இந்த யுத்தத்தின் அடிப்படை, பாலஸ்தீனியர்கள் இழந்த நிலப் பரப்பை மீட்பது என்பதுடன் முடியவில்லை. பிரச்னைக்குரிய ஜெருசலேமில் இருக்கிறது அதன் இதயம். குறிப்பாக அல்-அக்ஸா பள்ளிவாசல். முகம்மது நபி விண்ணுலகம் சென்று திரும்பி இறங்கிய அந்த மலைக்குன்று. இதனை மீட்பது அரேபியர்களின் ஆதிவிருப்பமாக இருந்தது. அதற்காகவே யாசிர் அரஃபாத் உருவாக்கிய ஒரு நூதன போராட்ட முறை இண்டிஃபதா (Intifada.)

இந்த அரபுச் சொல்லுக்கு எழுச்சி பெறுதல் என்று பொருள். பார்ப்பதற்கு அமைதியான ஊர்வலம் மாதிரிதான் தோன்றும். கூட்டம் கூட்டமாக, பாலஸ்தீனியர்கள் இஸ்ரேல் அரசை எதிர்த்து கோஷங்கள் இட்டபடியே ஊர்வலமாகக் கிளம்புவர்.

அவர்கள் கையில் பெரும் ஆயுதங்கள் ஏதும் இருக்காது. ஆனால் கூட்டத்தில் மத்தியில் கற்களை ஏற்றிக் கொண்டு ஒரு டிராக்டர் மட்டும் வரும்.

கூட்டத்தைக் கலைக்க இஸ்ரேல் காவல்துறையினரும் ராணுவமும் கண்ணீர்ப் புகை குண்டுகளை வீச ஆரம்பிக்க நினைக்கும் போதே, கற்கள் சரமாரியாகப் பறக்க ஆரம்பிக்கும். பெட்ரோல் நிரம்பிய பாட்டில்கள் அனல் கக்கிக்கொண்டு ஆங்காங்கே வெடிக்கும். அமைதியாகத் தொடங்கிய ஊர்வலம் தடியடி, தீவைப்பு, வாகனங்கள் உடைப்பு, கட்டடங்கள் சிதைப்பு, துப்பாக்கிச் சூடு என்று சர்வ லட்சணங்களும் பொருந்திய பெரும் கலவரமாக நீண்டு, மெதுவாகத்தான் அடங்கும்.

இண்டிஃபதாக்கள் கொஞ்சம் கொஞ்சமாகப் பரிணாம வளர்ச்சி பெறத் தொடங்கின. சில நூறு பேர் கலந்துகொள்ளும் ஊர் வலத்தைக் கட்டுப்படுத்துவதே பெரும் பாடு. ஆனால் ஒட்டு மொத்த பாலஸ்தீன் மக்களும் ஒரு முகூர்த்தம் குறித்து ஒன்றுகூடி ஊர்வலமாகக் கிளம்பினால் என்ன ஆகும்? அப்படித்தான் நடந்தது.

முதலில் பெண்கள். பின்னால் வயதானவர்கள். அவர்களின் பின்னால் ஆண்கள். நடுநடுவே ஆங்காங்கே பாலஸ்தீன் போராளிகள். கற்களை ஏற்றிக்கொண்டு பல வண்டிகள். பெட்ரோல் வெடிகுண்டுகள். மெதுவாக நகர்ந்து நகர்ந்து வந்து கொண்டே இருப்பர். மணிக்கணக்கில் அல்ல, நாள் கணக்கில் அல்ல, வாரக் கணக்கில்கூட.

எந்த நொடியில் கலவரம் ஆரம்பிக்கும் என்றே தெரியாது. ஆனால் ஏதாவது செய்து ஊர்வலத்தைக் கலைக்க வேண்டுமே. இஸ்ரேல் படையினரின் தாக்குதல்கள் ஆரம்பிக்கும். சர்வதேச மீடியா அனைத்தும் பாலஸ்தீனியர்களைப் பார்த்து 'உச்' கொட்டும். இஸ்ரேல் கையைப் பிசைந்துகொண்டு நிற்கும். இதேநிலைதான் தொடர்ந்தது.

அடுத்த கட்டமாக இண்டிஃபதாவில், அரஃபாத் கொண்டுவந்த மாற்றம் பயங்கரமானது.

ஊர்வலத்தின் முதலில் கும்பல் கும்பலாகக் குழந்தைகளை நடக்கவைத்தனர். அவர்களைத் தொடர்ந்து பொதுமக்கள் வந்தனர். இஸ்ரேலின் ராணுவ உயர் அதிகாரிகள் 'ஜாக்கிரதை

ஜாக்கிரதை' என்று உச்சஸ்தாயில் கத்தினாலும், படைவீரர் களுக்கு குழந்தைகளைத் தவிர்த்து விட்டு, பொதுமக்களைத் தாக்கும் லாகவம் தெரியவில்லை. குழந்தைகள் பலியாகத் தொடங்கினர்.

'கொடுமை கொடுமை' என்று சர்வதேச மீடியாக்கள் இஸ்ரே லுக்கு எதிராக அலறின. 'நிறுத்தப் போகிறீர்களா இல்லையா' என்று அமெரிக்காவே இஸ்ரேலின் சட்டையைப் பிடிக்க வந்துவிட்டது.

இண்டிஃபதாக்களால் பாலஸ்தீன் பிரச்னை மீண்டும் சர்வதேச கவனம் பெறுவது இஸ்ரேலுக்கு நெருடலாக இருந்தது. பி.எல்.ஓ.க்கு சில ஐரோப்பிய நாடுகளிலிருந்து நிதியுதவிகள் குவிந்தன. இஸ்ரேலின் சுற்றுலா சுத்தமாகப் பாதிக்கப்பட்டது. இஸ்ரேலில் இயல்பு வாழ்க்கை நிரந்தரமாகவே நிலைகுலைந் தது. பொருளாதார நிலையும் வருத்தம் தரக்கூடியதாகவே மாறிப்போனது. இஸ்ரேல், அரஃபாத்திடம் அமைதியாகப் பேசி ஓர் ஒப்பந்தத்தைத் தயாரித்தது.

காஸா, மேற்குக் கரையிலுள்ள ஜெரிக்கோ ஆகிய நகரங்களை ஆட்சி செய்யும் அதிகாரம், 'பாலஸ்தீன் அத்தாரிட்டி' என்ற ஆட்சி அமைப்பின் மூலம், அரஃபாத்திடம் அளிக்கப்படும். அதாவது அவை தன்னாட்சி அதிகாரம் பெற்ற இடங்கள். ஆனால், அந்தப் பகுதிகளின் பாதுகாப்பு, குடிநீர், நிலம், வெளி விவாகாரத் துறை ஆகியவை இஸ்ரேலின் கட்டுப்பாட்டில்தான் இருக்கும். இதுதான் ஒப்பந்தம்.

1993, ஆகஸ்ட் 19 அன்று, நார்வேயில் உள்ள ஓஸ்லோ என்ற இடத்தில் வைத்து, இஸ்ரேலுக்கும் பாலஸ்தீனுக்கும் இடையில் மிக ரகசியமாகக் கையெழுத்தானது.

ஆனால் மீடியாக்களின் மோப்ப சக்தியினால், ஒப்பந்தம் சில நாள்களிலேயே வெட்ட வெளிச்சமானது. அதன் பின் வாஷிங்ட னில் பில் கிளிண்டன் முன்னிலையில், இஸ்ரேல் பிரதமர் இட்ஸாக் ராபினும், பாலஸ்தீன் தலைவர் அரஃபாத்தும் போட்டோ ப்ளாஷ்கள் மினுமினுக்க மீண்டும் கையெழுத் திட்டனர்.

எத்தனை நாள்கள்தான் போராடிக் கொண்டே இருப்பது? இப்போது கிடைத்ததை வைத்துக் கொண்டு, பின்பு விட்டதைப்

பிடிப்போமே என்று நினைத்துதான் அரஃபாத் இதற்குச் சம்மதித்தார். ஆனால் அவர் அமெரிக்காவிடம் விலை போய் விட்டார் என்று பாலஸ்தீனியர்களே குற்றம் சாட்டினர். அவர் மீது ஊழல் குற்றச் சாட்டுகள் எழுந்தன.

பி.எல்.ஓ.வை பாலஸ்தீனின் அரசியல் இயக்கமாக அங்கீகரிப்பதன் மூலம், ஹமாஸ் மற்றும் பிற தீவிரவாத இயக்கங்களை ஒடுக்கி வைக்கலாம். இஸ்ரேல் போட்டிருந்த கணக்கு இதுதான்.

ஆனால் ஓஸ்லோ ஒப்பந்தத்தில் கையெழுத்துப் போட்ட இஸ்ரேல் பிரதமர் இட்ஸாக் ராபின், யூதர்களால் உடனே பதவி நீக்கம் செய்யப்பட்டார்.

அமைதிக்கான நோபல் பரிசை, இட்ஸாக் ராபின், ஷிமோன் பெரஸ் ஆகிய இஸ்ரேலியர்களுடன், அரஃபாத்தும் பகிர்ந்து கொள்வார் என்று அறிவிக்கப்பட்டது.

அரஃபாத் பரிசை பகிர்ந்து கொண்டதனால், பாலஸ்தீனியர்களின் மனத்தில் ஒரு படி கீழே இறங்கினார். இட்ஸாக் ராபின் மீது, யூதர்களுக்கு வெறுப்பு அதிகரித்தது. 1995-ல் ராபின், ஒரு யூதரால் சுட்டுக் கொல்லப்பட்டார்.

இஸ்ரேலில் புதிய பிரதமராகப் பழைமைவாதியான பெஞ்சமின் நெதன்யாஹு பதவியேற்றார். யூதர்களின் நன்மதிப்பைப் பெறுவதற்காக அவர் செய்த முதல் காரியம், காஸா, ஜெரிக்கோ பகுதிகளில் யூதர்கள் குடியிருப்பை அதிகப்படுத்தினார்.

நொந்துபோன பாலஸ்தீன் மக்கள், ஓஸ்லோ ஒப்பந்தத்தின் அவலட்சணத்தைச் சொல்லிச் சொல்லி தலையிலடித்துக் கொண்டார்கள். அதே நேரத்தில் ஹமாஸும் வெகு தீவிரமாகப் போராட்டத்தில் இறங்கியிருந்தது.

பொழுது விடிந்து, சாய்வதற்குள் குறைந்தபட்சம் ஒரு குண்டு வெடிப்பாவது நிகழ்த்திவிட வேண்டுமென்று என்று கங்கணத் தோடும் கையெறி குண்டுகளோடும் செயல்பட்டது.

ஏதாவது செய்து மக்களைத் திசை திருப்ப வேண்டும், தன் மீது ஏற்பட்ட கறையைத் துடைக்க வேண்டும், மீண்டும் பாலஸ்தீன் விடுதலைக்கான போராட்டத்தை நேர்த்தியாகத் தொடர வேண்டும் என்று யோசித்த அரஃபாத், இன்னொரு இண்டிஃபதா வுக்கு அழைப்பு விடுத்தார்.

அல்-அக்ஸா மசூதியை மீட்பதற்காக நடத்தப்பட்ட அந்த இண்டிஃபதா, ரத்தச் சகதியின் இன்னொரு இன்னிங்ஸ்!

ஆனால் இந்தப் பள்ளிவாசல் விஷயத்தில் யூதர்களின் வாதம் வேறு. முகம்மது விண்ணேறிய சம்பவம் நடந்தது Dome of the Rock-ல் தான். அல்-அக்ஸாவுக்கும் அதற்கும் சம்பந்தம் கிடையாது. சாலமோன் தேவாலயம் இருந்த இடம்தான் அல்-அக்ஸா. எங்களுக்குத்தான் ஆதாரமாக அந்த ஒற்றைச் சுவர் இருக்கிறதே. எங்கள் அழுகைச் சுவர். அதன் அருகில் சென்று உள்ளப்பூர்வமாக காதை வைத்துக்கேளுங்கள். எல்லா உண்மைகளையும் அது சொல்லும்.

யூதர்கள் இதில் உறுதியாக இருந்தார்கள். தொல்பொருள் துறையினரின் கைகளில் கடப்பாரையையும் மண்வெட்டியையும் தூக்கிக் கொடுத்தனர்.

1967-ல் ஜெருசலேமை இஸ்ரேல் கைப்பற்றிய சில நாள் களிலேயே இந்தத் தோண்டல் படலம் ஆரம்பமானது.

அதே ஆண்டில் ஆகஸ்ட் 15-ல், ஷலமோகரன் என்ற யூத மதகுரு, சிறு அரசாங்கப் படையைத் தன் பாதுகாப்புக்கு வைத்துக் கொண்டு, அல்-அக்ஸா மசூதிக்குள் புகுந்து பிரார்த்தனை, பூஜைகள் செய்து விட்டுக் கிளம்பினார்.

'மசூதியைச் சீக்கிரம் இடித்துவிட்டு, இங்கே சாலமோன் தேவாலயத்தை எழுப்பிவிடலாம்' என்கிற ரீதியில், ஷலமோகரனின் இந்த மசூதி விசிட், யூதர்களுக்குள் நம்பிக்கையை விதைத்தது.

அல்-அக்ஸாவை இன்னும் விட்டு வைக்கவேண்டுமா, புல்டோசர்கள் இருக்கின்றன, வெடிகுண்டுகள் இருக்கின்றன, ஏன் இன்னும் காத்திருக்க வேண்டும்? இடித்து விடலாமே என்று சில யூதத் தீவிரவாதிகள் கிளம்பினர்.

அல்-அக்ஸாவைப் பாதுகாக்க வேண்டிய பொறுப்பு அந்தப் பகுதியைச் சேர்ந்த முஸ்லிம் இளைஞர்களிடம் வந்து சேர்ந்தது. ஷிஃப்ட் போட்டு அல்-அக்ஸாவுக்குக் காவல் இருந்தனர். நாள் கணக்கில் அல்ல, வருடக்கணக்கில், இன்று வரை.

பல வருடங்கள் தொல்பொருள் துறையினர் கொஞ்சம் கொஞ்சமாகத் தோண்டிக் கொண்டே இருந்தனர். 1970-ல் கொஞ்சம் ஆழ,

அகலமாகவே தோண்டி சில கல்லறைகளைக் கண்டுபிடித்து, அதனுள் உள்ள உடல்களையும் பார்த்தனர். விஷயம் பெரிதாகிவிடக் கூடாது என்பதற்காக, அந்தப் பகுதியைச் சுற்றி மேலும் பதிமூன்று மீட்டர் சுற்றளவுக்கு பெரிய அகழியைத் தோண்டினர் என்று சொல்லப்படுகிறது.

அடுத்த சில ஆண்டுகளில் நடந்த சில பல தோண்டுதல்களில், அல்-அக்ஸா என்று வேண்டுமானாலும் இடிந்து விழலாம் என்ற நிலைமைக்கு ஆளானது.

யூதர்கள், அல்-அக்ஸாவுக்குச் சென்று வழிபடப் போகிறோம் என்று அவ்வப்போது கிளம்பி வந்துகொண்டே இருந்தனர். முஸ்லிம் இளைஞர்கள் தடுத்து நிறுத்திக்கொண்டே இருந்தனர். மோதல்கள் தொடர்ந்தன.

விஷயம் நீதிமன்றத்துக்குப் போனது. நீண்ட நாள் இழுத்தடிக்கப்பட்டு, 1976-ல் ஒரு வழியாகத் தீர்ப்பு வந்தது.

'இப்போது அல்-அக்ஸா இருக்கும் இடத்தில்தான், சாலமோன் தேவாலயம் இருந்திருக்கும் என்பது யூதர்களின் நம்பிக்கை. அதனால் அவர்கள் அங்கு வழிபாடு நடத்துவது தப்பில்லையே!'

முஸ்லிம்கள் நொந்து போனார்கள். அதன்பின் அல்-அக்ஸாவைக் கைப்பற்ற அத்தனைச் சம்பவங்கள். அத்தனைக் கலவரங்கள். அவ்வளவு வன்முறை. எத்தனையோ உயிர்ப் பலிகள்கூட.

அல்-அக்ஸாவுக்கு அருகில் ஒரு யூத மதப் பள்ளிக்கூடம் இருந்தது. யூதர்கள், அதை வெடிபொருள்களால் நிரப்பி வைத்தனர். அங்கிருந்து வெடி பொருள்களை அகற்ற வேண்டும், எப்போது வேண்டுமானாலும் அவை வெடிக்கலாம். அப்படி நடந்தால், அல்-அக்ஸா முற்றிலும் உருக்குலைந்து விடும் என்று போராட்டத்தில் குதித்தனர். நீண்ட நாள்கள் கழித்தே, சில சிறிய அசம்பாவிதங்களுக்குப் பிறகு, அங்கிருந்து வெடிபொருள்கள் அகற்றப்பட்டன.

1981-ல் அல்-அக்ஸாவில் ஒரு சுரங்கப்பாதை கண்டுபிடிக்கப்பட்டது. முஸ்லிம்கள் அதற்கு வரலாற்றுச் சான்றைச் சொன்னார்கள். கிறிஸ்துவர்கள் ஒன்றைச் சொன்னார்கள். 'சாலமோன் தேவாலயத்தோடு சேர்த்துக் கட்டப்பட்ட சுரங்கப் பாதைதான்

அது' என்று யூதர்களும் சளைக்காமல் தன் பங்குக்குச் சொன்னார்கள்.

1982-பிப்ரவரியில் ஒரு யூதர் தன் உடலெங்கும் ஜெலட்டின் குச்சிகளைக் கட்டிக்கொண்டு அல்-அக்ஸாவில் நுழைந்தார். முஸ்லிம்கள், மிகவும் கஷ்டப்பட்டுத்தான் அவரை வெளியேற்றினர். அந்த வருடத்துக்குள்ளேயே, குழுவாக சில யூதர்கள் மனித வெடிகுண்டுகளாக மாறி, அல்-அக்ஸாவை நோக்கி நடந்தனர். பெரும் போராட்டத்துக்குப் பின், தடுத்து நிறுத்திய முஸ்லிம்களும், அந்த மனித வெடிகுண்டுகளும் சிதறி இறந்து கிடந்தனர். அல்-அக்ஸா தப்பித்திருந்தது.

1990-ல் சாலமோன் தேவாலயம் கட்டியே தீருவோம் என்று கோஷமிட்டுக் கொண்டு பெரும் யூத கும்பல் ஒன்று கிளம்பியது. கடும் மோதல். இருநூற்றைம்பது முஸ்லிம்கள் படுகொலை செய்யப்பட்டார்கள்.

2000. செப்டெம்பரில் சில முஸ்லிம்களால் யூத மதகுரு ஒருவர் கொல்லப்பட்டார். சில மணி நேரத்தில், பாலஸ்தீனியக் காவலர் ஒருவர், சக யூதக் காவலரைக் கொன்றார். நிமிடத்துக்கு நிமிடம் இஸ்ரேலில் உஷ்ணம் அதிகரித்துக் கொண்டே போனது.

எந்த நொடியிலும் கலவரம் ஆரம்பிக்கலாம் என்றிருந்த சூழலில், இஸ்ரேலிய எதிர்க் கட்சித் தலைவராக இருந்த ஏரியல் ஷரோன், அல்-அக்ஸாவுக்கு ஒரு விசிட் செய்தார். ஏரியல் ஷரோன் ஒரு தீவிர யூதர். அல்-அக்ஸாவில் நுழைந்து இஸ்ரேல் மக்களின் நன்மதிப்பைப் பெற வேண்டும். இஸ்ரேலின் அடுத்த பிரதமராக வேண்டும் என்பதுதான் அந்த விசிட்டுக்குப் பின்னணியில் புதைந்திருந்த அரசியல் காரணம்.

அவரது வருகை ஏற்கெனவே தீர்மானிக்கப்பட்டு, அனுமதி பெறப்பட்டு, விளம்பரப்படுத்தப்பட்ட ஒன்று. அதனால், இஸ்ரேலின் பல பகுதியிலிருந்தும் கிட்டத்தட்ட எழுபத்தைந்தாயிரம் மக்கள் ஜெருசலேமில் குவிந்திருந்தனர். ஆயிரத்து இருநூறு பாதுகாப்புப் படையினரும் குவிக்கப்பட்டிருந்தனர்.

நொடிக்கு நொடி முஸ்லிம்களின் கோபம் ஏறிக் கொண்டே போனது. இருபது நிமிடங்கள் ஷரோன் அங்கு உரையாற்றிவிட்டு கிளம்பிச் சென்ற அடுத்த கணமே ஜெருசலேம் பற்றி எரியத் தொடங்கியது. முதல் கொலையை யூதர்கள்தான் செய்தார்கள்.

அரைநாள் கலவரம். ரத்தம் வாடை கலந்த புழுதி, காற்றில் பறந்து கொண்டிருந்தது. கிட்டத்தட்ட நூறு இஸ்லாமியர்கள் படுகொலை செய்யப்பட்டிருந்தனர். இன்னொரு புறம் தீ, தன் வேலையைத் தீவிரமாகச் செய்துகொண்டிருந்தது.

உலக அளவில் முஸ்லிம்கள் கொதித்துப் போயிருந்தனர். தங்கள் எதிர்ப்பைத் தெரிவிக்கும் விதமாக பேரணி நடத்த ஆயத்த மாயினர்.

அரஃபாத், அல்-அக்ஸாவை மீட்பதற்காக, இன்னொரு இண்டிஃபதாவை ஏற்பாடு செய்தது அப்போதுதான்.

சொல்ல வேண்டுமா என்ன. பல நாள்கள் நடந்த அந்த இண்டிஃபதாவில், நூற்றுக்கணக்கான முஸ்லிம்கள் கொல்லப் பட்டனர். ஆயிரக்கணக்கானோர், நடக்கவே முடியாத அளவுக்குத் தாக்கப்பட்டனர். இஸ்ரேல் படையினர் சிலரும் கொல்லப்பட்டனர்.

அல்-அக்ஸாவுக்குள் நுழைந்ததன்மூலம் தன் இமேஜை இமாலய அளவுக்கு உயர்த்திக் கொண்ட ஏரியல் ஷரோன், 2001-ல் நடந்த இஸ்ரேல் பொதுத் தேர்தலில், லிகுத் கட்சியின் வேட்பாளராக, வெற்றி பெற்றார்.

சில நாள்களில் இஸ்ரேல் அரசு ஓர் அறிக்கையை வெளியிட்டது.

'தன்னாட்சி அதிகாரம் கொடுத்தும், பாலஸ்தீன் அத்தாரிட்டி இன்னமும் தன் தீவிரவாத நடவடிக்கைகளைத் தொடர்ந்து கொண்டுதான் இருக்கிறது. அரஃபாத், கப்பல் கப்பலாக ஆயுதங்களைச் சேகரித்துக் கொண்டுதான் இருக்கிறார் என்று சந்தேகப்படுகிறோம்.'

ஏற்கெனவே செப்டெம்பர் 11 தாக்குதல்களால், நிலைகுலைந்து போன அமெரிக்கா, இஸ்லாமியத் தீவிரவாத எதிர்ப்பு நடவடிக்கைகளை முடுக்கிவிட்டிருந்தது. இந்நேரத்தில் இஸ்ரேலின் இந்த அறிக்கையை பலமாக ஆதரித்தது அமெரிக்கா.

அந்தக் கணம் முதல் அரஃபாத்துக்கு 'இஸ்லாமியத் தீவிரவாதி' என்ற முகமூடி மாட்டிவிடப்பட்டது.

ஒருபுறம் அல்-அக்ஸா இண்டிஃபதா தீவிரமடைந்து கொண் டிருந்தது. இன்னொரு புறம் ஹமாஸ் இயக்கத்தினர் முழு வீச்சில்

திட்டமிட்டுத் தாக்கத் தொடங்கியிருந்தனர். அந்தத் தாக்குதல்களில் குழந்தைகள், பெண்கள், வயதானவர்கள் என்று பாரபட்சமின்றி, 130 இஸ்ரேலியப் பொதுமக்கள் கொல்லப்பட்டிருந்தனர்.

மேற்குக் கரையில் ராணுவ வீரர்கள் குவிக்கப்பட்டனர். ஏரியல் ஷரோன், இஸ்ரேலிய பாராளுமன்றமான 'நெஸட்'டில் (Knesset) அவசரக் கூட்டம் ஒன்றைக் கூட்டினார். ராணுவ வீரர்கள் எடுக்க வேண்டிய நடவடிக்கைகள் குறித்து பேசினார்.

'இஸ்லாமியத் தீவிரவாதிகள் பதுங்கியிருக்கும் அத்தனை நகரங்களையும் கிராமங்களையும் சுற்றி வளைக்க வேண்டும். முடிந்தவரை தீவிரவாதிகள் கைது செய்யப்பட வேண்டும். முடியாத பட்சத்தில் சுட்டுக் கொல்லலாம். தீவிரவாதிகளுக்கு ஏதாவதொரு வகையில் உதவி செய்பவர்களும் கைது செய்யப்படவேண்டும். தீவிரவாதிகளின் ஆயுதங்கள் பறிமுதல் செய்யப்படவேண்டும். இந்த நடவடிக்கைகளினால் பொது மக்கள் எந்தவிதத்திலும் பாதிக்கப்படக்கூடாது.'

Operation Defensive Shield என்ற பெயரில் நடவடிக்கைகள் முடுக்கிவிடப்பட்டன. உண்மையில் இஸ்ரேல் அரசு, அனைத்து பாலஸ்தீன் அரேபியர்களையுமே குறி வைத்திருந்தது. 'தீவிரவாத ஒழிப்பு' என்ற பெயரில் ஓர் உள்நாட்டு யுத்தத்துக்கு ஏற்பாடு செய்யப்பட்டது.

பாலஸ்தீனியர்கள் மீண்டும் ஒரு சுதந்தரப் போருக்குத் தயாராகினர். ரமல்லா நகரில் இஸ்ரேல் ராணுவம் குவிக்கப்பட்டது. அரஃபாத்தின் மாளிகையை ராணுவத்தினர் சுற்றி வளைத்தனர். அரஃபாத், வீட்டுச் சிறையில் வைக்கப்பட்டார்.

பாலஸ்தீன் அத்தாரிடியின் அரசியல், நிர்வாக அமைப்பு, அதிகாரம் மீண்டும் செயல்படக் கூடாதென்று தீர்மானித்த இஸ்ரேல், இந்தச் சூழ்நிலையைப் பயன்படுத்தி, அவற்றை உருத்தெரியாமல் அழித்தது.

இஸ்ரேல் அரசின் அடக்குமுறைகள் அதிகரிக்க அதிகரிக்க, கலவரங்கள் பெருகின.

அரஃபாத்துக்காக, பாலஸ்தீன் மக்கள் எதைச் செய்யவும் தயாரான நிலையில் போராட்டத்தில் இறங்கினர்.

அரஃபாத்தைத் தாக்கி அழிப்பதைத் தவிர வேறு வழியில்லை என்பதுபோல, ஷரோன் அறிக்கை வெளியிட்டார். புல்டோசர்கள் அரஃபாத்தின் மாளிகையைப் பதம் பார்க்க ஆரம்பித்தன. ராக்கெட் குண்டுகள் வந்து தாக்கத் தொடங்கின. ஒரே ஒரு பகுதியைத் தவிர, மொத்த மாளிகையும் இடிக்கப்பட்டது.

2000, ஜுலையில் அமெரிக்க அதிபர் கிளிண்டன், பாலஸ்தீன் பிரச்னைக்குத் தீர்வு ஒன்றை முன் வைத்தார். கேம்ப் டேவிட் என்ற இடத்தில் இரண்டு வாரங்கள் பேச்சுவார்த்தை நடைபெற்றது.

மேற்குக்கரைப் பகுதி, காஸாவுடன் சேர்த்து இன்னும் ஓரிரு நகரங்களை ஆளும் உரிமை பாலஸ்தீன் அத்தாரிடிக்கு வழங்கப்படும். இஸ்ரேல் ராணுவம் அங்கிருந்து விலக்கப்படும். கிழக்கு ஜெருசலேத்தில் ஒரு பகுதியும் அவர்களுக்கு வழங்கப்படும். அதை அவர்கள் தலைநகரமாக வைத்துக்கொண்டு செயல்படலாம்.

கிளிண்டன் திட்டத்தின் சாரம் இதுதான். எல்லாவற்றையும் பொறுமையாகக் கேட்ட அரஃபாத், அமைதியாக 'ஒப்புக்கொள்ள முடியாது' என்று மறுத்துவிட்டு, கைகுலுக்கிவிட்டுக் கிளம்பி விட்டார். இஸ்ரேலில் அப்போதைய பிரதமர் ஈஹுத் பாரக்குக்கும் அதிர்ச்சிதான்.

அரஃபாத், சுதந்தர பாலஸ்தீன் என்பதை எந்தவிதத்திலும் விட்டுக் கொடுக்கக் கூடாது என்பதில் உறுதியாகவே இருந்தார். ஆனால் 'அரஃபாத் அமைதிப் பேச்சுவார்த்தைக்கு ஒத்துழைக்க மாட்டேன் என்கிறார்' என்று வெகு தீவிரமாகக் குற்றம் சாட்டியது இஸ்ரேல் அரசு.

அடுத்து நடந்த அமெரிக்க அதிபர் தேர்தலில், கேம்ப் டேவிட் பேச்சுவார்த்தைத் தோல்வியை, கிளிண்டனின் தோல்வி என்று பிரசாரம் செய்து, ஓட்டு கேட்டார் ஜார்ஜ் புஷ். தன்னிடம் பாலஸ்தீன் பிரச்னைக்காக நிரந்தரத் தீர்வு ஒன்று இருப்பதாகவும் கூறினார்.

2002, ஜுன் 4 அன்று ஜார்ஜ் புஷ், பாலஸ்தீன் மக்களுக்கு ஒரு செய்தி வெளியிட்டார். 'உங்கள் பிரச்னைகளைத் தீர்க்கும் திட்டத்தை, என்னால் அரஃபாத்துடன் உட்கார்ந்து பேச முடியாது. தீவிரவாத வாசனை இல்லாத ஒரு நல்ல தலைவரை

நீங்களே தேர்ந்தெடுங்கள். நான் அவருடன் பேசுகிறேன். மஹ்மூத் அப்பாஸ் என் விருப்பம்' என்பதுதான் அந்தச் செய்தி.

உண்மையிலேயே நல்ல திட்டமாக இருக்குமோ என்று பாலஸ்தீனியர்களின் மனத்தில் ஒரு சலனம், ஓர் எதிர்பார்ப்பு. 2003, மார்ச் 13-ல் அரஃபாத், மஹ்மூத் அப்பாஸை பாலஸ்தீன் அத்தாரிடியின் பிரதமராக அறிவித்தார்.

வாஷிங்டனில், ஜூலை 25 அன்று மஹ்மூத் அப்பாஸுடனும், ஜூலை 29 அன்று, ஏரியல் ஷரோனுடனும் தனித்தனியாகப் பேச்சுவார்த்தை நடத்தினார்.

புஷ்ஷினுடைய திட்டத்தின் பெயர் Road Map. அதை 2005-ன் இறுதிக்குள் செயல்படுத்தப்பட வேண்டும் என்பதே புஷ்ஷின் நோக்கம். சுதந்தர பாலஸ்தீன் என்பதை அங்கீகரித்து அதற்கான சாத்தியங்களை முன்வைத்த இந்தத் திட்டமும் வெற்றிபெற வில்லை.

திட்டம் அறிவிக்கப்பட்ட சில தினங்களுக்கு ஏதோ அமைதி நடவடிக்கைகள் எடுக்கப்படுவது போன்ற மாய பிம்பங்கள் இஸ்ரேல் அரசால் உருவாக்கப்பட்டன. ஹமாஸ் நாற்பத்தைந்து நாள் போர் நிறுத்தத்தை உருவாக்கியது. ஆனால், அந்த ஆகஸ்ட் 21, அன்று ஹமாஸின் மூத்த தலைவர் ஒருவரை இஸ்ரேல் ராணுவம் ராக்கெட் குண்டு வீசிக் கொன்றது.

அந்தத் தலைவரின் இறுதி ஊர்வலத்தில் கலந்துகொள்ள, பத்தாயிரம் பாலஸ்தீனியர்கள் திரண்டனர். அடுத்தடுத்த நாள் களில் ஆங்காங்கே வன்முறைகள், படுகொலைகள் நடந்தன. அமைதிக்குச் சாத்தியமில்லை என்றது இஸ்ரேல் அரசு.

மஹ்மூத் அப்பாஸ் அமெரிக்காவின் சொல்படி ஆடுகிறார். அவர் பதவி விலகவேண்டும் என்ற எதிர்ப்பும் எழுந்தது. வேறு வழியில்லாமல், அதிபர் அரஃபாத் கேட்டுக் கொண்டதற் கிணங்க, பதவி விலகினார் அப்பாஸ்.

பாலஸ்தீன் அத்தாரிடியின் அடுத்த பிரதமராக அகமது குரே நியமிக்கப்பட்டார். இஸ்ரேல் அரசு, யூதக் குடியிருப்புகளைக் காப்பாற்றப் போவதாகச் சொல்லி, மேற்குக் கரைப் பகுதியையே இரண்டு துண்டாகப் பிரிக்கும் வகையில் தடுப்புச் சுவர் எழுப்ப ஆரம்பித்தது. வன்முறைகள் அதிகரித்துக் கொண்டே சென்றன.

மீண்டும் இண்டிஃபதாவை ஆரம்பித்துவிட வேண்டியதுதான் என்று முஸ்லிம்கள் திட்டமிட்டனர். 'அரஃபாத் இருக்கும்வரை இங்கே அமைதிக்கெல்லாம் வாய்ப்பே இல்லை. அவரை நீக்க முடிவு செய்து விட்டோம்' என்று கடுமையாக அறிக்கை விட்டார் ஏரியல் ஷரோன்.

போதாது? எரிகிற தீயை எண்ணைக் கிணற்றில் போட்டது போலாயிற்று நிலைமை.

2003, அக்டோபர் 4 அன்று, ஹைஃபா என்ற இடத்திலுள்ள ரெஸ்டாரண்ட் ஒன்றில் ஒரு தற்கொலைப் படை போராளி ஒருவன் மனித வெடிகுண்டாகப் புகுந்து வெடித்ததில், இருபத்தொரு யூதர்கள் கொல்லப்பட்டனர்.

பழிவாங்கும் விதமாக, சிரியாவின் எல்லைப் பகுதியிலிருந்த போராளிகள் பயிற்சி முகாம் ஒன்றின் மீது, இஸ்ரேலிய விமானப் படை தாக்குதலைத் தொடங்கியது.

சிரியாவுக்குக் கோபத்தில் மூக்கு சிவந்தது. பாலஸ்தீன் போராளிகளுக்கு ஆயுதங்கள், எரிபொருள்கள், மருந்துகள், பணம் அனுப்பி உதவி செய்ய ஆரம்பித்தது. எகிப்திலிருந்தும் உதவிகள் வந்தன.

எந்த வழியாக இவ்வளவு பொருள்கள் பாலஸ்தீன் போராளிகளுக்குக் கிடைக்கின்றன என்று இஸ்ரேல் ராணுவம், காஸா பகுதிகளில் துருவித் துருவி சோதனைகள் செய்ய ஆரம்பித்தது. அதிர்ச்சி அடைந்தது. எகிப்திலிருந்து காஸா எல்லைக்குள் வருவதற்கு மட்டும் கிட்டத்தட்ட நூறு சுரங்கப் பாதைகள் உருவாக்கப்பட்டிருந்தன. அனைத்தும் இஸ்ரேல் ராணுவத்தால் சிதைத்து அழிக்கப்பட்டன. போகிற போக்கில் பாலஸ்தீன் மக்களின் வீடுகளும் அழிக்கப்பட்டன.

2004-ல் தொடக்கத்தில், இஸ்ரேல் ராணுவ அத்துமீறல்களால், அந்தப் பகுதியிலுள்ள கிராமங்களில் வாழ்ந்து கொண்டிருந்த ஆயிரக்கணக்கான பாலஸ்தீனியர்கள் அகதிகளாகிப் போயினர். இந்தச் செயல்களால் கோபமடைந்த, பாலஸ்தீன் போராளி இயக்கத்தினர், தினமும் குண்டுவெடிப்புச் சம்பவங்களை நிகழ்த்த ஆரம்பித்தனர்.

அப்போது இராக் விவகாரத்தில் ஏகத்துக்கும் எதிர்ப்பைச் சம்பாதித்துக் கொண்டிருந்த ஜார்ஜ் புஷ்ஷுக்கு, பாலஸ்தீன்

விவகாரங்களும் பெரும் குடைச்சலைக் கொடுத்தன. ஏரியல் ஷரோனை வன்மையாகக் கண்டித்தார்.

ஏரியல் ஷரோன், அமெரிக்காவைச் சமாதானப்படுத்தும் விதமாக 'காஸா பகுதியில் ஏற்படுத்தப்பட்ட புதிய யூத குடியிருப்புகள் அப்புறப்படுத்தப்படும்' என்று ஓர் அறிக்கையை வெளியிட்டார்.

அவ்வளவுதான், ஷரோனின் அமைச்சரவை சகாக்களே எதிர்க் குரல் கொடுக்க ஆரம்பித்துவிட்டனர். எதிர்ப்பு அலைகள் பல இடங்களிலிருந்தும் அடித்தன.

ஷரோனே, தன் அறிவிப்பை வாபஸ் வாங்க வேண்டியதாகிப் போயிற்று. முன்பைக் காட்டிலும் காஸாப் பகுதியில் 'தீவிரவாத ஒழிப்பு நடவடிக்கை' என்கிற பெயரில் ராணுவத்தினை முடுக்கி விட்டார். சத்தம். ரத்தம். யுத்தம். நித்தமும் தொடர்ந்தது.

அரஃபாத்தின் உடல்நிலை மிகவும் மோசமாகிக்கொண்டே போனது. மருத்துவச் சிகிச்சைக்காக, பாரிஸுக்குக் கொண்டு செல்லப்பட்டார். 2004, நவம்பர் 11 அன்று, யாசிர் அரஃபாத் இறந்துவிட்டதாக அதிகாரபூர்வமாக அறிவிக்கப்பட்டது.

பாலஸ்தீனியர்கள் அனைவரும் தங்களின் வழிகாட்டியை, ஒரே தலைவனை இழந்துவிட்டதாகக் கண்ணீர் விட்டுக் கதறினர்.

'இனி பாலஸ்தீன் பிரச்னைக்கு மிக விரைவில் தீர்வு கிடைக்கும்' என்று அறிக்கை விட்டார் ஜார்ஜ் புஷ்.

'அரஃபாத்தின் மரணம், இஸ்ரேல் மீதான எங்கள் புனிதப்போரை இன்னும் அதிகப்படுத்துகிறது. எங்களின் தாக்குதல் இன்னும் பலமாகத் தொடரும்' என்று அறிக்கை விட்டது ஹமாஸ். 'கஸம்' என்ற புதிய வகை ராக்கெட்டுகள் கொண்டு தாக்குதல்களையும் தொடர்ந்தது.

2005, ஜனவரியில் பாலஸ்தீன் அத்தாரிடிக்குப் பொதுத்தேர்தல் நடத்தத் திட்டமிடப்பட்டது. மம்மூத் அப்பாஸ், ஹமாஸ் தலைவர்களுடன் பல கட்ட சமாதானப் பேச்சுவார்த்தைகளை நடத்தி, தேர்தல் நடக்க வழிவகுத்தார். அவரே அதிபராகவும் தேர்ந்தெடுக்கப்பட்டார்.

இன்று வரை அள்ள அள்ள பிரச்னைகளுடன்தான் பாலஸ்தீனும் இஸ்ரேலும் இருந்து கொண்டிருக்கின்றன.

புனிதத் தலமான ஜெருசலேம் மீதான கேள்விக்குறிகள் பெருகிக் கொண்டேதான் இருக்கின்றன. பிரச்னையின் உஷ்ணம் அதிகரித்துக் கொண்டேதான் போகிறது.

இஸ்ரேல் தொல்பொருள் துறையினரின் தோண்டல்களால், இயற்கை கொஞ்சம் பெரிய அளவில் தும்மினால்கூட அல்-அக்ஸா பொலபொலவென உதிர்ந்துவிடும். என்று அது நடக்கும், நாம் எப்போது சாலமோன் தேவாலயத்தை அங்கு கட்டலாம் என்று காத்திருக்கிறார்கள் யூதர்கள்.

உண்மையில் சாலமோன் தேவாலயம் இருந்ததற்கான உறுதியான ஆதாரம் எதுவும் இதுவரை கிடைக்கவில்லை என்பதே உண்மை. இருந்தாலும் அந்த ஒற்றைச் சுவரை வைத்துக் கொண்டு காலம் காலமாக உருகி உருகி அழுது கொண்டுதான் இருக்கின்றனர்.

மோசஸ் போன்ற தேவதூதர்தான், இன்னும் வரவில்லை.

பாகம் 4

வாழ்க்கை-கலாசாரம்

20. மத நம்பிக்கை

கடவுள்

ஒரே ஒரு கடவுள்தான் இருக்கிறார்.

வேறு கடவுள்கள் கிடையாது.

அவர்தான் யாருடைய துணையும் இன்றி, இந்த உலகத்தைப் படைத்தவர்.

கடவுள், மனிதர்களால் கற்பனை செய்ய முடியாத அளவுக்குச் சக்தி வாய்ந்தவர். இந்த பூமி, அண்ட சராசரங்களுக்கு மேலே அவர் இருக்கிறார்.

கடவுள் உருவமற்றவர். அவர் ஆணோ, பெண்ணோ அல்ல.

கடவுள் எங்கும் எப்போதும் நிறைந்திருக்கிறார். நிறைந்திருப்பார்.

கடவுள் இரக்கமுள்ளவர். தீமை செய்தால் தண்டிப் பார். நன்மை செய்தால் பலன் கொடுப்பார். தவறை உணர்ந்து மன்னிப்புக் கேட்டால் அருள் செய்வார்.

ஒவ்வொரு யூதருடனும் கடவுள் நேரடித் தொடர்பு வைத்துள்ளார். ஒவ்வொரு யூதரின் பிரார்த்தனைகளையும் அவர் கேட்கிறார். சில சமயங்களில் எதிர்பாராத விதமாக, கடவுள் யூதர்களுடன் பேசுகிறார்.

இவையெல்லாம் கடவுள் பற்றி யூதர்கள் கொண்டுள்ள அடிப்படையான, அசைக்க முடியாத நம்பிக்கைகள்.

உலகில் நடக்கும் ஒவ்வொரு விஷயத்தையும் ஒவ்வொரு யூதரையும் கடவுள் கவனித்துக் கொண்டிருக்கிறார். ஒவ்வொரு யூதருடனும் நேரடி ஒப்பந்தம் செய்துள்ள கடவுள், அவரவர் செய்யும் நன்மைகளுக்கேற்ப, பலன்களைக் கொடுக்கிறார், தீமைகளுக்கேற்ப தண்டனைகளைக் கொடுக்கிறார். எனவே, யூதர்கள் கடவுள் தமக்கு அளித்துள்ள விதிமுறைகளின்படி வாழ்கின்றனர். செய்யும் ஒவ்வொரு செயல்களையும் கடவுளின் சொற்படியே செய்து, வாழும் வாழ்க்கைக்குப் புனிதம் சேர்க்க நினைக்கின்றனர்.

கடவுளால் தேர்ந்தெடுக்கப்பட்டு, ஆசீர்வதிக்கப்பட்ட இனம் யூத இனம் மட்டுமே என்பது அவர்களின் நம்பிக்கை. உலகில் மற்றவர்களுக்கு முன் மாதிரியாக வாழ, கடவுள் அனுப்பி வைத்த இனம் யூத இனம் என்பது அவர்களின் எண்ணம். (கிட்டத்தட்ட) எல்லா யூதர்களுக்கும் கடவுள் நம்பிக்கை உண்டு.

யூதர்கள் சமுதாய வாழ்க்கை மேல் மட்டுமே நம்பிக்கை கொண்டவர்கள். அவர்களின் பிரார்த்தனைகளில் கூட 'நான்', 'எனது' என்ற வார்த்தைகள் வராது. 'நாம்', 'எங்கள்' என்ற வார்த்தைகள்தான் உபயோகிக்கப்படும். உலகிலுள்ள எல்லா யூதர்களுமே ஒருவருக்கொருவர் நெருக்கமானவர்களாகத்தான் மனத்தளவில் இருப்பர். அவர்களைப் பொறுத்தவரை, இஸ்ரேலில் இருந்தாலும் சரி, அலாஸ்காவில் இருந்தாலும் சரி, யூத சமுதாயம் என்றால், அது உலகில் எல்லா மூலை முடுக்குகளிலுமுள்ள எல்லா யூதர்களையுமே குறிக்கும்.

ஒரு யூதத் தாய்க்கு பிறந்த குழந்தை மட்டுமே யூதனாக ஏற்றுக்கொள்ளப்படும். பிற இனங்களிலிருந்து தத்தெடுக்கப்பட்ட குழந்தைகள் யூதனாக ஏற்றுக் கொள்ளப்படுவதில்லை.

எல்லாப் புகழும் இறைவனுக்கே, அவனின்றி ஓர் அணுவும் அசையாது என்பதெல்லாம் யூதர்களின் வலுவான நம்பிக்கை

ஆக இருப்பதால், அவர்களது வாழ்க்கை முழுவதுமே மத ரீதியான கட்டுப்பாடுகளுக்கு உள்பட்டே இருக்கும்.

யூத தேவாலயம்

Synagogue - யூத தேவாலயங்கள் ஆங்கிலத்தில் இப்படித்தான் அழைக்கப்படுகின்றன. ஹீப்ருவில் beit k'nesset என்றழைக்கப் படுகிறது. சமுதாயக் கூடம் என்பது அதன் அர்த்தம். பழைமை வாத யூதர்கள், தேவாலயங்களை Shul (Yiddish மொழியில்) என்பார்கள்.

பிரார்த்தனைகளுக்கு மட்டுமல்ல, யூதர்கள் தேவாலயங்களை மதப்பாடங்கள், சமூகக்கூட்டங்கள் நடத்துவதற்கும், பிற சமூகப் பணிகள் செய்வதற்கும் பயன்படுத்துகின்றனர்.

சனாதன யூதர்களின் தேவாலயங்களில் ஆண்களுக்கும் பெண் களுக்கும் தனித்தனி இடங்கள் ஒதுக்கப்பட்டிருக்கும். தேவால யத்தில் இருக்கும்போது ஆண்கள் அனைவரும் தொப்பி அணிந் திருப்பர். பெண்கள் தங்கள் தலையில் துணியோ, தொப்பியோ அணிந்திருப்பர். திருமணமாகாத பெண்களுக்கு மட்டும் இதில் விதிவிலக்கு உண்டு. ஆனால் ஒரு குறிப்பிட்ட வயதைத் தாண்டியவுடன் அவர்களும் தொப்பியோ, துணியோ அணிய ஆரம்பித்துவிடுவர்.

ஆண்கள் அணியும் தொப்பி, சிறிய வட்ட வடிவிலான குல்லா போன்றிருக்கும். இது yarmulke என்றழைக்கப்படுகிறது. பதிமூன்று வயதுக்கு மேற்பட்ட ஆண்கள், காலை நேரங்களில் நடக்கும் பிரார்த்தனைகளுக்கு tallit என்ற துணியை (அங்க வஸ்திரம் போலிருக்கும், பொதுவாக மஞ்சள் கலந்த வெள்ளை யில் கருப்பு / கருநீல பார்டர் போடப்பட்டிருக்கும்) அணிந்து கொள்வர்.

அங்கவஸ்திரத்தின் நுனியில் போடப்பட்டிருக்கும் நூல் முடிச்சு கள் ஒவ்வொன்றும் கடவுளின் கட்டளைகளைக் குறிக்கிறது என்பது யூதர்களின் ஐதீகம். அவை tzitzit என்றழைக்கப்படு கின்றன. பிரார்த்தனைகளின்போது, கடவுளின் கட்டளைகள் வாசிக்கப்படும்போது யூதர்கள் இந்த முடிச்சுகளை முத்தமிடு வது சம்பிரதாயம்.

சனாதன தேவாலயங்கள் தவிர, மற்ற யூத தேவாலயங்களில் ஆண்கள், பெண்கள் சேர்ந்து உட்கார அனுமதிக்கப்படுவர்.

ஒவ்வொரு தேவாலயத்திலும் அலங்கார வேலைப்பாடுகள் அமைந்த ஒரு பெரிய ஆர்க் (ark) இருக்கும். அதுதான் மூலஸ் தானம். அங்கே ஓர் அழகிய அலமாரி வைக்கப்பட்டிருக்கும். அந்த அலமாரியில் யூதர்களின் வேதமான தோரா வைக்கப் பட்டிருக்கும்.

ஆர்க்கின் ஏதாவது ஒரு பகுதியில் பத்துக் கட்டளைகள் எழுதப் பட்டிருக்கும். ஆர்க்கின் மேல் பகுதியில் Ner Tamid என்றழைக்கப் படும் ஒரு பெரிய விளக்கு தொங்கவிடப்பட்டிருக்கும். அழகிய வேலைப்பாடுகளுடன், பார்ப்பதற்கு ஒரு மெகா சைஸ் வெண்கலத் தாமரை போலிருக்கும் இந்த விளக்கு, கடவுள் ஒளி வடிவில் இருப்பதைக் குறிப்பதாகும். எகிப்திலிருந்து தப்பி வரும்போது, இஸ்ரவேலர்களுக்குக் கடவுள், ஒளித் தூண் வடிவில் வழிகாட்டியதைக் குறிக்கும் விதத்தில் இந்த விளக்கு அமைக்கப்பட்டிருக்கும்.

தோராவை வைத்து வாசிக்க உபயோகப்படும் மேசை Bimah என்றழைக்கப்படுகிறது. பொதுவாக இவை ஆர்க்குகளின் அருகி லேயே அமைக்கப்பட்டிருக்கும். சனாதன யூத தேவாலயங்களில் இவை நடுவில் வைக்கப்பட்டிருக்கும்.

ஆர்க் அலமாரியைத் திறந்து, அதில் இருக்கும் தோராவை எடுத்து வந்து மேசையில் வைத்து வாசிக்க ஆரம்பிக்கும்போது, எல்லா யூதர்களும் எழுந்து நிற்க வேண்டும் என்பது சம்பிரதாயம்.

பொதுவாக ஒரு ரபி அல்லது தேவாலயப் பாடகர் (Cantor) தலைமையில் பிரார்த்தனைக் கூட்டங்கள் நடைபெறும். மிகவும் முக்கியமான / பாரம்பரியமான பிரார்த்தனைகள் மட்டும் மின்யான் (minyan) என்ற பத்து இளைஞர்கள் அடங்கிய குழுவின ரால் நடத்தப்படும்.

சனாதன தேவாலயங்களில், பிரார்த்தனைகள் புராதன ஹீப்ரு மொழியில் நடத்தப்படும். பிரார்த்தனைக்குத் தலைமை ஏற்று நடத்துபவர் மட்டும் தனியாகப் பாடுவார்.

சாதாரண நாள்களில் மூன்று பிரார்த்தனைகள் நடைபெறும். சபாத், விடுமுறை, பண்டிகை நாள்களில் சிறப்புப் பிரார்த்தனை களும் நடைபெறும்.

பிற மதத்தினர்களும் பிரார்த்தனைகளில் கலந்துகொள்ளலாம்.

தானக் (Tanakh)

தானக் (Tanakh) - ஹீப்ரு பைபிள் என்பதன் சுருக்கப்பட்ட வடிவம் தான் தானக். தோரா(Torah), நெவிம்(Nevi'im), கெட்டுவிம்(Ketuvim). இந்த மூன்று தொகுதிகளின் முதல் எழுத்தை எடுத்துக் கோத்தால் 'தானக்' கிடைக்கும்.

தோரா (Torah) - தோரா என்பது சினாய் மலையில் கடவுள் மோசஸுக்கு அளித்த கட்டளைகளின் தொகுப்பு. மோசஸின் ஐந்து புத்தகங்கள் (ஆதியாகமம் - Genesis, யாத்ராகமம் - Exodus, லேவியராகமம் - Leviticus, எண்ணாகமம் - Numbers, உபாகமம் - Deuteronomy) என்றும் அழைக்கப்படுகிறது. யூத மதச் சட்டமும் இதுதான்.

நெவிம் (Nevi'im) - இறைத்தூதர்களைக் குறிக்கும் ஹீப்ரு சொல். மொத்தம் எட்டுப் புத்தகங்கள். இறைத்தூதர்கள் குறித்த செய்திகள் இதில் இடம்பெற்றிருக்கும்.

கெட்டுவிம் (Ketuvim) - கெட்டுவிம் என்றால் எழுத்துகள். தானக்கின் இறுதிப் பகுதி இது. மொத்தம் ஐந்து பிரார்த்தனைப் புத்தகங்கள், மூன்று கவிதை வடிவிலான புத்தகங்கள், இவை போக மேலும் மூன்று புத்தகங்கள் என்று மொத்தம் பதினொரு புத்தகங்கள் கெட்டுவிம்மில் உள்ளன.

The Five Scrolls என்றழைக்கப்படும் ஐந்து பிரார்த்தனைப் புத்தகங்களின் தொகுப்பு கெட்டுவிம்மில் காணக்கிடைக்கிறது. பாடல் வடிவிலான அந்த ஐந்து புத்தகங்கள் : The Song of Songs, Book of Ruth, Lamentations, Ecclesiastes மற்றும் Book of Esther.

Psalms, Proverbs, Job என்றழைக்கப்படும் மூன்று புத்தங்களும் கவிதை வடிவிலானவை.

Psalms *(சங்கீதம்) :* தந்திகள் பொருந்திய கின்னாரம் என்கிற இசைக்கருவியால் வாசிக்கப்படும் பாடல்கள் என்பது பொருள். ஆனால், கி.பி. முதல் நூற்றாண்டுக்குப் பிறகு, 'பாடல்கள்' என்று மட்டுமே அழைக்கப்படுகிறது. ஹீப்ரு பைபிளில் கெட்டுவிம் என்னும் பகுதியின் கீழ் இந்தப் பாடல்கள் இடம்பெறும். டேவிட்டால் அருளப்பட்ட நூல் இது என்பது யூதர்களின் நம்பிக்கை. ஆனால், தனியொருவரால் இவை எழுதப்பட்டவையாக இருக்காது என்பது நவீன ஆய்வாளர்களின் கருத்து.

Proverbs *(நீதிமொழிகள்)* : கெட்டுவிமின் ஒரு பகுதி. பழைய ஏற்பாட்டின் கீழ் வரும். முதல் நீதிமொழியின் கீழ் 'சாலமோன், டேவிட்டின் குமாரன்' என்னும் பெயர் காணப்படுகிறது. என்றாலும், இதை எழுதியவர்கள் பலர்.

The Book of Job *(யோபு)* : பைபிளில் மிகக் கடினமான பகுதி இது. எழுதப்பட்டதன் நோக்கம், பொருள் பற்றிய மாறுபட்ட கருத்துகள் பல உள்ளன. நன்மை, தீமை குறித்த தத்துவார்த்தப் பார்வைகள் இதில் பதிவு செய்யப்பட்டுள்ளன.

பிற புத்தகங்கள்:

1) Daniel

பாபிலோனியாவுக்கு யூதர்கள் குடிபெயர்ந்த காலகட்டத்தின் பின்னணியில் எழுதப்பட்ட நூல். இது இரண்டு பகுதிகளைக் கொண்டது. ஒன்று டானியேல் இடம்பெறும் சம்பவங்களின் கோர்வை. மற்றொன்று எதிர்காலத்தைக் குறித்த ஆரூடம். கனவுகள் மற்றும் சகுனங்களின் அடிப்படையில் அமைந்தவை.

2) The Book of Ezra-Nehemiah

பைபிள் பழைய ஏற்பாட்டிலும் ஹீப்ரு தனக் பகுதியிலும் வரும் பகுதி. இரண்டு முக்கியப் பகுதிகளைக் கொண்டது. முதல் பகுதி, மன்னர் சைரஸ் (கி.மு. 536) ஆண்ட காலத்தில் திரும்பிய அகதிகளின் காலம் தொடங்கி, மன்னர் டாரியஸ் (கி.மு. 515) ஆண்ட காலம் வரையிலான காலகட்டத்தை உள்ளடக்கிய பகுதி.

எஸ்ராவின் இரண்டாம் பாகம் அல்லது எஸ்ராவின் தொடர்ச்சி என்று பொருள் கொள்ளலாம். யூதர்களின் அப்போதைய இறை நம்பிக்கையையும் ஜெருசலேம் சுவரைத் திரும்பக் கட்டுதல் பற்றிய செய்திகளையும் இதில் காணலாம்.

3) Chronicles (நாளாகமம்)

கெட்டுவிமினின் முதல் அல்லது இறுதி நூல் என்று அழைக்கப் படுகிறது. பாபிலோனிய வெளியேற்றத்துக்குப் பிறகான இஸ்ரேலியர்களின் வாழ்வை விவரிக்கும் நூல். பைபிளின் மிக நீண்ட பகுதிகளுள் ஒன்று.

யூதராக மாறுவது எப்படி?

ஒரு மனிதன் உலகின் உள்ள எந்த மதத்துக்கு வேண்டுமானாலும் மாறி விடலாம். ஆனால் யூத மதத்துக்கு மாறுவது என்பது லேசுப்பட்ட காரியமே அல்ல.

யூதர்கள் எளிதாக எந்த மதத்துக்கும் மாறலாம். மாறியிருக் கின்றனர். ஆனால் யூத மதத்துக்கு மாறுவது என்பது அத்தனை சுலபமல்ல.

ஏனெனில் கட்டாய மதமாற்றம் என்பதே அதில் கிடையாது.

யூத மதத்துக்கு மாறுவது என்பது வெறும் மதமாற்றம் மட்டு மல்ல. யூதர்களின் மதக் கோட்பாடுகள், நம்பிக்கை, வரலாறு, வாழ்க்கை முறை, இன ஒற்றுமை என்று ஒவ்வொன்றையும் அடியாழம் வரை முழுமையாகப் புரிந்து கொள்வது.

மதமாற்றத்துக்கு என்று தனியாக மதச் சட்டங்கள் உள்ளன. யூதராக மாற விரும்பும் மனிதரை விசாரிக்க யூத மத நீதிமன்றங் கள் (Bet Din) உள்ளன. அந்த நீதிமன்றங்கள், மதமாற்றத்தை எளிதில் ஏற்றுக் கொள்ளாது. மாறாக, மதம் மாற விரும்புபவரின் மனத்தை மாற்ற முயற்சிக்கும்.

அந்த நீதிமன்றங்கள் ஒருவரை கீழ்க்காணும் விதங்களில் பரி சோதிக்கும்.

- யூத மதத்துக்கு மாறவேண்டும் என்பதில் உண்மையாக இருக்கிறாரா?
- மதமாற்றத்துக்காக அவர் கூறும் காரணங்கள் நியாய மானதா?
- மதமாற வேண்டும் என்பது அவர் சுதந்தரமாக எடுத்த முடிவா?
- யூத மதக் கோட்பாடுகள், கொள்கைகள், வழிபாட்டு முறைகள் பற்றிய முழுமையான அறிவைக் கொண்டிருக் கிறாரா?
- யூதர்களின் வாழ்க்கை முறையைப் பின்பற்றி வாழத் தகுதியடைந்து விட்டாரா?

இந்தப் பரிசோதனைகளைக் கடந்து தேர்வு பெறும் நபரே யூதராக ஏற்றுக் கொள்ளப்படுவார்.

அந்த நபர் ஆணாக இருக்கும் பட்சத்தில், அவருக்கு விருத்த சேதனம் *(சுன்னத்)* செய்யப்படும்.

அந்த நபர், பல்வேறு மதச் சடங்குகளுக்குப் பிறகு, யூதர்களின் மதக் குளியலை (mikveh) மேற்கொள்ள வேண்டும். அதன் பின்னரே அந்த நபர் யூதராக அறிவிக்கப்படுவார்.

யூதராக முறைப்படி மதம் மாறிய ஒருவரை, பொதுவாக எல்லா யூதர்களும் ஏற்றுக் கொள்வதில்லை. குறிப்பாகப் பழைமைவாத யூதர்கள் ஏற்றுக்கொள்ளவே மாட்டார்கள்.

ஏனெனில் பழைமைவாத யூதர்கள் அல்லாத ரபிக்கள் நடத்தும் மதப்பள்ளிகளையும் அவர்கள் ஏற்றுக் கொள்வதில்லை. அந்த ரபிக்களையும் தகுதி வாய்ந்தவர்களாக ஏற்றுக்கொள்ள மாட்டார்கள்.

சரி, ஒருவர் ஏன் யூத மதத்துக்கு மாற விரும்புவார்?

மூன்று காரணங்களில் இதை அடக்கி விடலாம்.

- யூத மதம் மற்றும் அதன் கோட்பாடுகளால் பெரிதும் கவர்ந்திழுக்கப்பட்டிருக்கலாம்.
- யூத மதத்தைச் சேர்ந்த பெண் ஒருத்தியை மணமுடிக்க நினைக்கலாம்.
- தன் குழந்தை ஒரு யூதனாக வளர வேண்டும் என்று நினைக்கலாம்.

இவை அடிப்படைக் காரணங்களாக இருக்கலாம். இவை மட்டும் போதாது. அதற்காக ஒருவர், எவ்வளவு தூரம் யூதனாக மாறுவதற்கான தகுதிகளை வளர்த்துக் கொண்டிருக்கிறார் என்பது மிக மிக முக்கியமானது. ஏனெனில் கடவுள் மேல் யூதர்கள் கொண்டிருக்கும் நம்பிக்கையானது, அந்தரங்க மானது. மாற விரும்பும் நபரும் அதற்கேற்றாற்போல் கடவுளைப் புரிந்து கொண்டிருக்கிறாரா, கடவுளுடன் தனக் கான உறவை வளர்த்துக் கொண்டிருக்கிறாரா என்பதெல்லாம் பரிசோதிக்கப்படும்.

யூத மதத்துக்கு மாறுவதற்கு ஒருவர் என்னவெல்லாம் செய்ய வேண்டும்?

- ஒரு ரபியுடன் மனம்விட்டு பேச வேண்டும். யூத மதத்துக்கு மாறுவதற்கான வழிமுறைகளைத் தெளிவாகப் புரிந்து கொள்ளவேண்டும்.
- ஹீப்ரு மொழியை ஓரளவுக்காவது கற்றுக்கொள்ள வேண்டும்.
- யூதர்களின் மதக் கோட்பாடுகள், கொள்கைகள், வரலாறு, நம்பிக்கைகள் பற்றி படித்துத் தெரிந்துகொள்ள வேண்டும்.
- தோராவையும் அதன் புனிதத்தன்மையும் முழுமையாக உணர்ந்துகொள்ளவேண்டும்.
- தோராவிலுள்ள 613 கட்டளைகளையும் தெரிந்து கொள்ள வேண்டும்.
- யூதர்களில் வாழ்க்கை முறையை முழுமையாக ஏற்றுக் கொள்ள வேண்டும்.
- (ஆண்கள்) விருத்தசேதனம் செய்துகொள்ள சம்மதிக்க வேண்டும்.
- புனிதக் குளியலை (mikveh) மேற்கொள்ள வேண்டும்.
- யூத மத நீதிமன்றங்களில் ஆஜராகி, தம்மை ஒரு யூதராக நிரூபிக்கவேண்டும்.

யூதராக மாறவேண்டும் என்றால் முதலில் ரபியைச் சந்திக்க வேண்டும்.

ரபிக்கள் கிடைக்காத சூழலில், மற்ற யூத மக்களோடு கலந்து பழகத் தொடங்கலாம். அவர்களோடு தேவாலயங்களுக்குச் சென்று வழிபாடுகளில் கலந்துகொள்ளலாம்.

ரபியுடன் கலந்தாலோசிக்கும்போது, அவர்கள் யூதராக மாறும் ஆர்வத்தைத் தடைசெய்து, மனத்தை மாற்றி விடவே முயற்சிப்பார். பல கேள்விகளைக் கேட்பார்.

- ஏன் மாற விரும்புகிறாய்? யூத மதம் பற்றி உனக்கு என்ன தெரியும்?

- நீ மதம் மாறுவதை உன் குடும்பம் ஏற்றுக் கொள்ளுமா? அவர்களுடன் ஆலோசித்து விட்டாயா?
- நீ உன் குழந்தைகளையும் யூத மதத்துக்கு மாற்ற விரும்புகிறாயா?
- உன்னால் யூத மதக் கோட்பாடுகளைப் படிக்க முடியுமா?
- யூத மக்களிடையே சேர்ந்து உன்னால் வாழ முடியுமா?

ரபி, இப்படி பல கோணங்களில் கேள்விகளைக் கேட்பார். மிகவும் கடுமையாக நடந்து கொள்வார். ஆனால் இந்நாள்களில் ரபிக்கள் அவ்வளவு கடுமையாக எல்லாம் நடந்து கொள்வதில்லை.

21. பண்டிகைகள் – முக்கிய நாள்கள்

சபாத் (Sabbath)

வெள்ளிக்கிழமை. மாலை. இன்னும் ஒரு சில நிமிடங்களில் மறைந்து விடுவேன் என்று சூரியன் விடைபெற்றுக் கொண்டிருக்கிறது.

யாராவது ஒரு யூதரிடம் செல்லுங்கள்.

'சின்ன வேலை. முடிக்க பதினைந்து நிமிடங்கள் தான் ஆகும். செய்துகொடுங்கள் லட்ச ரூபாய் தருகிறேன்.'

சொல்லிப் பாருங்கள். அவர் பதில் பேச மாட்டார்.

'போதாதென்றால் சொல்லுங்கள், பத்து லட்ச ரூபாய் தருகிறேன்' என்று அதிரடியாகவும் சொல்லிப் பாருங்கள்.

அந்த யூதர் அதைக் கண்டுகொள்ளாமல் அங்கிருந்து கிளம்பி விடுவார்.

லட்சங்கள் என்ன, கோடி ரூபாய் ஹாட் கேஷாகக் கொடுத்தாலும், வெள்ளிக்கிழமை அந்தி சாயும் நேரத்துக்கு மேல் யூதர்கள் எந்த வேலையும் செய்ய

மாட்டார்கள். மறுநாள் சனிக்கிழமை சூரியன் மறையும் வரை (கிட்டத்தட்ட இருபத்தைந்து மணி நேரங்கள்) யூதர்கள் ஓய்வில் மட்டுமே இருப்பார்கள்.

அது அவர்களின் சபாத் (Sabbath) தினம்.

பைபிளில் கூறியுள்ளபடி, கடவுள் முதல் ஆறு நாள்கள், உலகத்தி லுள்ள ஒவ்வொன்றையும் படைத்தார். ஏழாவது நாள் ஓய் வெடுத்துக் கொண்டார். அந்த ஓய்வு தினத்தின் ஞாபகார்த்தம் அது.

எகிப்தில் அடிமையாக இருந்த யூதர்களை, மோசஸ் மூலம் கடவுள் மீட்டுக் கொண்டு வந்த போது கூறிய கட்டளை ஞாபகம் இருக்கிறதா. 'நான் ஒவ்வொரு நாளும் அப்பத்தை (ரொட்டியை) மழையாகப் பொழிவேன். முதல் ஐந்து நாள்கள் அன்றன் றைக்குத் தேவையான அப்பத்தை எடுத்து வைத்துக் கொள்ளுங் கள். ஆறாவது நாள் மட்டும், அடுத்த நாளைக்கும் சேர்த்து இரண்டு பங்கு அப்பத்தை எடுத்து வைத்துக் கொள்ளுங்கள். ஏனென்றால் ஏழாவது நாள் ஓய்வு தினம். அன்று யாரும் வேலை செய்யக் கூடாது.'

இன்றுகூட யூதர்கள் சபாத் தினத்தன்று சமையல் செய்வதில்லை. மூன்று வேளைகளுக்குத் தேவையான உணவை ஆறாவது நாளே ஏற்பாடு செய்துகொள்கின்றனர்.

சபாத் தினத்தன்று, டி.வி. பார்க்க மாட்டார்கள், ரேடியோ கேட்க மாட்டார்கள், பொழுதுபோக்காக சினிமா பார்க்க மாட்டார்கள், ஷாப்பிங் செய்ய மாட்டார்கள். யூதர்கள் நடத்தும் கடைகள் எல்லாம் அன்று அடைக்கப்பட்டிருக்கும். துணி துவைத்தல், பாத்திரம் கழுவுதல், வீட்டைச் சுத்தம் செய்தல் போன்ற வேலை களை எல்லாம் வெள்ளிக்கிழமை மாலைக்குள் செய்து முடித்து விடுவார்கள். தொலைபேசி அழைப்பைக்கூடத் தவிர்ப்பார்கள். கடிதமோ, மெயிலோ எழுத மாட்டார்கள். கார் ஓட்ட மாட்டார் கள். அவ்வளவு ஏன் கையில் பணத்தைக்கூட வைத்துக்கொள்ள மாட்டார்கள்.

ஒவ்வொரு யூதரும் அன்றைய தினத்தைப் பிரார்த்தனை செய்துகொண்டு, மிக அமைதியாகக் கழிக்கவே விரும்புவார்கள்.

ஏனெனில், முப்பத்தொன்பது வகையான வேலைகள் செய்யக் கூடாது என்று யூதர்களின் வேதத்திலேயே இருக்கிறது.

அவைபோக, சில நூறு வகை சின்னச் சின்ன வேலைகள்கூட செய்யக் கூடாது. உதாரணத்துக்கு, கனமான பொருள்களைத் தூக்கக் கூடாது. நீண்ட தூரம் நடக்கக் கூடாது. பயணம் செய்யக் கூடாது. செடிகளுக்கு நீர் ஊற்றுதல், புல் வெட்டுதல், விதை போடுதல் போன்ற தோட்ட வேலைகள் எதுவும் செய்யக்கூடாது. எண்ணெய் காலியாகி அணையப் போகும் விளக்கில், மேலும் எண்ணெய் ஊற்றக் கூடாது. பிரார்த்தனைக்கான மெழுகுவர்த்தி தவிர, வேறெந்த நெருப்பையும் ஏற்றக் கூடாது. அணைந் திருக்கும் லைட் சுவிட்சைக்கூட போடக்கூடாதென்றால் பார்த்துக் கொள்ளுங்கள்.

சில யூதர்கள் இருட்டுவதற்கு முன்பு, தேவாலயங்களுக்குச் சென்று பிரார்த்தனை செய்துவிட்டு வீட்டுக்கு வருவர். அன்று தான் யூதர்கள் தம் நேரம் அனைத்தையும் குடும்பத்துடன் செலவழிப்பர். தனியாக வாழும் யூதர்கள், மற்றவர்களுடன் இணைந்து சபாத்தைக் கடைப்பிடிப்பர்.

சபாத் நேரம் ஆரம்பமாகும் வேளையில், வெள்ளை நிறத் துணியால் மூடப்பட்ட உணவு மேசையைச் சுற்றி நின்று கொள்வர். மேசை மீது வெள்ளியினாலான ஏதாவது ஒரு பொருள் இருக்கும். முக்கியமாக, மெழுகுவர்த்தித் தாங்கி இருக்கும்.

குடும்பத் தலைவி, தன் இரு கண்களையும் கைகளால் மூடிக் கொண்டு பிரார்த்தனை செய்வார். இரண்டு மெழுகுவர்த்திகளை ஏற்றி வைப்பார். கடவுளுக்கு நன்றி சொல்வார்.

முதல் மெழுகுவர்த்தி, 'சபாத்தை நினைவுபடுத்துவதற்காகவும், (to remember the Sabbath), இரண்டாவது மெழுகுவர்த்தி சபாத்தை நடத்துவதற்காகவும் (to observe the Sabbath) ஏற்றப்படுகிறது. 'சபாத் சலோம்' (Shabbat Shalom) என்று சொல்லி ஒருவருக்கொருவர் வாழ்த்துகளைப் பரிமாறிக் கொள்வர். பெற்றோர் தம் பிள்ளைகளை ஆசீர்வதிப்பர். குடும்பத்தில் எல்லோரும் ஒயின் குடித்து, ஓய்வு தின கொண்டாட்டத்தை ஆரம்பித்து வைப்பர்.

சல்லா (challah) என்றழைக்கப்படும் முட்டை அதிகம் கலந்த ரொட்டியை உண்பர். இதுதான் சபாத்தின் முதல் வேளை உணவு. சல்லா தவிர, ஏதாவது ஒரு வகையில் சிக்கன், மீன், நூடுல்ஸ், சூப் போன்றவை மெனுவில் இருக்கும். சனியன்று இரண்டு வேளைகள் என மொத்தம் மூன்று வேளைகள் உணவு உண்பர்.

பழங்காலத்தில் சபாத் அன்று உடலுறவு கொள்வது பாவச் செயலாகக் கருதப்பட்டது. ஆனால் பின்னாள்களில், அதுவும் புனிதச் செயல் என்று மாற்றப்பட்டுவிட்டது.

சனிக்கிழமை மாலை, சபாத்தை முடித்து வைக்கும் நிகழ்ச்சி ஹேவ்டலா (havdalah) என்று அழைக்கப்படுகிறது. மெழுகு வர்த்தி, ஒயின், பிரார்த்தனைகள் அப்போதும் உண்டு.

ஹேவ்டலா வேளையில் பெண்கள் ஒயின் அருந்தக் கூடாது என்பது ஐதீகம். அதேபோல, கல்யாணமாகாத பெண்கள், மெழுகுவர்த்தியை உயர்த்திப் பிடித்தால் உயரமான மாப்பிள்ளை கிடைப்பார் என்ற நம்பிக்கையும் உண்டு.

ஹேவ்டலா முடிந்ததும், யூதர்கள் அடுத்த ஆறு நாள்கள் வேலை செய்வதற்குத் தேவையான, முழு சக்தியுடன் தயாராகி விடுவார்கள். அடுத்த சபாத் தினம் வரும் வரை, அவர்களை ஓய்வாக உட்கார வைப்பது கஷ்டம்தான்.

பாஸ்ஓவர் (Passover)

எகிப்தில் அடிமைப்பட்டுக் கிடந்த யூதர்களை, கடவுளின் துணையோடு மோசஸ், பத்துவித பிளேக் தாக்குதல்கள் நடத்தி, செங்கடலைப் பிளந்து வெற்றிகரமாக மீட்டுக்கொண்டு வந்ததற்காகக் கொண்டாடப்படும் பண்டிகைதான் பாஸ்ஓவர். எகிப்திலிருந்து வெளியேறியதை யூதர்கள் Exodus என்பர். இதற்கு பழைய ஏற்பாட்டில் குறிப்பிடப்பட்டுள்ள வார்த்தை யாத்ரா கமம். யூதர்கள் இதைச் சுதந்தரத் திருநாளாகக் கொண்டாடு கின்றனர்.

தற்போது நடந்துகொண்டிருக்கும் யூத வருடம் 5767. ஆங்கில காலண்டரின் படி, 2007-ல் ஏப்ரல் 2 மாலை முதல் ஏப்ரல் 10 மாலைவரை பாஸ்ஓவர் கொண்டாடப்பட்ட நாள்கள்.

இஸ்ரேலில் ஏழு நாள்கள் கொண்டாடப்படுகின்றன. முதல் நாளும் ஏழாவது நாளும் முழு ஓய்வு நாள்கள். yom tov என்று அழைக்கப்படுகின்றன. இடைப்பட்ட ஐந்து நாள்கள், hol ha-moed என்று அழைக்கப்படுகின்றன.

மற்ற இடங்களில் எட்டு நாள்கள் கொண்டாடப்படுகின்றன. அங்கெல்லாம் முதல் மற்றும் கடைசி இரண்டு நாள்கள் முழு ஓய்வு தினங்களாகக் கருதப்படுகின்றன.

பாஸ்ஓவருக்குச் சில நாள்களுக்கு / வாரங்களுக்கு முன்பிருந்தே யூதர்கள் தங்கள் வீடுகளைச் சுத்தம் செய்ய ஆரம்பித்து விடுவார்கள். ஓர் இண்டு இடுக்கு விடாமல் (நாம் பொங்கலுக்கு வெள்ளையடிப்பது போல) சுத்தம் செய்வார்கள். அதில் முக்கியமான விஷயம் chamtez.

அதாவது பார்லி, ஓட்ஸ், கோதுமை போன்ற ஐந்து வகை தானியங்களை அல்லது அவற்றால் செய்யப்பட்ட அல்லது அவை கலந்திருக்கும் உணவுப் பொருள்களை எல்லாம் வெகு கவனமாகச் சேகரிப்பார்கள். பாஸ்ஓவர் நாள்களில் இந்தத் தானியங்களால் செய்யப்பட்ட பொருள்களை உண்ணக்கூடாது, வீடுகளில் வைத்திருக்கக்கூடாது என்பது கடவுள், மோசஸுக்குச் சொன்ன கட்டளை.

அப்படிச் சேகரித்த பொருள்களை கொஞ்சம் வசதி வாய்ந்த யூதர்கள் என்றால் எரித்து / அழித்துவிடுவார்கள். அல்லது கால்நடைகளுக்குக் கொடுத்து விடுவார்கள். கொஞ்சம் நடுத்தர, ஏழை யூதர்கள், மற்ற இனத்தவரிடம் விற்றுவிடுவார்கள். ஒரு யூத ரபியின் (Rabi) முன் வைத்து, இந்த விற்பனை நடைபெறும். விற்றப் பொருள்களை, பாஸ்ஓவர் கொண்டாட்டங்கள் முடிந்த வுடன் திரும்ப வாங்கிக் கொள்ளும் பழக்கமும் இருக்கிறது. தற்போது ஆன்லைனில்கூட இந்த விற்பனை நடைபெறுகிறது.

பாஸ்ஓவருக்காக உணவுப் பொருள்கள், உடைகள் முதலிய வற்றைப் புதிதாக வாங்குவர். வீடுகளை அலங்கரிப்பர்.

சூரியன் அஸ்தமிக்கும் நேரத்திலிருந்து முதல் நாளின் பாஸ்ஓவர் கொண்டாட்டங்கள் ஆரம்பிக்கின்றன. முதல் இரண்டு நாள்கள், குடும்பத்தினர், உறவினர்கள், நண்பர்களுடன் சேர்ந்து உண்ணும் விருந்து முக்கியமானது.

அந்த விருந்துக்காகத் தயார் செய்யப்படும் உணவுப் பொருள்கள், உபயோகிக்கும் தட்டுகள், உணவு மேசையில் பயன்படுத்தப் படும் பொருள்கள் என்று, ஒவ்வொன்றையும் பார்த்துப் பார்த்து ஏற்பாடு செய்வார்கள்.

சரியாகச் சமைக்கப்படாத, 18 முதல் 22 நிமிடங்கள் வரை மட்டுமே வேக வைக்கப்பட்ட ரொட்டி (Unleaveaned Bread) கண்டிப்பாக மெனுவில் இருக்கும். அதில் ஈஸ்ட் சேர்க்கப் பட்டிருக்காது.

சாப்பிடுவதற்கு முன் பிரார்த்தனைகள் செய்வார்கள், பாடல்கள் பாடுவார்கள்.

நான்கு கேள்விகள் கேட்பார்கள்.

- எதற்கு நாம் சரியாக வேகவைக்கப்படாத ரொட்டியைச் சாப்பிடவேண்டும்?
- எதற்கு நாம் கசப்பான மூலிகையைச் சாப்பிட வேண்டும்?
- எதற்கு நாம் உணவை நீரில் ஊற வைக்கவேண்டும்?
- எதற்கு நாம் நன்றாகச் சாய்ந்து உட்கார்ந்துகொண்டு சாப்பிடவேண்டும்?

விடைகள் இவைதான்.

- எகிப்திலிருந்து தப்பித்து வரும்போது, வழியில் பசிக்காகச் சாப்பிட, நம் மூதாதையர்கள், சரியாக வேகவைக்கப்படாத ரொட்டிகளை உண்டனர். அதை நினைவு கூர்வதற்காகத்தான்.
- எகிப்தியர்களிடம் அடிமைப்பட்டுக் கிடந்த கசப்பான நாள்களை நினைத்துப் பார்க்கத்தான்.
- எகிப்தில் யூதர்கள் அடிமைகளாக இருந்து சிந்திய கண்ணீரைக் குறிக்கும் விதமாக, உப்பு நீரில் உருளைக் கிழங்குத் துண்டுகளைப் போட்டு வைத்திருக்கிறோம்.
- அடிமைகளாக இருந்து சுதந்தரம் பெற்றதைக் கொண்டாடும் வகையில், இருக்கையில் நன்றாகச் சாய்ந்து உட்கார்ந்து கொண்டு, உண்கிறோம்.

குடும்பத்தில் இருக்கும் சிறிய குழந்தைகள் இந்தக் கேள்விகளைக் கேட்பர். தந்தை பதில் கூறுவார். இது ஒரு கட்டாயச் சடங்கு.

உணவு மேசையில், சரியாக வேகவைக்கப்படாத ரொட்டியுடன், எலும்புடன் கூடிய ஆட்டுக்குட்டியின் தொடைக்கறி கண்டிப்பாக இடம் பெற்றிருக்கும்.

முட்டைகள் இருக்கும். அடிமைத்தனத்திலிருந்து விடுபட்டதைக் குறிக்கும் விதமாகப் பச்சைக் காய்கறிகள் (குறிப்பாக முட்டை கோஸ்) இருக்கும்.

நான்கு கோப்பைகளில் ஒயின் ஊற்றி வைக்கப்பட்டிருக்கும். ஆப்பிள், முந்திரி, ஒயின், கருவாப்பட்டை (Cinnamon) ஆகிய வற்றை அரைத்துப் பசைபோல தயாரிக்கப்பட்ட பதார்த்தமான Charoset, இடம் பெற்றிருக்கும்.

பாஸ்ஓவர் சமயத்தில் வரும் சபாத் தினம் மிகவும் புனிதமானது. அப்போது, சபாத்தில் வழக்கமாக உண்ணப்படும் சல்லா என்ற நன்றாக வேகவைக்கப்பட்ட ரொட்டி தவிர்க்கப்படும்.

மேசையில் ஒரு கோப்பை ஒயின் தனியாக ஊற்றி வைக்கப் பட்டிருக்கும். வீட்டின் கதவுகள் திறந்தே வைக்கப்பட்டிருக்கும். தேவதூதரான எலிஸா (Elijah) மீண்டும் தோன்றி, கடவுளின் செய்தியைச் சொல்லுவார் என்பது யூதர்களின் நம்பிக்கை.

பாஸ்ஓவர் சமயங்களில் ஜெருசலேமுக்குப் புனித யாத்திரை செய்யும் யூதர்களின் எண்ணிக்கை மிக அதிகமாக இருக்கும்.

ஒவ்வொரு பாஸ்ஓவர் நாள்களிலும் யூத தேவாலயங்களில் சிறப்புப் பிரார்த்தனைகள் இருக்கும். முதல் நாளில் எகிப்தி லிருந்து யூதர்கள் தப்பித்து வந்த கதை விரிவாக வாசிக்கப்படும்.

பாஸ்ஓவரின் கடைசி நாளில், ஏசாயாவின் புத்தகத்திலிருந்து (Book of Isaish) ‘வரும் காலத்தில் பாஸ்ஓவர்’ (Passover of the future) என்ற பகுதி வாசிக்கப்படும்.

Moshiach's Feast - இறுதி நாளின் மாலை வேளையில் உண்ணப்படும் இந்த விருந்தோடு, சுதந்தரத் திருவிழாவான பாஸ்ஓவர் நிறைவுபெறும்.

ஷவோட் (Shavuot)

பாஸ்ஓவர் பண்டிகை கொண்டாடி முடித்த மறு தினத்திலிருந்து, அடுத்த ஐம்பது நாள்களுக்கு (அதாவது ஏழு வாரங்களுக்கு) ஷவோட் கொண்டாட்டங்கள் அனுசரிக்கப்படுகின்றன.

மோசஸுக்கு சினாய் குன்றுகளில், கடவுள் பத்து கட்டளைகள் மற்றும் யூதர்கள் வாழ, வழிபடவேண்டிய முறைகள் அடங்கிய ‘தோரா’ புத்தகத்தை வழங்கினாரே, அந்த நாள்கள்தான் இவை. பழங்கால யூதர்கள் முதல் வாரத்தில் கோதுமை அறுவடையைத் தொடங்குவார்கள், ஏழாவது வாரத்தில் பார்லி அறுவடை செய்து முடிப்பதைச் சம்பிரதாயமாக வைத்திருந்தார்கள்.

தேவாலயங்கள் மலர்களால் அலங்கரிக்கப்படும். தோரா வாசிக்கப்பட்டு, பிரார்த்தனைகள் நடைபெறும். உணவில் பால் பொருள்களை அதிகம் சேர்த்துக் கொள்வர்.

யூதப் பழைமைவாதிகள் அந்த நாள்களில், தோராவில் கூறப் பட்டுள்ளபடியே மாமிசம் சமைத்து உண்பதற்காக மிகவும் மெனக்கெடுவர்.

ரோஸ் ஹஸன்னா (Rosh Hashanah)

இது யூதர்களின் புது வருடக் கொண்டாட்டம். டிஸ்ரி (Tishri) என்ற மாதத்தின் பிறப்பு இது. கடவுளால் உலகம் படைக்கப்பட்டதைக் கொண்டாடும் விழா.

கொண்டாட்டத்தின் தொடக்கமாக, எக்காளம் முழங்கி, (புரியும்படி சொல்லவேண்டுமென்றால் டிரெம்பெட் இசைத்து) புதிய நிலவு தோன்றியதை அறிவிப்பர்.

'L'shanan tovah' என்று ஒருவருக்கொருவர் வாழ்த்துகளைப் பரிமாறிக் கொள்வர்.

யூதர்கள், புது வருட நாளில் தேவாலயங்களில்தான் தம் பெரும் பான்மையான நேரத்தைச் செலவழிப்பர். நீண்ட பிரார்த்தனை களில் ஈடுபடுவர். புதிய ஆண்டு நல்லபடியாக அமைய வேண்டும் என்று வேண்டிக் கொள்வர். டிரெம்பெட் இசைக்க, பல வித பூசைகள் நடக்கும்.

வீடுகளில் சிறப்பான உணவுகள் தயார் செய்யப்படும். நண்பர்கள், உறவினர்களுடன் சேர்ந்து அமர்ந்து விருந்து சாப்பிடுவர். புது வருடம் இனிமையாக இருக்க வேண்டும் என்று, தேனில் ஊறவைத்த ஆப்பிள் துண்டுகளை உண்பர். பழங்கள், காய்கறிகள் (முக்கியமாக கேரட்), இறைச்சி அல்லது மீன் இவற்றோடு தேன் சேர்த்து சமைத்த Tzimmes என்ற பதார்த்தம் முக்கியமாகப் பரிமாறப்படும்.

சல்லா ரொட்டியும் உண்டு. சில யூதர்கள் புது வருடத்துக்காகப் பறவை வடிவில் அந்த ரொட்டியை சமைப்பர். அதாவது கடவுள், ஜெருசலேம் நகரை ஒரு பறவைபோல் பாதுகாப்பார் என்பது அவர்களின் நம்பிக்கை.

உணவு மேசையில் மாதுளை கண்டிப்பாக இருக்கும். அதாவது மாதுளையில் இருக்கும் 613 (என்றொரு கணக்கு) முத்துகள்,

யூதர்கள் கடைப்பிடிக்க வேண்டும் என்று அவர்கள் வேதத்தில் குறிப்பிடப்பட்டுள்ள கட்டளைகளைக் குறிக்கின்றன.

டிஸ்ரி மாதத்தின் பத்தாவது நாள் Yom kippur எனப்படும் தீர்ப்பு நாளாக அனுசரிக்கப்படுகிறது.

அன்று ஓய்வு நாள். கண்டிப்பாக வேலை செய்யக் கூடாது.

அந்த நாளில் (25 மணி நேரங்கள்) உணவு உண்பதை, பானங்கள் அருந்துவதைத் தவிர்ப்பார்கள். வாசனைத் திரவியங்களை பூசிக் கொள்ள மாட்டார்கள். உடலுறவு கொள்ள மாட்டார்கள். துணி துவைக்க மாட்டார்கள். தோலால் ஆன காலணிகளை அணிந்து கொள்ள மாட்டார்கள்.

அன்று தேவாலயத்தில் ஐந்து கால பூஜைகள் நடைபெறும்.

முதல் பூஜை (Kol Nidre prayer) மாலையில் தொடங்கும். Siddur எனப்படும் யூத மத பிரார்த்தனைகள் அடங்கிய புத்தகம் வாசிக்கப்படும். இசையோடு தேவாலயத்தைச் சேர்ந்த பாடகர் அதிலுள்ள பாடல்களைப் பாடும்போது, அது ஆன்மாவை சிலிர்க்கச் செய்வதாக இருக்கும்.

அடுத்தடுத்த பூசைகள் பாவ மன்னிப்புக் கேட்பதற்காக நடத்தப்படும். கடந்த ஆண்டு தாங்கள் செய்த பாவ காரியங்களையெல்லாம் சொல்லி, மனமுருகி மன்னிப்புக் கேட்பர். அன்றுதான் கடவுள், இதுவரை அவர்கள் செய்த பாவங்களை / புண்ணியங்களைத் தன் புத்தகத்தில் (The Book of Life) எழுதி வைப்பார் என்றும், அதற்குரிய தண்டனைகளை / நன்மைகளைத் தீர்மானிப்பார் என்பதும் யூதர்களின் நம்பிக்கை.

ஐந்தாவதாக நடக்கும் பூஜை, Neilah என்றழைக்கப்படும். அந்தப் பூசை முடிந்தவுடன், கடவுள் தீர்ப்புப் புத்தகம் மூடி சீல் வைக்கப்படும்.

மீண்டும் எக்காளம் முழங்க, பூசைகள் நிறைவுபெறும்.

●

புது வருட நாளுக்கும் (Rosh Hashanah) தீர்ப்பு நாளுக்கும் (Yom Kippur) இடைப்பட்ட நாள்கள் Days of Awe *(பாவ மன்னிப்பு நாள்கள்)* என்றழைக்கப்படுகின்றன.

இந்த நாள்களில்தான் கடவுள் ஒரு மனிதன் செய்த பாவ, புண்ணியங்களை வைத்து, அவனது அடுத்த வருட வாழ்க்கை எப்படி இருக்க வேண்டும் என்று தீர்மானிக்கிறார் என்பது யூதர்களின் நம்பிக்கை. எனவே இந்த இடைப்பட்ட நாள்களில் செய்த பாவத்துக்கெல்லாம் வருந்தி, கடவுளிடம் நேரடியாக மன்னிப்புக் கேட்பது, யூதர்களின் வழக்கம். அதிக நேரம் பாவ மன்னிப்புப் பிரார்த்தனைகளில் (tefilah) ஈடுபடுவர்.

தீயவற்றிலிருந்து விலகி, மீண்டும் நல்ல வழியில் நடப்பதற்குக் கிடைத்த ஒரு வாய்ப்பாக இந்த நாள்களைப் பயன்படுத்திக் கொள்ளலாம் என்பதால் யூதர்கள், சென்ற வருடத்தில் தம்மால் பாதிக்கப்பட்ட, தாம் தவறாகப் பேசிய, துன்பப்படுத்திய நபர்களிடம் மன்னிப்புக் கேட்பது வழக்கம். அந்த மன்னிப்பு மனத்தின் அடியாழத்திலிருந்து கேட்பதாக அமையும்.

அதே நேரத்தில் இந்த நாள்களில் ஏகப்பட்ட தர்ம காரியங் களையும் மேற்கொள்வர். அவை tzedakah என்றழைக்கப் படுகின்றன.

இந்த நாள்களில் tashlich என்றொரு சடங்கும் நடத்தப்படுகிறது. அதாவது யூதர்கள் பிரார்த்தனைகள் செய்துவிட்டு, ஆறுகளிலோ அல்லது கொதிக்கும் நீரிலோ சில ரொட்டித் துண்டுகளை எறிவர். இதற்கு, அதுவரை செய்த பாவங்களிலிருந்து விட்டுவிலகத் தயாராகி விட்டதாக அர்த்தம். (இந்துக்கள், கங்கையில் சென்று நீராடி, ஏதாவது ஒரு பிடித்தமான பொருளை விட்டுவிட்டு வருவதுபோல.)

ஹனுக்கா (Hanukkah)

இது யூதர்கள் கொண்டாடும் தீபத் திருநாள்.

கிஸ்லே (Kisley) மாதத்தின் (நவம்பர் அல்லது டிசம்பர்) 25-வது நாளிலிருந்து எட்டு நாள்கள் கொண்டாடப்படும் திருவிழா இது.

கி.மு. 167-ல் கிரேக்க - சிரிய அரசனான (Antiochus Epiphanes), ஜுதேயாவை (ஜெருசலேம் நகரை) ஆண்டு வந்தான். அங்கு வாழ்ந்த யூதர்களின் மதச் சுதந்தரம், வழிபாட்டு உரிமை எல்லாம் பறிக்கப்பட்டிருந்தது.

Judah Maccabee என்ற மாவீரரும், அவரது நான்கு சகோதரர்களும் (ஹாஸ்மோனியர்கள் என்றழைக்கப்படும் யூத இனத்தவர்கள்)

படை திரட்டிக் கொண்டு ஜுதேயாவை மீட்பதற்காகச் சென் றார்கள். கிட்டத்தட்ட மூன்று வருடங்கள் கடுமையான போர் நடந்தது.

இறுதியில் ஜுதேயா மீட்கப்பட்டது. யூதர்கள் தங்களில் மதச் சுதந்தரம் மீட்கப்பட்டதாக மகிழ்ச்சியடைந்தனர்.

ஹாஸ்மோனியர்கள் யூத தேவாலயத்தைச் சுத்தப்படுத்தினர். தேவாலயத்தில் பதிக்கப்பட்டிருந்த கிரேக்க அடையாளங்கள், சின்னங்கள், எழுத்துகள் அழிக்கப்பட்டன.

மெனோரா* (Menorah) என்றழைக்கப்படும் ஒன்பது கிளைகளைக் கொண்ட விளக்கை ஏற்ற நினைத்தனர். ஆனால் அப்போது அவர்களிடம் ஒரே ஒரு கோப்பை எண்ணெய் மட்டுமே இருந்தது. அந்த எண்ணெய் ஒரு நாளுக்கு விளக்கை எரிக்க மட்டுமே போதுமானது. அந்த எண்ணெயை ஊற்றி மெனோ ராவை ஏற்றினர்.

இரண்டாம் நாளும் விளக்கு தொடர்ந்து எரிந்து கொண்டிருந்தது. மூன்றாவது நாளும் எண்ணெய் காலியாகவில்லை. அதிசயமாக, அந்த விளக்கு எட்டு நாள்களுக்குத் தொடர்ந்து எரிந்தது.

ஹனுக்கா, கொண்டாடப்படுவதற்கான கதை இதுதான்.

ஹனுக்காவின்போது, மெனோராவில் எந்த முறையில் ஏற்ற வேண்டும் என்று விதிமுறைகள் இருக்கின்றன.

ஒன்பது கிளைகள் கொண்ட மெனோராவில், முதல் நாள் இடது ஓரமுள்ள கிளையில் மட்டும் மெழுகுவர்த்தியை வைக்க வேண்டும். இன்னொரு தனி மெழுகுவர்த்தி கொண்டு அதை ஏற்ற வேண்டும்.

இரண்டாவது நாள், முதல் கிளையிலும் இரண்டாவது கிளையிலும் ஒவ்வொரு மெழுகுவர்த்தியை வைக்க வேண்டும்.

---

* மெனோரா யூதர்களின் மதச் சின்னம். 1948-ல் இஸ்ரேல், தன் அரசாங்க சின்னமாக இதை வைத்தது. மெனோராவை எப்படி உருவாக்க வேண்டும், அதை எந்தெந்தச் சமயங்களில் எப்படியெல்லாம் பயன்படுத்த வேண்டும் என்ற விதிமுறைகளையெல்லாம் மோசஸிடம் கடவுள் சினாய் குன்றுகளில் வைத்துச் சொல்லிவிட்டார். ஏழு கிளைகள், எட்டு கிளைகள், ஒன்பது கிளைகள் கொண்ட மெனோராக்கள் உண்டு.

இன்னொரு மெழுகுவர்த்தி கொண்டு, முதலில் இரண்டாவது கிளையிலுள்ள மெழுகுவர்த்தியை ஏற்றிவிட்டு, அதன்பின் முதல் கிளையிலுள்ள மெழுகுவர்த்தியை ஏற்ற வேண்டும்.

ஒவ்வொரு நாளும் ஒவ்வொன்றாக மெழுகுவர்த்தியின் எண்ணிக்கையை அதிகரித்துக் கொண்டே செல்ல வேண்டும். மெழுகுவர்த்தியைக் கிளைகளில் இடமிருந்து வலமாக ஒவ்வொன்றாக அடுக்கவேண்டும். ஏற்றும்போது, வலமிருந்து இடமாக ஏற்றவேண்டும். நடுவிலுள்ள கிளை, மற்ற மெழுகு வர்த்திகளை ஏற்றுவதற்கு உதவும் தனி மெழுகுவர்த்தியை வைப்பதற்காகப் பயன்படுத்தப்படவேண்டும். ஹனுக்கா கொண்டாட்டத்தின் இறுதி நாளான எட்டாவது நாளில், ஒன்பது மெழுகுவர்த்திகளுடன் மெனோரா ஜொலிஜொலிக்கும்.

எட்டு நாள்களில், வழக்கமான பிரார்த்தனைகளோடு, சில சிறப்புப் பிரார்த்தனைகளும் நடைபெறும்.

முட்டையுடன் மாவையும் உருளைக்கிழங்கையும் சேர்த்து, எண்ணெயில் பொரித்து தயாரிக்கப்படும் கேக்குகள் மற்றும் நன்கு பொரித்தெடுக்கப்பட்ட டஃப்நட்ஸ் (doughnuts) - இந்த இரண்டும்தான் ஹனுக்கா கொண்டாட்டத்துக்காக செய்யப்படும் சிறப்புப் பதார்த்தங்கள். எட்டு நாள்கள் தீராமல் எரிந்த அந்த அதிசய எண்ணெயைக் குறிக்கும் விதமாகவே இந்த பதார்த்தங்கள் எண்ணெயில் செய்யப்படுகின்றன.

ஹனுக்கா தினங்கள் பால் பொருள்களும் அதிகம் உபயோகிக்கப் படுகின்றன. அதற்குப் பின்னும் ஒரு கதை இருக்கிறது. சிரியர்கள் படையெடுத்து வந்தபோது, ஜுடித் (Judith) என்ற பெண்மணி, தன் கிராமத்தைக் காப்பாற்றினாள். அந்தப் பெண், படையெடுத்து வந்த கவர்னருக்கும் அவரது படையினருக்கும் ஒயின் மற்றும் பாலாடைக் கட்டிகள் கொடுத்து உபசரித்தாள். கவர்னருக்கு அளவுக்கு அதிகமாக ஒயினை ஊற்றிக் கொடுத்தாள். போதை அதிகமாகி சரிந்துவிழுந்த கவர்னரின் தலையை வெட்டிய அந்தப் பெண், அதை ஒரு கூடையில் போட்டுக் கொண்டு, தன் கிராமத்துக்குள் சென்றாள்.

கவர்னரின் உடல் தலையின்றிக் கிடந்ததைக் கண்டு மிரண்ட சிரியப் படையினர், அங்கிருந்து ஓட்டம் பிடித்தனர். அந்தப் பெண்ணின் வீரத்தைப் போற்றும் விதமாகத்தான் ஹனுக்கா

தினங்களில் யூதர்கள் பால் பொருள்களை விரும்பிச் சாப்பிடு கின்றனர்.

ஹனுக்கா தினங்களில் குழந்தைகள் விளையாடும் டிரெய்டெல் (dreidel) என்றொரு விளையாட்டு இருக்கிறது. இரண்டு பகடைகள். ஒவ்வொன்றில் மேல் பகுதியிலும் ஒரு கொம்பு நீட்டிக் கொண்டிருக்கும். அடிப்பகுதி சமமாக இல்லாமல் சுழலக்கூடியதாக அமைக்கப்பட்டிருக்கும். மீதி நான்கு பகுதிகளிலும் ஹீப்ரு மொழி எழுத்துகள் எழுதப்பட்டிருக்கும்.

'இங்கே ஒரு பெரும் அதிசயம் நிகழ்ந்தது' என்பதுதான் அந்த எழுத்துகளுக்கான அர்த்தம். அந்த இரண்டு பகடைகளைச் சுழற்றிவிட்டு, வரும் எழுத்துகளுக்குத் தக்க மதிப்பெண்கள் போட்டு, விளையாடுவர்.

ஹனுக்கா தினங்களில் ஒருவருக்கொருவர் அழகுப் பொருள்கள், சேமிப்புப் பத்திரங்கள், காசோலைகள், தங்க முலாம் பூசப்பட்ட சாக்லெட் நாணயங்கள் ஆகியவற்றைப் பரிசளித்துக் கொள்வது இன்றைய நடைமுறை.

பியுரிம் (Purim)

யூதர்கள் மிக மிகச் சந்தோஷமாகக் கொண்டாடும் பண்டிகை. இது, யூதர்கள் பன்னிரண்டாவது மாதமான (லீப் வருடம் என்றால் பதிமூன்று) அடாரின் (Adar) பதினான்காவது, பதினைந்தாவது நாள்களில் கொண்டாடப்படும்.

பியுரிம் பண்டிகைக்குப் பின்னால் இருக்கும் கதையில் பலம் வாய்ந்த, ஆனால் பெண்பித்து அரசன், கொடூர வில்லன், அழகான கதாநாயகி ஆகியோர் உண்டு. முதலில் அதைப் பார்த்து விடலாம்.

சுமார் இரண்டாயிரம் ஆண்டுகளுக்கு முன்பு ஜெருசலேம் மீது படையெடுத்து வந்த பாபிலோனிய அரசன் Nebuchadnezzar, அதைக் கைப்பற்றினான். அங்கிருந்த யூதர்கள் அனைவரும் கட்டாயப்படுத்தப்பட்டு, பாபிலோனுக்கும் அனுப்பி வைக்கப் பட்டனர்.

ஐம்பது ஆண்டுகள் கழிந்தன. பெர்சியா நாட்டு மன்னன் அசாஸ்வேரோஸ் (Achashverosh) பாபிலோனைக் கைப்பற்றினான்.

சுஸான் (Shushan) என்ற இடத்தைத் தலைநகராகக் கொண்டு, 127 சமஸ்தானங்களை ஆட்சி புரிய ஆரம்பித்தான்.

தன் வெற்றியைக் கொண்டாடும்விதமாக நாட்டிலுள்ள பெரிய மனிதர்களை அழைத்து விருந்தளித்து திருவிழாவாகக் கொண் டாடினான். மக்களுக்கும் விருந்தளித்தான். இந்த விருந்துக்காக, ஜெருசலேம் தேவாலயத்தில் இருந்த வெள்ளியையும் தங்கத் தையும் எடுத்துச் செலவளித்தான்.

சுஸானில் வாழ்ந்து கொண்டிருந்த யூதர்களின் தலைவர் மார்டிசாய் (Mordechai) அந்த விருந்தைப் புறக்கணிக்குமாறு தம் மக்களிடம் கூறினார். இது, மன்னனின் அபிமானம் பெற்ற பிரதம மந்திரியான ஹமானுக்கு (Haman) கோபத்தை வரவழைத்தது. ஏற்கெனவே யூதர்கள் மேல் தீராத வெறுப்பு கொண்டிருந்த ஹமான், யூதர்களை அந்த நாட்டிலிருந்தே விரட்டிவிட திட்ட மிட்டான்.

ஒருநாள் விருந்தில் போதை தலைக்கேறிய மன்னன், அழகில் மிகச்சிறந்த தன் மகாராணி வஸ்தியை (Vasthi), விருந்தினர் முன் நடனமாடச் சொன்னான். கோபம் கொண்ட ராணி, மன்னனை விட்டுப் பிரிந்து சென்றாள்.

மன்னன் தனக்கு ஒரு மகாராணியைத் தேர்ந்தெடுப்பதற்காக, நாட்டிலுள்ள, அழகிய கன்னிப் பெண்களை தன்முன் வரிசையாக நடந்துவரச் செய்தான்.

யூதர்களின் தலைவர் மார்டிசாய், தன் உறவுக்காரப் பெண் ஒருத்தியை சொந்தப் பெண்போல வளர்த்து வந்தான். அவள் பெயர் ஹடாஸா (Hadassah). மார்டிசாய் அந்தப் பெண்ணை, 'நீயும் சென்று சுயம்வரத்தில் கலந்து கொள். யூதப் பெண் என்று காட்டிக்கொள்ளாதே. உன் பெயரை எஸ்தர் என்று சொல். கடவுள் உன்னைப் பாதுகாப்பார்' என்று கூறி அனுப்பியிருந்தார்.

எஸ்தரின் அழகில் மயங்கிய மன்னன், அவளையே மகாராணி ஆக்கினார். அரண்மனையில் தான் ஒரு யூதப் பெண் என்பதைக் காட்டிக்கொள்ளாமல் மிக ஜாக்கிரதையாக வாழ ஆரம்பித்தாள் எஸ்தர்.

ஹமான் ஒருநாள் மன்னரிடம் வந்தான்.

'மன்னா யூதர்கள் நாட்டை இரண்டாகப் பிரிக்கப் பார்க்கிறார்கள். நாம் உண்ணும் உணவை உண்ண மறுக்கிறார்கள். நாம் தயாரிக்கும் ஒயினைத் தவிர்க்கிறார்கள். நம் இன மக்களை திருமணம் செய்துகொள்வதில்லை. நம் இன மக்களிடமிருந்து பிரிந்து தனியே வாழ்கிறார்கள். நீங்கள் உத்தரவிட்டால் அவர்களை நான் அழித்துவிடுகிறேன்.'

மன்னன் ஒப்புதல் கொடுத்தான். ஹமானின் கட்டளைகளை மற்றவர்கள் ஏற்கவேண்டும் என்பதற்காக, தன் முத்திரை மோதிரத்தையும் கொடுத்தார்.

ஹமான், மன்னரின் முத்திரையோடு, 121 சமஸ்தானங்களுக்கும் ஒரு செய்தி அனுப்பினான்.

'இந்த மாதத்தில் (அடார்) பதிமூன்றாவது நாள் நல்ல நாள். உங்கள் பகுதியிலுள்ள யூதர்களைக் கொல்லுங்கள். பெண்கள், குழந்தைகள், வயதானவர்கள் என்று பேதம் பார்க்கவேண்டாம்.'

செய்தியைக் கேள்விப்பட்ட மார்டிசாய், தன் உடல் முழுவதும் சாம்பலைப் பூசிக்கொண்டு அழுதார். ரகசியமாக எஸ்தரை அழைத்து, ஹமானின் திட்டங்கள் பற்றிப் பேசினார்.

'ஹமான் யூதர்களைக் கொல்லப் போகிறான். நீ அரண்மனையில் இருப்பதால் தப்பித்துவிடலாம் என்று நினைக்காதே. நீயும் யூத இனத்தைச் சேர்ந்தவள்தான் என்று தெரிய வரும்போது கொல்லப்படுவாய். உன் தந்தை, உறவினர்களுக்கு ஏற்படப் போகும் கதியை நினைத்துப் பார். நீ மன்னரிடம் பேசி, யூதர்களைக் காப்பாற்றவேண்டும். இதை நீ செய்யாவிட்டால், யூதர்களே உன்னை வெறுத்து, கொன்று விடுவர்.'

மார்டிசாய், கிட்டத்தட்ட மிரட்டத்தான் செய்தார்.

'அய்யோ, கடந்த ஒரு மாதமாக மன்னர் என்னைப் பார்க்கவே இல்லையே. அவரது அழைப்பு இல்லாமல் நான் பார்க்கச் செல்ல முடியாதே' என்று பதறினாள் எஸ்தர்.

'நீ இன்று மகாராணியாக வாழ்வதற்குப் பணிக்கப்பட்டுள்ளதே யூதர்களைக் காப்பாற்றுவதற்குத்தான் என்று நினைத்துக் கொள். இந்தக் காரியத்தை நீ செய்தே ஆக வேண்டும்' என்று எஸ்தரை மனத்தளவில் தயாராக்கினார் மார்டிசாய்.

எஸ்தர், மன்னரிடம் பேசுவதற்காக மூன்று நாள்கள் விரதம் இருந்தாள். தன்னை முழு அளவில் தயார் செய்துகொண்டு மன்னரைச் சந்திக்கச் சென்றாள்.

அனுமதி கிடைத்தது. கோபமாக இருப்பார் என்று நினைத்துக் கொண்டே போன எஸ்தரை, மன்னர் புன்னகையுடன் வரவேற்றார்.

எஸ்தர், ஹமானின் கொடூர திட்டங்களை மன்னன் முன் வைத்தாள். யூதர்கள் மேல் இரக்கம் காட்டுமாறும், அவர்களைப் பாதுகாக்குமாறும் கெஞ்சிக் கேட்டுக் கொண்டாள். மன்னர் வெகு சாதாரணமாக, ‘அதற்கென்ன, செய்து விட்டால் போயிற்று’ என்று சொல்லிவிட்டார்.

‘யூதர்கள், தங்களைத் தாக்கவோ, கொல்லவோ வருவோரை எதிர்த்துப் போராடலாம். கொல்லலாம்’ என்று ஒரு புதிய செய்தியை எல்லா இடங்களுக்கும் அனுப்பினார்.

போர் நடந்தது. யூதர்கள், தங்களைக் கொல்ல வந்த 70,000 பேரின் கதையை முடித்தனர். ஹமான், யூதர்களால் சுற்றி வளைக்கப் பட்டு, தூக்கிலிடப்பட்டான்.

மார்டிசாய், ஹமானுக்குப் பதிலாக பிரதம மந்திரியாக நியமிக்கப்பட்டார்.

யூதர்கள் தங்களுக்கு மறுவாழ்வளித்த பெண்ணாக எஸ்தரைக் கொண்டாடினர்.

இன்றும் கொண்டாடுகின்றனர். பியுரிம்மின் கதை இதுதான்.

‘சாம்பல் புதன்’ என்று கிறிஸ்துவர்கள் கொண்டாடுகிறார்களே, அதற்கு முந்தைய நாளை யூதர்கள், ‘fat tuesday’ அல்லது ‘shroved tuesday’ என்று குறிப்பிட்டுக் கொண்டாடுகிறார்கள். எஸ்தர் மூன்று நாள்கள் விரதமிருந்ததைக் குறிக்கும் விதமாக, யூதர்களும் விரதமிருப்பர்.

யூதர்களைப் பொறுத்தவரை, பியுரிம் வெற்றியைக் குறிப்பிடும் திருவிழா என்பதால், மிக மிக உற்சாகமாகக் கொண்டாடு கின்றனர். எஸ்தர் என்ற அழகான யூதப் பெண்ணை மையமாகக் கொண்ட கதை என்பதால், அழகுப் போட்டிகள் நடத்தும் வழக்கத்தையும் வைத்துள்ளனர்.

எஸ்தரின் கதையைக் கொண்டுள்ள நூலான 'மெகில்லா' (Megillah), தேவாலயங்களில் வாசிக்கப்படும். கடவுளின் பெயர் வராத யூதர்களின் நூல் இது மட்டும்தான். அந்தக் கதை வாசிப்பைக் கேட்பதற்காக யூதர்கள், வண்ண வண்ண உடைகள் அணிந்து வருவர். யூதக் குழந்தைகள், மன்னன் அசாஸ்வேரோஸ், எஸ்தர், வஸ்தி, மார்டிசாய், ஹமான் போன்ற புராதனக் கதாபாத்திரங் களின் வேடங்களை அணிந்திருப்பர்.

கதை வாசிக்கப்படும்போது, ஒவ்வொரு முறையும் வில்லன் ஹமானின் உச்சரிக்கப்படும்போது, இசைக்கருவிகளை முழங்கி யும், வேறு விதங்களில் சத்தங்களை எழுப்பியும் ஆரவாரம் செய்வர். ஹமானைத் தூக்கிலிடும் பகுதி வாசிக்கப்படும்போது, உற்சாகம் உச்சகட்ட ஆரவாரமாக வெளிப்படும்.

பியுரிம் விருந்து மிகப் பிரமாதமாகத் தயாரிக்கப்படும். பொதுவாக யூதர்கள் அன்று, ஏழைகளுக்கு உணவளிப்பர். நண்பர்கள், உறவினர்களுக்கு விருந்து கொடுப்பர். பரிசுகள் கொடுப்பர். இனிப்புகள், பிஸ்கெட்டுகள், ஒயின், முந்திரி, பழங்கள், பேகிள்ஸ் (Bagels என்றொரு எண்ணெய்ப் பதார்த்தம், பார்ப்பதற்கு 'பாதுஷா' போலிருக்கும்) போன்றவை அடங்கிய 'பியுரிம் கூடைகள்' அதிக அளவில் விற்பனை யாகும்.

அன்று அளவில்லாமல் மது வகைகள் பரிமாறப்படும். அன்று, மதி மயங்கும் அளவுக்குக் குடிக்கலாம் என்று யூதர்களின் வேதமான தோராவிலேயே கூறப்பட்டுள்ளது.

சுகாட் (Sukkot)

எகிப்திலிருந்து மோசஸ், யூதர்களை மீட்டு, 'ஆசீர்வதிக்கப்பட்ட நிலத்துக்கு' (இஸ்ரேலுக்கு) அழைத்துச் செல்லும் வழியில் பாலைவனப் பகுதிகளில் இரவுகளைக் கழிக்க வேண்டிய திருந்தது. அந்த இரவுகளில் யூதர்கள் அனுபவித்தத் துன்பங்களை எல்லாத் தலைமுறை யூதர்களும் உணர்ந்து கொள்வதற்காக சுகாட் கொண்டாடப்படுகிறது.

தீர்ப்பு நாள் (Yom Kippur) கொண்டாடி முடிக்கப்பட்ட நான்காவது நாள் சுகாட் ஆரம்பமாகிறது. அதாவது டிஸ்ரி மாதத்தின் 15-ம் நாளிலிருந்து 21-ம் நாள் வரை ஏழு நாள்கள் சுகாட் கொண் டாடப்படுகிறது. (இஸ்ரேலில் மட்டும் 22-ம் நாள் வரை.)

இந்த நாள்களில் யூதர்கள் தம் வீட்டுக்கு வெளியே கூடாரங்கள் அமைப்பர். வில்லோ மரக் கிளைகள், எலுமிச்சை மர இலைகள், பனை ஓலைகள், மைர்டில் (myrtle) மரக்கிளைகள் ஆகியவை கூடாரத்தின் மேற்பரப்பில் பரப்பப்படும். கூடாரத்தின் மேற்பரப்பு முழுமையாக மூடப்படாமல், வானம் தெரிவது போல் அமைக்கப்பட்டிருக்கும்.

அதாவது கடவுள் தம்மை எங்கும் எந்த நிலையிலும் பாதுகாப்பார் என்பதுதான் அதன் அர்த்தம்.

இந்நாள்களில், அடுக்குமாடிக் குடியிருப்புகளில் வாழும் யூதர்களால், சுகாட் கூடாரங்களை அமைக்க முடியாமல் போவதுண்டு. இருந்தாலும் பழைமைவாதி யூதர்கள், தோட்டத் திலோ, மொட்டைமாடியிலோ அல்லது பால்கனியிலோகூட சுகாட் கூடாரங்களை அமைத்துக் கொள்கின்றனர்.

ஏழு நாள்களும் இரவுகளில் அந்தக் கூடாரத்திலேயே தங்குவர். குளிர் நாடுகளில் அது இயலாது என்பதால், அந்த யூதர்கள் தங்கள் உணவை மட்டும் கூடாரங்களில் வைத்து உண்ணும் வழக்கம் இருக்கிறது.

சுகாட் கொண்டாட்டம், Feast of Tabernacles என்றும், Feast of Booths என்ற பெயர்களிலும் அழைக்கப்படுகிறது.

ட்டிஷ் ப'அவ் (Tish B'av)

யூதர்களின் காலண்டர்படி, அம்மாதத்தின் ஒன்பதாவது நாளின் இந்த ட்டிஷ் ப'அவ் நினைவு நாள் அனுசரிக்கப்படுகிறது, ஆங்கில காலண்டரின் படி ஜூலை அல்லது ஆகஸ்டில் வரும்.

ஜெருசலேம் நகர சாலமோன் தேவாலயம், பல நூற்றாண்டு களில், இந்த நாளில் பல்வேறு இன்னல்களுக்கு உள்ளாகி யிருக்கிறது.

கிமு 586-ல் நெபுசந்நேசர் (Nebuchadnezzar) என்ற பாபிலோனிய மன்னன், ஜெருசலேமைக் கைப்பற்றி சாலமோன் தேவால யத்தைச் சிதைத்தான். அப்போது ஒரு லட்சம் யூதர்கள் கொல்லப் பட்டதாகக் கூறப்படுகிறது.

கிபி 70-ல் ரோமானியர்கள் சாலமோன் தேவாலயத்தை அழித் தனர். அதுபோக இந்நாளில் முதல் உலகப் போரிலும் யூதர்கள்

கொடுமைகளை அனுபவித்திருக்கின்றனர். இரண்டாம் உலகப் போரிலும் யூதப் படுகொலைகள் நடந்திருக்கின்றன.

எனவே, யூதர்கள் இந்த நாளை துக்க நாளாக அனுசரிக்கின்றனர். இந்நாளில் விரதமிருந்து பிரார்த்தனைகள் செய்வர். இந்நாளில் முடியை மழித்தல், வாசனைத் திரவியங்கள் பூசுதல், தோல் உடைகளை அணிதல் போன்றவைக் கூடாது. பிரார்த்தனைகளின் போது யூதர்கள் புன்னகைப்பதோ, சத்தமாகச் சிரிப்பதோ கூடாது.

இந்நாளில் யூத தேவாலயங்களில் உள்ள அலங்காரங்கள் அகற்றப்படும். விளக்குகள் மங்கலாக எரிய விடப்படும். தோராவை வைத்திருக்கும் பலகை, கருப்புத் துணியால் சுற்றப்பட்டிருக்கும்.

ஜெருசலேம் நகர யூதர்கள், கருப்பு உடை அணிந்து கொண்டு, சாலமோன் தேவாலயத்தில் மிச்சமிருக்கும் அந்த ஒற்றைச் சுவரை (Wailing wall) நோக்கி நின்றுகொண்டு, கண்ணீர் சிந்தி பிரார்த்திப்பதை வழக்கமாக வைத்திருக்கின்றனர்.

ட்டு பிஷ்வாட் (Tu Bishvat)

யூதர்களின் புனித நூலான 'தால்மூத்'தில் (Talmud) கூறியுள்ளபடி, அவர்களுக்கு ஒரு வருடத்திலேயே நான்கு புதுவருட கொண்டாட்டங்கள் உண்டு.

பாஸ்ஓவர் பண்டிகை கொண்ட நிஸான் மாதம், யூதர்களுக்குத் தனி தேசம் கிடைத்ததைக் குறிக்கும் புதுவருடக் கொண்டாட்டம்.

இலுல் (Elul) மாதத்தில் தேவாலயங்களுக்கு நன்கொடைகள் கொடுக்கும் புது வருடக் கொண்டாட்டம்.

சேவாட் மாதத்தில் வரும் மரங்களின் புதுவருடத்தைக் குறிக்கும் கொண்டாட்டம்.

டிஸ்ரி மாதத்தில் வரும், கடவுளால் உலகம் படைக்கப்பட்டதைக் குறிக்கும் ரோஸ் ஹஸன்னா புது வருடக் கொண்டாட்டம்.

இதில் ட்டு பிஷ்வாட், ஷெவாட் (Shevat) மாதத்தின் பதினைந் தாவது நாள் மரங்களின் புதுவருடப் பிறப்பாக யூதர்களால் கொண்டாடப்படுகிறது.

கடவுள், யூதர்கள் வாழ, நல்ல நிலம், நல்ல நீர், அருவிகள், ஆறுகள், நல்ல கால நிலை, செழிப்பான பள்ளத்தாக்குகள், மலைகள் கொடுத்து உதவியதற்கு நன்றி தெரிவிக்கத்தான் இந்தப் பண்டிகை.

யூதர்கள் அந்நாளில் தோராவில் குறிப்பிடப்பட்டுள்ள, சில வகை தானியங்களை, உலர்ந்த பழங்களை அவசியம் உண்பர். அவற்றில் முக்கியமானவை கோதுமை, பார்லி, ஆலிவ், மாதுளை, ஃபிக், பேரீச்சை, திராட்சை, எட்ராக் (etrog). இன்றைய யூதர்கள் தாம் வாழும் பகுதிகளில் கிடைக்கும் தானியங்களையும் உலர்ந்த பழங்களையும் உண்பதை வழக்கமாக வைத்துள்ளனர்.

யூதர்கள், தாங்கள் வளர்க்கும் மரங்களிலிருந்து முதல் மூன்று வருடங்களுக்குப் பழங்களைப் பறித்து உண்ணக் கூடாது என்று தோராவில் குறிப்பிடப்பட்டுள்ளது. நான்காவது வருடத்தில் பழங்கள் அனைத்தையும் தேவாலயங்களுக்குக் கொடுத்துவிட வேண்டும். ஐந்தாவது வருடத்திலிருந்துதான் மரத்துக்குச் சொந்தக்காரர்கள் பழங்களை உண்ணலாம்.

மரங்களின் வயது, ட்டு பிஷ்வாட் நாளிலிருந்து கணக்கிடப் படுகிறது. நான்காவது ட்டு பிஷ்வாட்டில், பழங்கள் தேவாலயங் களுக்குக் காணிக்கையாகக் கொடுக்கப்படுகின்றன.

எனவே, அன்றைய தினம் பல யூதர்கள் மரம் நடுவதைத் தம் கடமையாக வைத்துள்ளனர். அதற்காக நன்கொடையும் வசூலிப்பர். இன்றைய நாள்களில் யூதப் பள்ளிகளில் மாணவர் கள் மரம் நடுவதை வழக்கமாக வைத்துள்ளனர்.

அன்றைய தினம் நண்பர்கள், உறவினர்களுக்குப் பழங்கள், ஒயினுடன் கூடிய விருந்து கொடுப்பர். அன்றைய விடுமுறை நாளில் வேலை எதுவும் செய்யக்கூடாது என்ற கட்டுப்பாடு கிடையாது.

யூதப் படுகொலை நினைவு நாள் (Yom Hashoah)

நாஜிப்படையினரால் படுகொலை (Holocaust) செய்யப்பட்ட ஆறு லட்சம் யூதர்களுக்கான நினைவு தினம் இது. நிஸான் (Nissan) மாதத்தின் 27-வது நாளில் இது அனுசரிக்கப்படுகிறது.

இது யூதர்களின் தேசிய தினம். இதற்கான சட்டம், 1959, இஸ்ரேலிய பிரதமர் டேவிட் பென் குரியனால் நிறைவேற்றப் பட்டது.

இந்நாளில் யூதர்கள் (பெரும்பாலும் பள்ளி மாணவர்கள்) கையில் மெழுகுவர்த்திகளோடு ஊர்வலம் செல்வார்கள். இரண்டாம் உலகப்போரில் உயிரோடு தப்பிப் பிழைத்த யூத வீரர்களின் கதைகள் வாசிக்கப்படும். இறப்புக்காகச் செய்யப்படும் மதப் பிரார்த்தனை (kaddish) செய்யப்படும்.

மேற்கு இஸ்ரேலில் அமைக்கப்பட்டுள்ள யூதர்களின் நினைவிட மான Yad Vashem சென்று, அஞ்சலி செலுத்துவர். அந்த நாளில் காலை பத்து மணியளவில் இஸ்ரேல் முழுவதும் சைரன் ஒலிக்கும். அதன்பின் எல்லா யூதர்களும் இரண்டு நிமிடங்கள் மௌன அஞ்சலி செலுத்துவர். அந்த நேரத்தில் ஒட்டுமொத்த இஸ்ரேலும் இயக்கமின்றி உறைந்து காணப்படும்.

சட்டப்படி, டி.வி., வானொலி நிகழ்ச்சிகள் அனைத்தும் நிறுத்தி வைக்கப்படும். மேலும் அன்றைய தினத்தில் பொழுதுபோக்கு நிகழ்ச்சிகள் எதுவும் இருக்காது. அஞ்சலி நிகழ்ச்சிகள் மட்டுமே ஒலி / ஒளிபரப்பு செய்யப்படும். அரசாங்கக் கட்டடங்களில் எல்லாம் இஸ்ரேல் நாட்டுக் கொடி அரைக் கம்பத்தில் பறக்க விடப்பட்டிருக்கும்.

இந்த நினைவு நாள் முடிந்து, சில நாள்களுக்குள் இஸ்ரேல் சுதந்தர தினம் (மே 14, 1948) கொண்டாடப்படுகிறது. அதாவது லியார் மாதத்தின் ஐந்தாவது நாள், அல்லது அதையொட்டிய செவ்வாய் / புதன் / வியாழனில் கொண்டாடப்படுகிறது. சபாத் தினம் என்பதால், வெள்ளிக்கிழமையில் இந்தக் கொண்டாட் டத்தைத் தவிர்ப்பர். எல்லா நாடுகளையும்போல, கொடி யேற்றம், அணிவகுப்பு, இத்யாதிகள் இஸ்ரேலிலும் உண்டு.

22. சமூகம் – சடங்குகள் – சம்பிரதாயங்கள்

புனிதக் குளியல் (Mikveh)

யூதர்கள் அவ்வப்போது இந்தப் புனிதக் குளியலை மேற்கொள்வர்.

இந்தக் குளியலுக்கான தொட்டி அல்லது சிறுகுளம் ஒவ்வொரு தேவாலயங்களிலும் இருக்கும். ஆண்களுக்கு தனி. பெண்களுக்குத் தனி. வேறு சில பொது இடங்களிலும், ஹெல்த் கிளப் சென்டர்களிலும் இருக்கும். தங்கள் வீடுகளிலேயே கூட கட்டி வைத்திருப்பர்.

இந்தத் தொட்டியில் இயற்கையான நீர் நிரப்பப்பட்டிருக்கும். சில பிரார்த்தனைகளைச் செய்துவிட்டு, அந்த நீரில் உச்சி முதல் பாதம் வரை முழுவதும் மூழ்கிக் குளிப்பதன் மூலம் தங்கள் உடல் பரிசுத்தமடைகிறது என்பது யூதர்களின் நம்பிக்கை.

பெண்கள் மாதவிலக்கு முடிந்து ஏழு நாள்கள் கழித்து, இந்தப் புனிதக் குளியலில் ஈடுபடுவர். அதற்குப் பிறகுதான் தங்கள் கணவர்களுடன் அவர்கள் கூட வேண்டும் என்பது யூத மதக் கட்டுப்பாடு.

பிரசவத்துக்குப் பின்னும், திருமணத்துக்கு முன்னும் பெண்கள் இதில் குளிப்பர். தொட்டியில் இறங்கும் முன் நகை, அலங்காரம், நகப்பூச்சு, உதட்டுப் பூச்சு எல்லாவற்றையும் எடுத்துவிட்டு கடவுள் கொடுத்த வெற்றுடம்புடன் குளிக்க வேண்டும் என்பது விதி.

ஆண்கள் திருமணத்துக்கு முன்பு இதில் குளிக்க வேண்டும் என்பது கட்டாயம்.

பொதுவாக யூதர்கள் சபாத் மேற்கொள்வதற்கு முன்பும், யூதப் பண்டிகைகளுக்கு முன்பும், தீர்ப்பு நாளுக்கு (yom kippur) முன்பும் இந்தக் குளியலை மேற்கொள்வர். துக்க வீட்டுக்குப் போய் வந்த பின் இதில் குளிப்பார்கள். தினமும் இதில் குளிக்கும் சில யூதர்களும் இருக்கிறார்கள்.

பழைமைவாத யூதர்கள், தாங்கள் புதிதாக வாங்கும் பாத்திரங் களை (வேறு இனத்தவர்கள் செய்ததாக இருக்கலாம்) இந்த நீரில் கழுவி புனிதப்படுத்திய பின்பே சமையலுக்கு உபயோகிப்பர்.

யூத மதத்துக்கு மாற விரும்பும் நபர், அந்தச் சடங்குகளுக்கு முன் புனிதமாகக் குளிப்பது கட்டாயம்.

இன்றைய நவீன யூதர்கள், காதலில் தோல்வியுற்றால், பாய் (கேர்ள்) ஃப்ரெண்ட் உறவு முறிந்தால்கூட இதில் தலை முழுகு வதை ஒரு பாரம்பரியமாகக் கொண்டு வந்திருக்கின்றனர்.

திருமணம்

'கணவன் என்ற உறவேயில்லாத பெண்ணின் வாழ்க்கை, மனைவி என்ற உறவே இல்லாத ஆணின் வாழ்க்கை - இரண்டுக் குமே அர்த்தம் இல்லை' - யூத மதம் கூறுவது இதைத்தான்.

வாழ்க்கைத் துணையை எப்படித் தேர்ந்தெடுப்பது, திருமணச் சடங்குகள் என்னென்ன, கணவன் - மனைவிக்கிடையேயான உறவு எப்படிப்பட்டதாக இருக்கவேண்டும் எல்லாமே தால்மூத்தில் கூறப்பட்டுள்ளது. எனவே, யூதர்களின் திருமணம் பலவித சடங்குகளால் நிரம்பியது. சொல்லப் போனால் மிகவும் ஆச்சாரமானது.

'திருமணங்கள் சொர்க்கத்தில் நிச்சயிக்கப்படுகின்றன' - இந்த நம்பிக்கை யூதர்களுக்கும் உண்டு. அதாவது ஒரு தாயின் கருவில்

ஆண் குழந்தை ஒன்று உருவாவதற்கு நாற்பது நாள்களுக்கு முன்பே, 'இந்த ஆண் மகனுக்குரிய இணை, இன்னாரின் மகள்' என்று வானத்திலிருந்து குரல் ஒலிக்குமாம். இது யூதர்களின் நம்பிக்கை. இதனை 'bashert' என்கிறார்கள். அதற்கு விதி என்று அர்த்தம். யூதர்களின் வரன் தேடும் விளம்பரங்களில் கூட 'Looking for my bashert' என்றுதான் தலைப்பிடப்பட்டிருக்கும்.

ஒரு மனிதனின் இரண்டாவது கல்யாணத்துக்கான துணையும் விதிப்படியே நிச்சயிக்கப்படுவதுதான் என்கிறது தால்மூத்.

கையில் ஒரு தோல் பை, அதனுள் நிரம்பியிருக்கும் மாப்பிள்ளை, பெண் ப்ரொஃபைல்களொடு அலையும் யூத கல்யாணத் தரகர்களும் உண்டு. யென்டா (Yenta) என்று அழைக்கப்படும் அவர்கள்தான் சென்ற நூற்றாண்டு வரை வரிந்து கட்டிக் கொண்டு அரேஞ்ட் மேரேஜ் செய்து வைத்துக்கொண்டிருந்தார்கள். இல்லையென்றால் பெற்றோர்களே வரன் பார்த்து, பக்கத்துத் தெரு பையன், பக்கத்து ஊர்ப் பெண், சொந்தக்காரர்கள் என்ற குறுகிய வட்டத்துக்குள்ளேயே திருமணங்கள் செய்து வைத்துக் கொண்டிருந்தார்கள். இவைபோக காதல் திருமணங்களும் நடந்துகொண்டிருந்தன.

ஆனால் இன்று ஆன்லைன் மேட்ரிமோனியல் தளங்கள் பெருகி விட்ட சூழலில், அதன் வழியே நடக்கும் திருமணங்கள் பெருகியிருக்கின்றன. நாடு விட்டு நாடு பெண் எடுக்கிறார்கள். ஆண் எடுக்கிறார்கள். லவ் செய்கிறார்கள். டேட்டிங் செல்கிறார்கள். பழைமைவாத யூதர்களே இதையெல்லாம் எதிர்ப்பதில்லை.

அடுத்து வரதட்சணை. பெண்கள் கொடுக்கவேண்டாம். ஆண்கள்தான் கொடுக்கவேண்டும். இதற்கு விலைகொடுத்து பெண்களை வாங்குவது என்று அர்த்தம் எடுத்துக் கொள்ளக் கூடாது. அதாவது ஓர் ஆண் குறிப்பிட்ட தொகை கொடுத்து பெண்ணை வாங்குகிறான் என்றால், அவளுடன் உள்ள ரீதியாக, உடல் ரீதியாக வாழ்க்கை ஒப்பந்தம் செய்துகொள்வதாக அர்த்தம்.

அந்தப் பெண், பணத்தை ஏற்றுக் கொள்வதன் மூலம், அந்த ஆணை வாழ்க்கைத் துணையாக ஏற்றுக் கொள்வதாக அர்த்தம்.

மணமகன், மணமகள் இருவரின் முழு சம்மதத்தின் பேரிலேயே திருமணம் நடக்கவேண்டும். பெற்றோர் கட்டாயப்படுத்தி திருமணம் செய்து வைக்கக்கூடாது என்கிறது யூத மதம்.

திருமணத்துக்கு முன், Tena'im என்ற நிச்சயதார்த்த நிகழ்ச்சி உண்டு (Shidduch என்றும் அழைக்கப்படுகிறது). இந்தச் சடங்கு ஷட்சன் (Shadchan) என்றழைக்கப்படும் மூன்றாவது மனிதரால், ஒரு ரபியின் முன்னிலையில் நடத்தப்படும். நிச்சயதார்த்த நிகழ்ச்சியின் முடிவில் ஒரு கண்ணாடித் தட்டோ அல்லது தம்ளரோ தரையில் போட்டு உடைக்கப்பட வேண்டுமென்பது சம்பிரதாயம். அதாவது சாலமோன் தேவாலயம் இடிக்கப் பட்ட துக்கத்தையும், பல நூற்றாண்டுகளாகப் பல விதங்களில் யூதர்கள் அனுபவித்த துன்பத்தையும் நினைவு கூர்ந்து வெளிப்படுத்தும் விதமாக, இந்த உடைப்புச் சம்பிரதாயம் கடைப்பிடிக்கப்படுகிறது.

திருமணத்துக்குப் பின், ஷட்சனுக்கு வரதட்சணைத் தொகை யில் ஒரு சிறு பகுதியையோ அல்லது இரு வீட்டாரும் சேர்ந்து ஒரு சிறுதொகையையோ தட்சணையாகக் கொடுக்க வேண்டும்.

எப்போது திருமணம்?

யூதர்கள் கண்டிப்பாக சபாத் தினத்தன்று திருமணம் வைக்க மாட்டார்கள். அது போக யூதப் பண்டிகை தினங்களன்றும் (பாஸ்ஓவர், ஷவோட்) வைத்துக்கொள்ளமாட்டார்கள். முக்கிய மாகச் சோகத்தைக் குறிக்கும் பண்டிகைகளான டிஸ்ப'அவ், சுகாட், யூதப்படுகொலை நினைவு நாள் போன்ற சமயங்களில் தவிப்பார்கள்.

பிரிட்டனில் யூதர்கள் பெரும்பாலும் ஞாயிற்றுக்கிழமைகளில் திருமணம் செய்துகொள்கிறார்கள். அமெரிக்காவில், சபாத் முடிந்த சனி இரவு வைத்துக் கொள்கிறார்கள்.

திருமணத்துக்கு ஒரு வாரம் முன்பு ஒரு சிறப்புச் சடங்கு உண்டு. அதாவது மணமகன் (மட்டும்) தேவாலயத்துக்குச் செல்ல வேண்டும். தோராவிலிருந்து சில பகுதிகள் வாசிக்கப்பட்டு, சிறப்புப் பிரார்த்தனைகள் செய்யப்படும். இந்தச் சடங்கின் பெயர் உஃப்ரஃப் (Ufruf). பிரார்த்தனைகள் முடிந்த உடன், அங்கிருப் போர், மணமகன் மேல் இனிப்புகளை, சாக்லெட்டுகளை சந்தோஷமாகத் தூக்கி எறிவர். சிலர் வேண்டுமென்றே, கொஞ்சம் அளவில் பெரிய, கடினமான இனிப்புகளையும் எறிவதுண்டு.

உஃப்ரஃபில் மது, மாமிச வகைகளோடு விருந்தளிக்கும் பழக்கத் தையும் சிலர் வைத்துள்ளனர்.

அதே நாளில் (அல்லது ஓரிரு நாள்கள் முன்போ, பின்போ) மணமகளுக்கும் ஒரு சடங்கு உண்டு. அது மிக்வே (Mikveh) என்றழைக்கப்படும் புனிதக் குளியல். அதாவது இந்தக் குளியலை மேற்கொள்வதன் மூலம், மணமகள் தன் உடலைப் பரிசுத்தப்படுத்திக் கொண்டு, திருமணத்துக்குத் தயாராவதாக அர்த்தம். இந்தக் குளியல் வீட்டிலோ அல்லது ஏதாவது ஹெல்த் கிளப்புகளிலோ நடத்தப்படுவதுண்டு.

குளியலின்போது, மணமகள் எந்தவித நகைகளையும் அணியக் கூடாது. உதட்டுச்சாயம், நகப்பூச்சு உள்பட எந்தவித அலங்காரங் கலும் உடலில் இருக்கக்கூடாது. குளியலின்போது சிறப்புப் பிரார்த்தனை ஒன்றைச் செய்ய வேண்டும். மணமகளுக்கு உதவுவதற்காக, சிலர் மட்டும் அங்கிருப்பர்.

திருமணத்துக்கு முந்தைய ஒரு வாரத்துக்கு, மணமகனும் மண மகளும் ஒருவரையொருவர் நேரடியாகப் பார்க்கக் கூடாது.

திருமணத்துக்கு முந்தைய நாள், மணமக்கள் இருவரும் விரதம் இருப்பது வழக்கம். இது Yom kippur என்ற தீர்ப்பு நாளன்று இருக்கும் விரதம் போன்றது. அதுவரை செய்த பாவங்கள் அனைத்தையும் துடைத்தெறிந்து விட்டதாகவும், எதுவுமே எழுதப்படாத புது சிலேட்போல ஆகிவிட்டதாகவும் அதற்கு அர்த்தம்.

திருமண நாளில்...

திருமணத்துக்கான உடை என்று குறிப்பிடும்படி எதுவும் கிடை யாது. பொதுவாக மணமகன், கோட், சூட்டுடன், கருப்பு நிற கழுத்து டை அணிவதுண்டு. மணமகள், வெள்ளை நிற முழு நீள கவுன் அணிவதுண்டு.

திருமணத்தில் இந்த வகை இசைக் கருவிகள்தான் ஒலிக்க வேண்டும் என்ற விதிமுறைகள் எதுவும் கிடையாது. யூதர்களின் பாரம்பரிய இசை ஒலிக்கும் அல்லது இசையே இருக்காது.

திருமணம் தேவாலயத்தில்தான் நடக்கவேண்டும் என்ற விதிமுறையெல்லாம் கிடையாது. ஏதாவது வீட்டில், ஹாலில்,

ஹோட்டல்களில், தோட்டத்தில்கூட நடத்தப்படுவதுண்டு. திருமணத்தை நடத்தி வைக்க ரபி இருந்தால் போதும். அல்லது திருமணச் சடங்குகளை சற்றும் பிசகாமல் நடத்தி வைக்கத் தெரிந்த ஒரு நபர் இருந்தால் போதும். அந்த நபர் திருமணத்தை நடத்தி வைக்க ரபியின் அனுமதியைப் பெறவேண்டும்.

முதலில் கெட்டுபா (Ketubah) என்ற திருமண ஒப்பந்தம் வாசிக்கப் படும். அது யூத மதம் கூறும் திருமணச் சட்டங்கள் அடங்கியது. கி. பி. 425-க்கு முன் இருந்த சன்ஹெட்ரின் (Sanhedrin) என்ற பழங்கால ஜெருசலேத்தின் நீதிமன்றத்தால் இயற்றப்பட்ட திருமணச் சட்டங்கள் அவை.

'என் காலம் வரை உன்னை வைத்துக் காப்பாற்றுவேன். நமக்குப் பிறந்தும் குழந்தைகளைக் காப்பாற்றுவேன். விவாகரத்து செய்ய வேண்டுமென்றால் அதையும் உன் சம்மதத்தோடுதான் செய் வேன்' என்று மணமகன், மணமகளுக்குக் கொடுக்கும் வாழ்க்கை உறுதி மொழிகள் அவை.

நான்கு பேர் சாட்சியாக, அந்தத் திருமண ஒப்பந்தத்தை ஏற்றுக் கொள்ளும் அதிகாரி முன்னிலையில், மணமக்கள் இருவரும் அதில் கையெழுத்திட வேண்டும். அந்தத் திருமண ஒப்பந்தத்தை மணமகன், மணமகளிடம் கொடுக்கவேண்டும்.

அதற்குப் பின், மணமகன், மணமகளின் தலையில், வலைப் பின்னல்களாலான ஒரு மெலிதான (முகத்தின் முன்பக்கம் விழும்) துணி ஒன்றை அணிவிக்க வேண்டும். இந்தச் சடங்குக்குப் பெயர் பெடிகின் (bedekin). பழைய கதைகளின்படி பார்த்தால், ஆபிரஹாமின் மகன் ஈஸாக், ரெபேக்காவைத் திருமணம் செய்யும் போது, இப்படி ஒரு துணியை அணிவித்தான். அந்தச் சம்பிரதாயம் தான் இது. 'நான் என் மனைவியைப் பாதுகாப்பேன்' என்று அதற்கு அர்த்தம்.

இந்தத் திருமணச் சடங்குகள் அனைத்தும் பெட்ரோதல் (betrothal) அல்லது கிட்டஸின் (Kiddushin) என்ற பெயரில் அழைக்கப் படுகின்றன.

அடுத்து, புது வீட்டுக்குச் செல்லும் சடங்கு. புது வீடு மாதிரி என்று வைத்துக் கொள்ளலாம். அது ஒரு ஜம்போ சைஸ் குடை போலிருக்கும். அல்லது ஒரு பெரிய பட்டுத் துணியை நான்கு

கம்புகள் வைத்து பந்தல்போல் கட்டியிருப்பார்கள். மணமக்கள் அதன்கீழ் நிற்கவேண்டும். அதை சுப்பா (chuppah) என்பர். அதாவது மணமக்களுக்காக இந்தப் பூமியில் புதிதாக உருவாக்கப் பட்ட வீடு அது என்ற சம்பிரதாயம்.

மணமக்களை மணமேடைக்கு (சுப்பா என்ற புது வீட்டுக்கு) பெண்ணின் சகோதரனும் மாப்பிள்ளையின் சகோதரியும் அழைத்துச் செல்லவேண்டும் என்பது போன்ற விதிமுறைகள் எல்லாம் கிடையாது. பொதுவாக மணமகன் கையை மணமகள் பற்றியிருக்க, மணமகளின் கையை அவரது தந்தை (அல்லது தாய்-தந்தை இருவரும்) பற்றிக்கொண்டு, சுப்பாவுக்கு அழைத்துச் செல்வர்.

சுப்பாவுக்குள் நுழையும் கடைசி நபர் மணமகளாகத்தான் இருக்க வேண்டும். அதற்கு முன் மணமகள், மணமகனைப் பலமுறை சுற்றி வரவேண்டும். ஏழு முறை என்பது பழைமைவாத யூதர்களின் கணக்கு.

அடுத்தது மோதிரம் மாற்றும் சடங்கு. சுப்பாவுக்குள் வைத்து, இது நடக்கும். மோதிரம், மணமகன் செலவில் வாங்கியதாக இருக்க வேண்டும் அல்லது குடும்பத்தில் உள்ள முக்கிய நபர் யாராவது வாங்கிக் கொடுத்ததாக இருக்கவேண்டும். கடன் வாங்கியதாக இருக்கக் கூடாது. மோதிரம், டிசைன்கள் ஏது மின்றி, கற்கள் ஏதும் பதிக்கப்படாமல் சாதாரணமாக இருக்க வேண்டும்.

மணமகன், மணமகளின் கையில் மோதிரத்தை அணிவார். அதற்குப் பின் சொல்ல வேண்டிய உறுதிமொழி இதுதான்.

'இஸ்ரேல் நாட்டின் மோசஸ் அளித்த சட்டங்களின்படி இந்த மோதிரத்தை அணிவதன் மூலம் நீ என்னுடன் இணைக்கப் படுகிறாய்.' (Behold you are consecrated to me with this ring according to the laws of Moses and Israel.)

மோதிரம் அணிவிக்கப்பட்ட தன் கையை மணமகள் மூடி வைத்துக் கொள்வார். அதாவது அந்த உறவை ஏற்றுக் கொண்ட தாக அர்த்தம். அதன் பின் மணமகனுக்கு மோதிரம் அணிவிப்பார்.

பழங்காலத்தில் மணமகன் மட்டுமே மணமகளுக்கு மோதிரம் அணிவிப்பார். தற்போது மாறிவிட்டது.

அதேபோல, முன் காலத்திலெல்லாம் பெட்ரோதல் என்பது தனிச் சடங்காக நடத்தப்பட்டது. அதில் சுப்பா எனும் புதுவீடு புகும் சடங்கு இருக்காது. பெட்ரோதல் முடிந்ததுமே, சட்டப் படி, இருவரும் தம்பதிகளாகின்றனர். அதற்குப் பின் மணமகன் நிஜத்திலேயே ஒரு புது வீட்டை உருவாக்கி, அதன்பின் தன் மனைவியை அங்கு அழைத்துச் செல்லவேண்டும் என்பதுதான் சுப்பாவாக இருந்தது. சுப்பா நிகழ்ந்த பின்னரே மணமக்கள் எக்காரணத்தைக் கொண்டும் பிரியக் கூடாது, விவாகரத்து செய்ய முடியாது போன்றவை செல்லுபடியாகும்.

ஆனால் ஒரு புது வீட்டை உருவாக்க, அதிக காலம் பிடிக்கும் என்பதால், பல தம்பதிகளின் உறவு அதற்குள் முறிந்து போனது. அதன்பின்னரே, பெட்ரோதலுடன், சம்பிரதாயத்துக்கு சுப்பாவை யும் சேர்த்து ஒரே நாளில் நடத்தும் முறை கொண்டு வரப்பட்டது.

மோதிரம் மாற்றிக் கொண்ட பிறகு, ரபி மணமக்களுக்கு தன் ஆசீர்வாதங்களை பிரார்த்தனைகள் மூலம் சொல்வார். மின்யான் என்று சொல்லப்படும் பத்து யூத இளைஞர்கள் நின்று பாடல்கள் பாட, மணமக்களுக்கு sheva brakhos எனப்படும் ஏழு ஆசீர்வாதங் கள் வழங்கப்படும்.

கடவுள் ஆறு நாள்களில் உலகைப் படைத்து, ஏழாவது நாள் ஓய்வெடுத்து, ஒரு வாரத்தை உருவாக்கினார் என்பதால், ஏழு என்ற எண் சடங்குகளில் பலவிதமாகப் பயன்படுத்தப்படுகிறது.

Cantor என்றழைக்கப்படும் பாடகர், சென்ற நூற்றாண்டுகளில் யூத மக்கள் பட்ட கஷ்டங்களை நினைவுகூர்ந்து சோகத்துடன் பாடுவார். திருமணமே ஆனாலும் அங்கும் அந்த சோக நினைவு களைக் கொண்டுவருவதை யூதர்கள் ஒரு சடங்காக வைத்துள்ளனர்.

அதன்பின் மணமக்கள் இருவரும் ஒயின் அருந்துவர். ஏழு கிளாஸ் ஒயின் என்றொரு கணக்கு உண்டு.

மணமகன் அந்த ஒயின் கிளாஸைத் தரையில் வைத்து, தன் வலது காலால் தள்ளிவிட்டு உடைப்பார். சாலமோன் தேவாலயம் இடிக்கப்பட்டதை நினைவுகூர்வதற்கு இந்தச் சடங்கு. உடைக் கும் நிகழ்ச்சியோடு திருமணச் சடங்குகள் நிறைவுபெறுவதாக அர்த்தம்.

அதன்பின் மணமக்கள் மட்டும் சில நிமிடங்கள் தனியாக ஓர் அறையில் தனியாக விடப்படுவர். அதாவது புது வீட்டில் சென்று குடியேறிய சம்பிரதாயத்துக்காக இந்த நிகழ்ச்சி.

அடுத்ததாகப் புகைப்படங்கள் எடுப்பார்கள்.

அதைத் தொடர்ந்து ரிசப்ஷன் அதாவது கல்யாண விருந்து நடத்தப்படும். அதில் எல்லோரும் ஜோடியாக ஆடுவார்கள். விருந்தினர்களுக்கு மரியாதை செய்யும் வகையில் மணமக்கள் மட்டும் தனித்தனியாக ஆடுவார்கள்.

பட்ஜெட்டைப் பொறுத்து, விருந்தில் இருக்கும் அயிட்டங்களும், விருந்தினர்களின் எண்ணிக்கையும் இருக்கும். கோஷர் (kosher) எனப்படும் யூத டயட் விதிகளுக்குட்பட்ட விருந்தும் இருக்கலாம். மீன் / கோழி / ஆட்டுக்குட்டி என்ற உயர்தர விருந்தும் இருக்கலாம். ஆனால் விருந்துக்கு முன், ஏழு விருந்தாளிகளுக்கு ‘சல்லா’ (challah) என்ற பாரம்பரிய ரொட்டி பரிமாறப்படும்.

விருந்தோடு, கல்யாணக் கொண்டாட்டங்கள் நிறைவு பெறுகின்றன. மறுவீடு, கட்டுச் சோறு எல்லாம் யூதர்களுக்குக் கிடையாது.

அடுத்தது என்ன?

தேனிலவுதான்!

யூத திருமணச் சட்டங்கள் முற்றிலும் பெண்களுக்கு ஆதரவானவை.

ஒருவனுக்கு ஒருத்தி என்பதைத்தான் யூத மதச் சட்டங்களும் அனுமதிக்கின்றன, தற்போதைய இஸ்ரேல் சட்டங்களும் கூறுகின்றன.

மனைவியே ஆனாலும், விருப்பம் இல்லாவிட்டால், கணவன் வற்புறுத்தி உடல் உறவு கொள்ளக் கூடாது என்கின்றன யூதச் சட்டங்கள்.

மனைவியின் சொத்துகளை கணவன் நிர்வகிக்கலாம், அனுபவிக்கலாம். ஆனால் சொத்தின் மீதான உரிமை மனைவியையே சாரும்.

பெண்ணின் திருமண வயது பன்னிரண்டு, ஆணுக்கு பதிமூன்று என்கின்றன யூத மதச் சட்டங்கள். பதினெட்டு (அல்லது பதினாறிலிருந்து இருபத்து நான்கு வரை) என்கிறது தால்மூத்.

ஓர் ஆண் யாரையெல்லாம் திருமணம் செய்யக் கூடாது என்று கட்டுப்பாடுகள் இருக்கின்றன. ரத்த உறவு சம்பந்தப்பட்ட பெண்கள், முன்னாள் மனைவி, முன்னாள் மனைவியின் மகள் (அல்லது பேத்தி), கணவனிடமிருந்து முறையாக விவாகரத்துப் பெறாத பெண், சகோதரி, முன்னாள் மனைவியின் சகோதரி, முன்னாள் மனைவியின் சகோதரி மகள்... இப்படி ஒரு நீண்டு கொண்டே போகும் பட்டியல் அது. பெண்களுக்கும் இப்படி ஒரு தடைப் பட்டியல் உண்டு.

இஸ்ரேலில் மட்டும் இன்றளவிலும் திருமணங்கள் முற்றிலும் மதச் சட்டங்களுக்கு உள்பட்டு நடத்தப்படுகின்றன. மாறாக அமெரிக்காவிலும் ஐரோப்பிய நாடுகள் சிலவற்றிலும் கலப்புத் திருமணம் செய்துகொள்ளும் யூதர்களின் எண்ணிக்கை ராக்கெட் வேகத்தில் அதிகரித்துக் கொண்டே செல்கிறது.

விவாகரத்து

பழங்காலத்தில் திருமண ஒப்பந்தத்தில் (Ketubah) விவாகரத்து செய்ய முடியாதபடிதான் விதிமுறைகள் இருந்தன. காலப் போக்கில் அதில் சில தளர்வுகளைக் கொண்டு வந்து, தேவைப்படும் பட்சத்தில் விவாகரத்து செய்ய வழிவகுத் துள்ளனர்.

முன்பெல்லாம் கணவன் நினைத்தால் மனைவியின் சம்மத மில்லாமலேயே விவாகரத்து செய்துவிடலாம் என்கிற நிலை தான் இருந்தது. அதன்பின், மனைவியின் சம்மதமில்லாமல் விவாகரத்து செய்ய முடியாது என்று விதிமுறைகள் மாற்றி அமைக்கப்பட்டுள்ளன.

மனைவியின் மீது தவறிருக்கும் பட்சத்தில் (உடல் ரீதியில், மன ரீதியில், முறையற்ற உறவு) கணவனுக்கு, அவரது சம்மத மின்றியே விவாகரத்து கிடைப்பதற்கான வாய்ப்புகளும் உள்ளன.

திடீரென கணவன் காணாமல் போய்விட்டால், திரும்பி வரவே இல்லையென்றால் என்ன செய்வது? மனைவி இன்னொரு திருமணம் செய்துகொள்ளக்கூடாது. வாழாவெட்டியாகவே

இருக்க வேண்டும் என்றுதான் சட்டங்கள் இருந்தன. அதன்பின், கணவன் காணாமல் போன பட்சத்தில் மனைவி மறுமணம் செய்துகொள்ளலாம் என்று விதிகள் சட்டங்கள் கொண்டு வரப்பட்டன.

காணாமல் போன கணவன், மனைவி மறுமணம் செய்துகொண்ட பின் வந்து நின்றால்? வேறென்ன, சட்ட ரீதியாகப் பிரச்னை களைச் சந்திக்க வேண்டியதுதான்.

பிரிட் மிலா (Brit milah)

'உங்களுள் ஒவ்வொரு ஆணும் விருத்தசேதனம் செய்துகொள்ள வேண்டும்' என்று கடவுள் ஆபிரஹாமோடு செய்துகொண்ட உடன்படிக்கை.

3000 வருடங்களாக யூதர்களால் கடைப்பிடிக்கப்பட்டு வரும் மதச் சடங்கு. இப்போது ஒவ்வொரு வருடமும் கிட்டத்தட்ட ஒரு லட்சம் யூதக் குழந்தைகளுக்கு சுன்னத் செய்யப்படுகிறது. இந்தச் சடங்குக்கு இடப்பட்டுள்ள ஹீப்ரு மொழிப் பெயர் பிரிட் மிலா (Brit milah).

குழந்தை பிறந்த எட்டாவது நாளில் அல்லது எட்டாவது நாளுக்குப் பின் வரும் சபாத் நாளில் அல்லது வேறெதாவதொரு புனித நாளில், தேவாலயத்தில் வைத்து, இந்தச் சடங்கு நிறைவேற்றப்படுகிறது. இந்தச் சடங்கோடு சேர்த்து குழந் தைக்கு ஹீப்ரு மொழியில் பெயரும் சூட்டப்படுகிறது.

சடங்கை நிறைவேற்றுபவர் மொஹெல் (mohel) என்றழைக்கப் படுகிறார். மொஹெலாக ஒருவர் தகுதி பெற வேண்டுமென் றால், அவர் யூதப் பழைமைவாதியாக (Orthodox jew) இருக்க வேண்டும். இந்தச் சடங்குகளை நிறைவேற்றுவது சம்பந்தமான அறுவை சிகிச்சையும், மதப் பாடங்களையும் படித்திருக்க வேண்டும். இந்த கோர்ஸ் படிக்க, பிரிட்டனில், The Initiation Society of Great Britain and the London Beth Din என்ற அமைப்பு இயங்கி வருகிறது.

சுன்னத் செய்யும்போது, குழந்தையை அப்பா பிடித்துக் கொள்ள வேண்டும் அல்லது வேறு யாராவது மிக நெருங்கிய உறவினர் ஒருவர் பிடித்துக் கொள்ளவேண்டும். வேறு யாரும் உடன் இருக்கக் கூடாது. வெகு சில காரணங்களுக்காக மட்டும், அம்மாவோ, பிற உறவினர்களோ அனுமதிக்கப்படுவர்.

குழந்தையின் உடல்நிலை சரியில்லாத பட்சத்தில், இந்தச் சடங்கைத் தள்ளிப் போடலாம். ஆனால் ஆபிரஹாமுக்குக் கடவுள் அளித்த கட்டளைப்படி, சுன்னத் செய்துகொள்ளாத ஆண்கள் கடவுளுடனான ஒப்பந்தத்தை மீறுவதாக அர்த்தம். அவர்கள் யூத இனத்திலிருந்தே விலக்கி வைக்கப்படு கிறார்கள்.

நாகரிகம் ஏராளமாக வளர்ந்துவிட்ட இந்தக் காலகட்டத்தில், எல்லா யூதர்களும் சுன்னத் செய்துகொள்வதில்லை.

'இந்தச் சடங்கைச் செய்வது குழந்தைகளுக்குத் தேவையில் லாத வலியை, கண்ணீரைக் கொடுக்கிறது. அதுவும் எட்டே நாள்களில் இப்படி ஒரு சடங்கைச் செய்வது, கொடுமை. அந்தக் காயம் ஆற குறைந்தபட்சம் ஐந்து நாள்களாவது ஆகும். மருத்துவ ரீதியாகவும் இது ஒன்றும் பாதுகாப்பனதல்ல. சமயங்களில் ஆபத்தை விளைவிக்கக் கூடியது' என்று குழந்தை களுக்கு சுன்னத் செய்ய மறுக்கும் யூதர்களும் அதிகரித்துக் கொண்டு வருகிறார்கள்.

'சுன்னத் செய்யாமலிருப்பது, கடவுளுடனான உடன்படிக்கை மீறல். அந்தக் குழந்தை யூதரல்ல என்பதையெல்லாம் ஏற்றுக் கொள்ள முடியாது. ஏனெனில், ஒரு யூதத் தாய்க்கு பிறக்கும் எந்த ஒரு குழந்தையும் யூதன்தான் என்று தோராவே கூறுகிறது' என்பதே இந்தச் சடங்கை நிராகரிக்கும் யூதர்கள் முன் வைக்கும் வாதம்.

இந்த வகை யூதர்கள் சுன்னத்தைத் தவிர்த்து, குழந்தைகளுக்கு தேவாலயங்களில் சென்று பெயர் மட்டும் வைக்கிறார்கள். இந்தச் சடங்கு பிரிஸ் சலோம் (bris shalom) என்றழைக்கப் படுகிறது. பெண் குழந்தைகளுக்கும் இந்தச் சடங்கைச் செய்கி றார்கள். குழந்தைகளுக்குப் பெயர் சூட்டும் வரை அதை ரகசிய மாக வைத்துக் கொள்வது யூதர்களின் வழக்கம்.

சொல்லப்போனால், வரலாறைத் திரும்பிப் பார்க்கும்போது, பல்வேறு நெருக்கடி சமயங்களில் யூதர்கள், இந்தச் சடங்கையெல் லாம் மறந்தே போயிருந்தார்கள். பல யூதர்கள் இம்மாதிரியான மதச் சடங்குகள் பற்றிய முறையான அறிவின்றியே வாழ்ந்திருக் கிறார்கள் என்பதே உண்மை.

இருந்தாலும் பழைமைவாத யூதர்கள் விடுவதாக இல்லை. 'பழத்துக்கு வெளியே உள்ள தோலானது ஒரு கட்டத்துக்கு மேல்

தேவையாக இருப்பதில்லை. அப்படித்தான் நம் உடலிலும் தேவையில்லாமல் இருக்கும் தோல் அது. அதை அகற்றுவது தான் கடவுளுக்குச் செலுத்தும் நன்றி. கடவுளோடு செய்து கொள்ளும் உடன்படிக்கையின் அடையாளம்.' இந்தச் சடங்கு தொடர்பான வாதம் இப்படித் தொடர்ந்து கொண்டேதான் இருக்கிறது.

கருக்கலைப்பு

'எவன் ஒருவன் ஓர் உயிரை அழிக்கிறானோ, அவன் ஒட்டு மொத்த உலகையே அழிக்கிறான். எவன் ஒருவன் ஓர் உயிரைப் பாதுகாக்கிறானோ, அவன் ஒட்டுமொத்த உலகையே பாது காக்கிறான்.'

இது யூத மதம் கூறும் கருத்து.

யூத மதம் கருக்கலைப்புக்கு முற்றிலும் எதிரானதல்ல. ஆனால் சாதாரண காரணங்களுக்காகவோ, வற்புறுத்தியோ கருக் கலைப்புச் செய்ய முடியாது.

மிக மிக மிக நியாயமான காரணங்கள் இருந்தால் மட்டுமே கருக்கலைப்புச் செய்வதற்கு, யூத மதம் அனுமதிக்கிறது.

கருக்கலைப்புச் செய்ய விரும்புவோர், முதலில் ரபியுடன் ஆலோசனை செய்ய வேண்டும். கருவைக் கலைக்கா விட்டால், தாயின் உயிருக்கு ஆபத்து நேரும் எனில், உடனே அனுமதி கிடைத்து விடும். பிறக்கப் போகும் குழந்தையின் உயிரைவிட, தாயின் உயிரே முக்கியமானது என்பதே யூத மதக் கொள்கை.

முதல் நாற்பது நாள்களுக்குள் கரு, கலைப்பதை யூத மதம் அனுமதிக்கிறது.

யூத மத சட்டங்களைப் பொறுத்தவரை, சாதாரண (நியாயமற்ற) காரணங்களுக்காகக் கருக்கலைப்புச் செய்வதென்பது,

- கடவுள் படைப்புக்கு எதிராகச் செய்யப்படும் செயல்.
- உலகில் இனப்பெருக்கம் செய்யச் சொன்ன, கடவுளின் விருப்பத்துக்கு எதிரான செயல்.
- ஓர் உயிருக்கு எதிராகச் செய்யப்படும் பாவச் செயல்.
- மன்னிக்கவே முடியாத துரோகம்.

எந்தெந்த காரணங்களுக்காகக் கருக்கலைப்பு அனுமதிக்கப் படுகிறது?

- வயிற்றில் வளரும் கரு, தாயின் உயிருக்கே ஆபத்து விளைவிக்கும் என்றால் கருக்கலைப்புச் அனுமதிக்கப் படுகிறது. ஆனால், அந்த ஆபத்து எவ்வளவு சீக்கிரம் உணரப்படுகிறது என்பது முக்கியமானது. தாமதமாகக் கண்டறியப்பட்டால், கருக்கலைப்பு செய்ய முடியாது. கருவின் தலை உருவாகும் நிலை வரை கருக்கலைப்பு செய்யலாம். தலை உருவாகிவிட்ட பட்சத்தில், கருக்கலைப்புச் செய்வதென்பது, கொலை செய்வதற்குச் சமமாகிவிடும்.
- கருவுற்றிருக்கும் தாய், மனநிலை பாதிக்கப்பட்டவராக இருந்தால், கருக்கலைப்பு அனுமதிக்கப்படுகிறது.
- பலாத்காரம் மூலம் கரு உருவாகியிருந்தால், அந்தப் பெண் அந்தக் கருவைச் சுமப்பதால் மனநிலை பாதிக்கப்படலாம் அல்லது தற்கொலை முடிவெடுக் கலாம் என்ற நிலையில், கருக்கலைப்பு அனுமதிக்கப் படுகிறது.

கரு என்பது தாயின் உடலில் ஒரு பாகமாகவே கருதப்படுகிறது. தனி உயிராக அல்ல. எக்ஸோடஸ் நூல் கூறுவது இதைத்தான்.

கருத்தடை

'திருமணம் செய்துகொள்ளுங்கள். உல்லாசமாக இருங்கள். இனத்தைப் பெருக்குங்கள்' - இதுதான் கடவுள் யூதர்களுக்கு இட்ட கட்டளை.

'எக்காரணம் கொண்டும் ஆணின் உயிரணுக்கள் வீணாக்கப்படக் கூடாது' - இதையும் யூத மதம்தான் கூறுகிறது.

இப்படிப்பட்ட யூதமதம் உலக மக்கள் தொகை பெருகிவரும் இந்நாள்களில் கருத்தடை முறைகளுக்கு சம்மதம் தெரி விக்கிறதா?

தெரிவிக்கிறது. அதுவும் பழைமைவாத யூதர்களே கருத் தடையை அனுமதிக்கின்றனர்.

- கர்ப்பம் தரிப்பது, குழந்தை பெற்றுக் கொள்வது அந்தப் பெண்ணின் உயிரைப் பறிக்குமெனில்.

- சிறு குடும்பம், சீரான வாழ்வு என்ற நல்ல நோக்கில்.
- ஒரு குழந்தைக்கும் இன்னொரு குழந்தைக்கும் இடையில் போதிய இடைவெளி தேவைப்படும் பட்சத்தில்.

மேலுள்ள காரணங்களுக்காக, கருத்தடை முறைகளை உபயோகிக்கலாம். ஆனால், புதிதாகத் திருமணம் ஆன யூதர்கள், குழந்தை பிறப்பைத் தள்ளிப் போடுவதற்காகக் கருத்தடை முறைகளை உபயோகிக்கக் கூடாது என்ற முக்கியமான விதிமுறையையும் பழைமைவாத யூதர்கள் வைத்துள்ளனர்.

நவீன நாகரிக யூதர்கள் எல்லாவித கருத்தடைச் சாதனங்களையும் உபயோகிக்கின்றனர். ஆனால் பழைமைவாத யூதர்கள், பெண்களையே கருத்தடைச் சாதனங்களை, மாத்திரைகளை உபயோகிக்கச் செய்கின்றனர். ஏனெனில் ஆணின் உயிரணுக்கள் எக்காரணம் கொண்டும் வீணாக்கப்படக் கூடாது என்பதில் அவர்கள் இன்றளவிலும் உறுதியாகவே இருக்கிறார்கள்.

எனவே, அவர்கள் ஆணுறைகளைத் தொடுவதில்லை.

கருணைக் கொலை

யூத மதம் கருணைக் கொலைகளை அனுமதிப்பதில்லை. 'அது கொலைக்குச் சமமானது' என்றே கூறுகிறது.

'ஒருவர் தன் கடைசி மூச்சு வரை தானே போராடித்தான் இறக்க வேண்டும். கடைசி நொடியிலும் கடவுளை நினைத்து, இந்த வாழ்க்கைக்கு நன்றி சொல்லிவிட்டு இறக்கவேண்டும்' - இதுதான் யூத மதக் கொள்கை.

ஒருவர் எவ்வளவுதான் மரண வலியில் அவஸ்தைப்பட்டுக் கொண்டிருந்தாலும் உடலின் பாகங்கள் அனைத்தும் முற்றிலும் செயலிழந்த நிலையில் நீண்ட நாள்களாக மரணப்படுக்கையில் கிடந்தாலும் இனி பிழைக்கவே வாய்ப்பில்லை என்றிருந்தாலும் கருணைக் கொலை செய்வது கூடாது. ஒருவரை வலியில் இருந்து காப்பாற்றுவதாகச் சொல்லிக்கொண்டு கொலை செய்தல் ஆகாது.

கடவுள் படைத்த உயிரைப் பறிக்கும் உரிமை இன்னொரு மனிதனுக்குக் கிடையாது.

ஒவ்வொருவரின் வாழ்க்கையும் விலை மதிப்பற்றது. அது குறுகிய காலமாக இருந்தாலும் சரி, மிக மோசமானதாக

இருந்தாலும் சரி, பாதியிலேயே அதைப் பறிக்கும் உரிமை யாருக்கும் கிடையாது.

இறக்கும் நிலையில் இருக்கும் ஒருவரின் இமைகளை மூடக் கூடாது.

வலியால் மரண அவஸ்தையில் இருக்கும் ஒருவரது உயிரைப் பறிக்கும் உரிமை மருத்துவருக்கு இல்லை. அவரது வலியைக் குறைப்பதற்காகச் சிகிச்சையோ, மாத்திரைகளோ கொடுக்கும் உரிமை மட்டுமே மருத்துவருக்கு உண்டு.

இவையெல்லாம் யூத மதக் கட்டுப்பாடுகள்.

சில விதிமுறைத் தளர்வுகள் இருக்கின்றன. ஒருவர் இறக்கும் சூழ்நிலையில்தான் இருக்கிறார், பிழைப்பதற்குத் துளிகூட வாய்ப்பில்லை, உயிர் காக்கும் சாதனங்களால்தான் அவரது சுவாசம் நீடித்துக்கொண்டிருக்கிறது என்கிற பட்சத்தில் மருத்துவர்கள் அந்தச் சாதனங்களை நீக்கி, அவர் சுதந்தரமாக, இயற்கையாக உயிரிழக்க வழி செய்துகொடுக்கலாம்.

அந்த நபர், வலியிலிருந்து விடுபட்டு நல்லபடியாக இறக்க வேண்டும் என்று கடவுளிடம் பிரார்த்திக்கலாம்.

தற்கொலை

தன் உயிரைத் தானே பறித்துக் கொள்ளும் உரிமை எந்த மனித னுக்கும் கிடையாது. அதிக வலியால் அவஸ்தைப்பட்டாலும், வாழவே இயலாதபடியான பிரச்னைகள் அழுத்தினாலும் தற்கொலை செய்துகொள்வதை யூதமதம் கடவுளுக்கெதிரான செயல் என்கிறது.

மரண தண்டனை

'பழிக்குப் பழி. கண்ணுக்குக் கண். ரத்தத்துக்கு ரத்தம்...'

பழைய ஏற்பாடே இப்படித்தான் கூறுகிறது. எனவே, யூதமதம் மரண தண்டனையை ஆதரிக்கும் என்று நினைத்தால் அது தவறு.

இஸ்ரேல் என்ற நாடு உருவாகிய பின்பு இத்தனை ஆண்டுகளில் ஒரே ஒரு நபருக்குத்தான் மரண தண்டனை நிறைவேற்றப் பட்டுள்ளது.

1954-ல் அது நடந்தது. அந்த நபர், நாஜிப் படையைச் சேர்ந்த அடால்ஃப் இய்ச்மேன் (Adolf Eichman). யூதப் படுகொலைகளுக்கு முக்கியக் காரணமாக இருந்தவர்.

இஸ்ரேல் மரண தண்டனைகளை விதிப்பதில்லை.

உறுப்பு தானம்

ஒருவர் இன்னொருவருக்கு உடல் உறுப்புகளை தானம் செய்வதை யூத மதம் இருகரம் நீட்டி வரவேற்கிறது.

ஆனால் ஒரே ஒரு கட்டுப்பாடு. தானம் செய்யும் நபர் உயிரோடு இருக்க வேண்டும். இறந்த ஒருவரின் உடல் உறுப்பை எடுத்து மற்றவருக்கு வைப்பது கூடாது. ஏனெனில் இறந்த ஒருவரின் உடலை, எந்தவித சேதமும் செய்யாமல் அதைப் படைத்த கடவுளிடமே கொடுத்து விடவேண்டும் என்பதே யூத மதக் கொள்கை.

ஆராய்ச்சிகளுக்காக இறந்தவரின் உடலைப் பாதுகாப்பதையும், இறந்தவரின் உடல் உறுப்புகளை வெட்டி எடுப்பதையும் யூத மதம் அனுமதிப்பதில்லை.

மிருக பலி / வதை

மனிதனைப்போல, உலகிலுள்ள எல்லா உயிரினங்களும் கடவுளால் படைக்கப்பட்டவைதான். எனவே மனிதன், ஒவ்வோர் உயிரினமிடத்தும் பரிவுகாட்ட வேண்டும். அவற்றைத் துன்புறுத்தக்கூடாது. மனிதர்களோடு கடவுள் எப்படி ஒப்பந்தம் செய்துள்ளாரோ, அதேபோல, ஒவ்வோர் உயிரினமிடத்தும் செய்துள்ளார்.

- யூத மதம் இப்படிக் கூறுகிறது.

வேறு வழியே இல்லாத பட்சத்தில், மனிதன் விலங்குகளைக் கொன்று உணவாகக் கொள்ளலாம்.

- யூத மதம் இப்படியும் கூறுகிறது.

தால்மூத்திலும் பழைய ஏற்பாட்டிலும் விலங்குகள் மீது அன்பு செய்யவேண்டும், துன்புறுத்தக்கூடாது என்பதை விளக்கும் ஏராளமான கதைகள் உள்ளன. அதே நூல்களில்தான் பல்வேறு

சமயங்களில் கடவுளே தனக்கு விலங்குகளைப் பலியிடச் சொல்வ தாகவும் விலங்குகளைக் கொன்று உணவாகவும் உடைகளாகவும் பயன்படுத்திக் கொள்ளலாம் என்றும் இருக்கிறது.

- ஒரு மனிதன் தான் சாப்பிடும் முன் தான் வளர்க்கும் விலங்குகளுக்கு உணவு அளிக்க வேண்டும்.
- சபாத் தினத்தன்று இறைச்சியைத் தவிர்க்கவேண்டும்.
- துன்பப்படும் விலங்குகளின் வலியைப் போக்க வேண்டும்.

இந்த மூன்றுமே மனிதனுக்கு பழைய ஏற்பாட்டில் இடப் பட்டுள்ள கட்டளைகள்.

அதேபோல் சிலவற்றையெல்லாம் தவிர்க்கவேண்டும் என்றும் கட்டளைகள் இருக்கின்றன.

- உயிரோடு இருக்கும் ஒரு மிருகத்தின் உடலின் ஒரு பகுதியை மட்டும் வெட்டி உண்ணக் கூடாது.
- ஒரு பசுவையும் அதன் கன்றையும் ஒரே நாளில் கொல்லக்கூடாது.
- விலங்குகளைப் பட்டினி போடக்கூடாது. அதன் வாயைக் கட்டக்கூடாது.

சில புதிய கட்டளைகளும் பின்னாள்களில் சேர்க்கப்பட்டன. பொழுதுபோக்குக்காக விலங்குகளை வேட்டையாடுவதை முற்றிலும் தவிர்க்க வேண்டும்.

ஆராய்ச்சிகளுக்காக விலங்குகளை வதைக்கக்கூடாது, கொல்லக்கூடாது. அந்த ஆராய்ச்சி, மனித இனத்துக்கு மிக மிகத் தேவையான பட்சத்தில் மட்டுமே விலங்குகளைப் பயன் படுத்தலாம்.

உணவுக்காக விலங்குகளைக் கொல்வதற்கும் அனுமதிக்கப் பட்ட முறைகள், சில கட்டுப்பாடுகள் இருக்கின்றன.

எந்த முறையில் விலங்குகளைக் கொல்ல வேண்டும் என்று மத ரீதியாகக் கற்றுத் தேர்ந்த யூத கசாப்புக்காரரே (shochet) விலங்கு களைக் கொல்ல முடியும். அவ்வாறு கொல்லும் முறைக்கு ஷீசிட்டா (shechita) என்று பெயர்.

அந்தக் கசாப்புக்காரருக்கு விலங்குகளின் உடலமைப்பு, அவற்றின் நோய்கள், அதன் தன்மை போன்றவை பற்றிய நல்ல அறிவு இருக்கும்.

chalaf என்ற கூர்மையான ஆயுதத்தைப் பயன்படுத்தி, கழுத்தில் ஒரே வெட்டு வெட்டி, அந்த விலங்கைக் கொல்ல வேண்டும். அதற்குப் பின் அந்த விலங்கு வலியால் உயிர் துடித்துக் கொண்டிருக்கக்கூடாது. ஒரு நொடிகூட வலியை உணராமல் மரணத்தைத் தழுவியிருக்கவேண்டும். அப்படி வெட்டும் போது கழுத்துப் பகுதி கிழிந்து தொங்கக் கூடாது. ரத்தம் வெளியேறுவதைத் தடுக்கக் கூடாது. இப்படி எல்லாவற்றிலும் கைதேர்ந்தவரைத்தான் shochet-ஆக நியமிப்பார்கள்.

அதேபோல வெட்டுவதற்கு முன் விலங்குகளைத் துன்புறுத்து வதோ, மயக்கமடையச் செய்வதோ கூடாது. அவ்வாறு செய் வது விலங்குகளின் உடலில் காயங்களை ஏற்படுத்தும். குறை பாடுள்ள விலங்குகளைப் பலியிடுவதை கடவுள் விரும்புவ தில்லையே.

இப்படி விலங்குகளைக் கொல்வதற்கு எதிராகப் பிராணிகள் நல அமைப்பினர் ஒரு பக்கம் கண்டனக் குரல்கள் கொடுத்துக் கொண்டேதான் இருக்கின்றனர்.

வீட்டிலேயே கல்வி

பாதிக்கும் மேற்பட்ட யூதப் பெற்றோர்கள், தம் குழந்தைகளுக்கு வீட்டிலேயே கல்வி கற்றுத்தருவதை விரும்புகிறார்கள். அதற்கு அவர்கள் சொல்லும் காரணங்கள்:

1. தோராவை முழுமையாகக் கற்றுக்கொடுக்கலாம். பள்ளிகளில் அதற்கு வாய்ப்பில்லை.
2. பள்ளிகளின் கல்வி முறை திருப்திகரமாக இல்லை.
3. வீட்டிலேயே கற்றுக்கொடுத்தால், தனிக் கவனம் எடுத்து கற்றுக்கொடுக்கலாம். பள்ளிகளில் இதை எதிர்பார்க்க முடியாது.
4. போட்டியின்றி படிக்கலாம். மற்றவர்களைவிட நன்றாகப் படிக்கவேண்டும் என்ற மன அழுத்தம் இருக்காது.

5. பள்ளிகளில் பிற மாணவர்கள் செய்யும் வன்முறைகள், கேலி, கிண்டல்களை எதிர்கொள்ள வேண்டிய அவசியம் இல்லை.

இன்று வரை பல நாடுகளில், வீடுகளில் ரபியை வைத்து தம் குழந்தைகளுக்குப் பாடம் கற்றுக்கொடுக்கும் யூத பெற்றோர்கள் அதிகமாகவே இருக்கிறார்கள்.

போர்

யூத மதம் அன்பை, அமைதியை விரும்பும் மதம், வன்முறையை வெறுக்கும் மதம் என்று புத்த மதத்தோடு ஒப்பிட்டெல்லாம் கூற முடியாது. பழைய ஏற்பாட்டில் கடவுள் போர் செய்ய பச்சைக் கொடி காட்டியிருப்பதைக் காணலாம்.

அதே நேரத்தில் அன்பு செய்யவேண்டும், வன்முறையைத் தவிர்க்கவேண்டும் போன்ற போருக்கு எதிரான கருத்துகளையும் காணலாம்.

யூத மதம் சில விதிமுறைகளின்படி போரை ஆதரிக்கிறது. போர் செய்வதற்கென சில கட்டுப்பாடுகளை வைத்திருக்கிறது.

பழங்கால யூத ரபிக்கள் கூறியுள்ளபடி மூன்று விதமான போர்கள் இருக்கின்றன.

- Obligatory போர் : கடவுளின் கட்டளைப்படி யூதர்கள் செய்த போர். பழைய ஏற்பாட்டின்படி, யூதர்கள் அமலேக்கியர்களுடன் மோதியதெல்லாம் இந்த வகைதான்.

- தடுப்புப் போர் : எதிரிகள் யூதர்களைத் தாக்கும்போது, உயிர் பிழைப்பதற்காகச் சமாளிக்கலாம். திருப்பித் தாக்கலாம். கொல்லவும் செய்யலாம்.

- நியாயமான காரணங்களுக்காகப் போர் செய்யலாம். (Optional war)

போரை ஆரம்பிக்கும் முன் கண்டிப்பாக ஒருமுறையாவது அதைத் தவிர்ப்பதற்காக அமைதிப் பேச்சுவார்த்தை நடத்த வேண்டும். அது தோல்வியுறும் பட்சத்தில்தான் போரைத் தொடங்க வேண்டும்.

போரில் எதிரி வீரர்களைத்தான் தாக்க வேண்டும், கொல்ல வேண்டுமே தவிர, மக்களை அல்ல. எனவே, அந்த மக்கள் போர் நடக்கப் போகும் இடத்திலிருந்து வெளியேற போதிய அவகாசம் கொடுக்க வேண்டும் என்பது மிக முக்கியமான கட்டளை.

இறப்பு

Chevra kadisha - யூதர்களின் ஈமச் சடங்குகளை முறைப்படி மத ரீதியாக நிறைவேற்றி வைக்கும் அமைப்பின் பெயர் இது. இறந்த பின் உடலைப் பாதுகாப்பது, அதற்குரிய மரியாதையைச் செய்வது, இறுதிக் காரியங்களுக்காக அந்த உடலைத் தயார் படுத்துவது, உடை அலங்காரம் செய்துவிடுவது போன்றவை அந்த அமைப்பினரின் பொறுப்புகளாகும்.

இந்த அமைப்பினருக்கு தேவாலயங்களோடு தொடர்பு இருக்கும். இறுதிக் காரியங்களைச் செய்வதற்காக, சொந்த மயான நிலங்களை வைத்திருப்பர். உடலைப் புதைப்பதற்கு குழிகளை வெட்டுவதுகூட இவர்களின் பொறுப்புதான்.

முதலில் உடலைக் குளிப்பாட்டுவர் (rechitsah). பின் சில சடங்குகளை, பிரார்த்தனைகளைச் செய்து புனிதப்படுத்துவர் (taharah). பிறகு உடை அலங்காரம் செய்து விடுவர் (halbashah). உடலை சவப்பெட்டிக்குள் வைப்பர்.

சவப்பெட்டி மூடப்படும். அதற்குப் பின் யாரும் முகத்தைப் பார்க்க முடியாது. சவப்பெட்டியை அலங்கரிப்பர்.

ரபி பிரார்த்தனைகளைக் கூறுவார். அங்கிருப்பவர்களின் துக்கத்தைக் குறைப்பதற்காக, சத்தமாக சில வார்த்தைகளைப் பேசுவார்.

'ஒரு வருடம் வாழ்ந்தால் என்ன, ஆயிரம் வருடங்கள் வாழ்ந்தால் என்ன, அதனால் என்ன பயன்? கடவுள்தான் உண்மையான நீதிபதி. அவர்தான் இறப்பைக் கொடுக்கிறார். இறப்புக்குப் பின் இருக்கும் வாழ்க்கையையும் கொடுக்கிறார். அவருடைய தீர்ப்பே இறுதியானது. உண்மையானது.'

இறந்த நபருக்கு நெருங்கிய உறவுக்காரர்கள் தங்கள் ஆடையைக் கிழித்துக்கொள்ள வேண்டும் என்பது சம்பிரதாயம். பைபிள் கதைகளின்படி பார்த்தால், ஜேக்கப், தன் மகன் ஜோசப் இறந்த பின்பு துக்கத்தில் உடைகளைக் கிழித்துக் கொண்டார். தாவீது,

கிங் சால் இறந்த துக்கத்தில் உடைகளைக் கிழித்துக் கொண்டார். அந்தச் சடங்கு இன்றும் தொடர்கிறது.

உடைகளை நார் நாராகக் கிழித்துக்கொள்ள வேண்டும் என்றெல் லாம் அவசியமில்லை. உடையின் ஓரத்தில் சிறிது கிழித்துக் கொண்டால் போதும். கத்தியோ, கத்திரிக்கோலோ உபயோகிக்கக் கூடாது. இறந்த நபரின் பெற்றோர், தம் உடையில் இடப் பக்கத்தைக் கிழித்துக் கொள்வர். இறந்த நபருடைய மகன், மகள், சகோதரன், சகோதரி போன்ற நெருங்கிய உறவினர்கள் என்றால், வலப்பக்கத்தைக் கிழித்துக் கொள்ள வேண்டும். (இறப்புச் செய்தியைக் கேட்ட உடனேயே, துக்கத்தின் அடையாளமாக உடைகளைக் கிழித்துக் கொள்ளும் யூதர்களும் உண்டு.)

இறுதியில் மயான பூமிக்குக் கொண்டு செல்வர். சவப்பெட்டி யின் இருபுறமும் இறந்த நபரின் உறவினர்கள் வருவர். ரபி ஊர்வலத்தின் முன் செல்வார். வீட்டிலிருந்து அல்லது பிரார்த்தனைக் கூடத்திலிருந்து மயான பூமிக்குச் செல்லும் வழியில், இறந்த நபரின் மேல் பாசம் இன்னும் இருக்கிறது என்பதைக் காட்டும் விதமாக ரபி, மூன்று முறை நின்று செல்வார்.

சவப்பெட்டி குழிக்குள் வைக்கப்படும். மயான பூமிக்கு வந்திருக் கும் ஆண்கள், மண்வெட்டியால் மூன்று முறை மணலை எடுத்து சவப்பெட்டியின் மேல் போடுவர். இறந்து போன நபரின் மேல் இருக்கும் அன்பை வெளிப்படுத்தும் வகையில் மிக மெதுவாகத் தான் போடுவர்.

சில யூதர்கள், இறந்து போன நபர் உபயோகித்த பிரார்த்தனைப் புத்தகங்களையும் தனியே ஒரு குழிவெட்டிப் புதைக்கும் வழக்கத்தையும் வைத்துள்ளனர்.

கர்ப்பம் தரித்திருக்கும் யூதப் பெண்கள் சுடுகாட்டுக்குச் சென்று இறுதிச் சடங்குகளில் கலந்துகொள்ள அனுமதிக்கப்படுவ தில்லை.

மயான பூமியில் இருந்து திரும்புவதற்கு முன் நெருங்கிய உறவினர்கள், சம்பிரதாயத்துக்குச் சிறிது புல்லைப் பிடுங்கிக் கொண்டு வருவர். Psalm-ல் இருந்து பாடல்களைப் பாடுவர்.

அந்தத் துக்க வீட்டில் நெருங்கிய உறவினர்கள், ஏழு நாள்கள் தங்கியிருப்பர். இது sit-shiva என்றழைக்கப்படுகிறது. shiva

என்றால் ஹீப்ரு மொழியில் ஏழு என்று அர்த்தம். மயான பூமிக்குச் சென்று வந்தாலும், ஏழு நாள்களுக்குக் குளிக்கவே மாட்டார்கள். துக்கத்தைத் தக்க வைத்துக் கொள்வார்கள்.

கண்ணாடியில் முகம் பார்க்க மாட்டார்கள். வீட்டிலிருக்கும் கண்ணாடிகளையெல்லாம் துணி போட்டு மூடி விடுவார்கள். உயரம் குறைந்த ஸ்டூல்களில் மட்டுமே உட்காருவார்கள். அநாவசியமாகப் பேச மாட்டார்கள். துக்கம் விசாரிக்க வருபவர்களை, நேரடியாக வரவேற்றுப் பேச மாட்டார்கள். மூன்றாவது நபர் ஒருவர்தான், வருபவர்களை அழைத்து வந்து அவர்களிடம் பேச வைப்பார்.

துக்கம் விசாரிக்க வரும் நபர்கள் மிகவும் அமைதியாக அமர்ந்திருக்க வேண்டும். ‘உன் கஷ்டம் எனக்குப் புரியுது. கவலைப்படாதே, நாங்க இருக்கோம்’ என்பது போன்ற சில ஆறுதல் வார்த்தைகள் பேச மட்டுமே அனுமதி உண்டு.

ஏழு நாள்களும் வீட்டில் சமைக்க மாட்டார்கள். அடுப்பைப் பற்ற வைக்கவே மாட்டார்கள். வருபவர்களும் பிற உறவினர்களும் தான் உணவு பொருள்களையும் அருந்தும் பானங்களையும் கொண்டுவந்து கொடுப்பர்.

மாலை வேளைகளில் பிரார்த்தனைகளில் ஈடுபடுவர்.

முப்பதாவது நாள், இறந்தவரின் நினைவாக shloshim (முப்பது) என்ற சடங்கு அனுசரிக்கப்படும். இறந்தவரின் கல்லறைக்குச் சென்று பிரார்த்தனைகள் செய்வர். இறந்தவர் நினைவாக உள்ள புகைப்படங்கள், வீடியோக்களைப் பார்ப்பர். கடிதங்கள், டைரிகள் போன்றவற்றை வாசிப்பர். அதற்குப் பின் சகஜமான சந்தோஷமான வாழ்க்கைக்குத் திரும்பி விடலாம்.

இறந்து போனது பெற்றோர்களாக இருக்கும் பட்சத்தில் பதினொரு மாதங்கள் துக்கம் அனுஷ்டிக்க வேண்டும் என்பது யூத மதம் கூறும் விதி.

முதலாமாண்டு நினைவுநாள் yahrzeit. அன்று இறந்தவரின் நினைவாக மெழுகுவர்த்தி ஏற்றி பிரார்த்தனைகள் செய்வர். இதுதான் யூதர்கள் கொடுக்கும் வருடாந்திர திதி.

23. இந்தியாவில் யூதர்கள்

மற்ற இனங்களோடு ஒப்பிடுகையில், இந்தியாவில் யூதர்களின் எண்ணிக்கை மிக மிகக் குறைவு. அவர்களில் பாதிப் பேர் மிசோரம் பகுதிகளிலும், இருபத்தைந்து சதவிகிதம் பேர் மும்பையிலும் இருக்கின்றனர்.

வெளியிலிருந்து இந்தியாவுக்குள் நுழைந்த இனங்களுள் யூத இனம் முதன்மையானது. கி.மு. எட்டாம் நூற்றாண்டின் இறுதியில் இஸ்ரேல், ஜுதேயா என்று இஸ்ரேல் இரண்டாகப் பிரிவுற்ற சமயத்தில்தான் இந்தியாவுக்கு யூதர்கள் வர ஆரம்பித்ததாகச் சரித்திர ஆவணங்கள் கூறுகின்றன. அதன்பின் அசிரியர்கள் ஜுதேயாவைக் கைப்பற்றியபோது, இந்தியாவை வந்தடைந்த யூதர்களின் எண்ணிக்கை அதிகமாக இருந்ததாம்.

அப்போது வந்த யூதர்கள், கொச்சினில் குடியிருப்புகளை ஏற்படுத்திக்கொண்டு வாழத் தொடங்கினார்கள். அப்பகுதியில் முதல் யூத தேவாலயம் (synagogue) பதினைந்தாம் நூற்றாண்டின் இறுதியில் கட்டப்பட்டது. அதன் பின் ஆட்சிக்கு வந்த போர்த்துக்கீசியர்கள், அந்த தேவாலயத்தை இடித்தனர்.

டச்சுக்காரர்கள் ஆட்சிக்கு வந்த பின், 1568-ல் கொச்சினில் யூதர்களால் பரதேசி தேவாலயம் (paradesi synagogue) கட்டப் பட்டது. கொச்சினை ஆண்டு கொண்டிருந்த பராஜா, (paraja) தனது மட்டான்சேர்ரி (Mattancherry) அரண்மனைக்கு அருகிலுள்ள நிலத்தை, தேவாலயம் கட்டுவதற்காகக் கொடுத்தார். இந்த தேவாலயத்தை கொச்சின் யூதர்கள் இன்றுவரை தங்கள் புனிதச் சின்னமாகக் கருதி பாதுகாத்து வருகிறார்கள்.

இன்று கொச்சினில் வாழும் யூதர்களின் எண்ணிக்கை சுமார் ஐம்பது.

இப்போது காஷ்மீரில் இருக்கும் பஷ்டூன்ஸ் (Pashtuns) இன மக்களின் ஆணி வேர் எங்கிருக்கிறது என்று பார்த்தால், அது இஸ்ரேலில் காணக் கிடைக்கும். காஷ்மீர் வாழ் முஸ்லிம்களான இவர்கள், யூதர்களைப்போல உடைகள் அணிவார்கள். உணவு உண்பார்கள். நீளமான தாடி, மீசை வைத்திருப்பார்கள், யூதர் களின் கலாசாரப்படி வாழும் இவர்கள், பேசும் மொழியில்கூட ஏராளமான ஹீப்ரு மொழி வார்த்தைகள் கலந்தே இருக்கும். பிற முஸ்லிம்கள் ஒரு போதும் உபயோகிக்காத யூதப் பெயர்களை இவர்கள் தங்கள் குழந்தைகளுக்கு வைத்துக் கொள்கிறார்கள்.

மகாராஷ்டிர மாநிலத்தில் வாழும் யூதர்கள் பெனி இஸ்ரேல் (bene israel) என்றழைக்கப்படுகிறார்கள். 2100 ஆண்டுகளுக்கு முன்பாக நடந்த ஒரு கப்பல் விபத்தொன்றில் தப்பிய ஏழு யூதக் குடும்பத் தினர், அரபிக் கடல் பகுதியில் (தற்போதைய தெற்கு மும்பை பக்கம்) கரையேறினர். அவர்கள் மகாராஷ்டிர மக்களுடன் கலந்து வாழத் தொடங்கினர். இன்றும் பல்கிப் பெருகி வாழ்ந்து கொண்டிருக்கின்றனர். தங்கள் கலாசாரத்தைக் கைவிடாமல், அதேசமயம் இங்குள்ள கலாசாரத்தையும் ஏற்று ஒரு வித புது வாழ்க்கைமுறையைப் பின்பற்றுகின்றனர். இவர்கள் பேசும் மொழி, ஜுடேயோ-மராத்தி (Judaeo-Marathi).

சபாத் தினங்களில் வேலை செய்யாத இவர்களை, மகாராஷ்டிர மக்கள் Saturday oil pressers என்றழைக்கிறார்கள். 2002-ல் மரபணுச் சோதனைகள் மூலம் அவர்கள் ஆரோனின் (மோசஸின் சகோதரர்) வழி வந்த கொஹென் (Kohen) பிரிவினர் என்று நிரூபித்துள்ளனர். இந்தியா சுதந்தரமடைந்த சமயத்தில் கிட்டத் தட்ட 20,000 பெனி இஸ்ரேல் யூதர்கள் இருந்தனர். ஆனால், அதன்பின் ஆயிரக்கணக்கானோர் இஸ்ரேலுக்கு குடிபெயர்ந்து

விட்டனர். இப்போதும் ஜாகை மாறிக் கொண்டிருக்கின்றனர். 2005-கணக்கெடுப்பின்படி, மும்பையில் சுமார் 4000 பெனி இஸ்ரேல் யூதர்கள் வசிக்கின்றனர்.

பாக்தாதி யூதர்கள் (Baghdadi Jews). இரான், ஆப்கனிஸ்தான், ஏமன், சிரியா ஆகிய நாடுகளிலிருந்து சுமார் 250 ஆண்டுகளுக்கு முன் மும்பை நகருக்கு வந்தவர்கள் இவர்கள். தற்போது இந்தியாவில் சுமார் 250 பாக்தாதி யூதர்கள் இருக்கிறார்கள். இவர்கள் பேசும் மொழியில் அரபி கலந்தே இருக்கும். இந்நாள்களில் ஆங்கிலம் தான் அதிகம் பேசுகின்றனர்.

Bene Ephraim என்ற பிரிவினர், இந்தியாவின் ஆந்திராவின் கிழக்குப் பகுதியில் வாழும் தெலுங்கு கலந்து பேசும் யூதர்கள். இவர்கள் பேசும் மொழி ஜுதேயா-தெலுங்கு (Judaeo-Telugu).

Bnei Menashe - என்று அழைக்கப்படும் யூதர்கள் இந்தியாவின் மணிப்பூர், மிசோரம் ஆகிய மாநிலங்களில் வாழ்கின்றனர். பத்தொன்பதாம் நூற்றாண்டில் மணிப்பூர், மிசோரம் பகுதிகளின் நிகழ்ந்த கிறிஸ்துவத்தின் பரவலால், இந்த யூதர்கள் கிறிஸ்து வத்தைத் தழுவினர். 1951-ல் Challianthanga என்ற (யூதப்) பழங்குடி தலைவர், 'கடவுள் என் கனவில் வந்தார். இஸ்ரேலுக்கு அழைத் தார். அதனால் மீண்டும் யூதர்களாக மாறி நம் மண்ணுக்குச் செல்வோம்' என்றார். அதற்கான முயற்சிகள் கொஞ்சம் கொஞ்ச மாக எடுக்கப்பட்டன. அந்த யூதர்கள் கிறிஸ்துவத்தை விட்டனர். 1975-ல் நூற்றுக்கணக்கானோர், ஹீப்ரு மொழியைக் கற்கத் தொடங்கினர். தாங்கள் இஸ்ரேலின் பூர்வக் குடியான Manasseh இனத்தைச் சேர்ந்தவர்கள் என்று சொல்லி போராடி வருகின் றனர். இதுவரை இஸ்ரேலின் அங்கீகாரம் கிடைக்கவில்லை.

பின்னிணைப்பு

உதவிய நூல்கள்

பரிசுத்த வேதாகமம் (பைபிள் சொஸைட்டி ஆஃப் இந்தியா வெளியீடு)

நிலமெல்லாம் ரத்தம் - பா. ராகவன்

Letters to Auntie Fori - The 5000 year History of the Jewish People and Their Faith - Author : Martin Gilbert.

Who Owns Judaism - Public Religion and Private Faith in America and Israel - E.Lederhendler.

இணையத்தளங்கள்:

http://www.bbc.co.uk/religion/religions/judaism/

http://en.wikipedia.org/wiki/Jewish_history

http://en.wikipedia.org/wiki/Jews

http://en.wikipedia.org/wiki/Judas_Iscariot

http://en.wikipedia.org/wiki/Synagogues_in_India

http://en.wikipedia.org/wiki/History_of_the_Jews_in_India

http://www.nationalgeographic.com/lostgospel/

http://www.jewishvirtuallibrary.org/jsource/judaism.html

http://www.jewsofindia.org/who_are_we.html

http://www.religionfacts.com/judaism/

http://www.religioustolerance.org/judaism.htm
http://www.beliefnet.com/story/189/story_18921_1.html
http://www.judaism.com/
http://www.jewfaq.org/
http://www.aish.com/
http://members.aol.com/jewfaq/index.htm
http://www.jewsforjudaism.org/
http://www.simpletoremember.com/vitals/Jewish_History.htm
http://www.israel.com/
http://israel.indymedia.org/
http://www.jewishhistory.org.il/

www.ingramcontent.com/pod-product-compliance
Lightning Source LLC
Chambersburg PA
CBHW020227170426
43201CB00007B/345
* 9 7 8 8 1 8 3 6 8 3 5 9 3 *